T0078084

Amina

First published in Great Britain 2020
Salaam Publishing
London
www.salaampublishing.com
salaampublishing@gmail.com

ISBN 978-1-912450-51-0

Amina

Mohammed Umar

Salaam Publishing
London

1

Yanzun nan rana ta raba tsaka...Matan nan guda biyu masu rangwamen shekaru suna fitowa daga hostel na mata da ke jami'a. Da suka iso wurin da ake aje motoci sai suka jingina a jikin wata Marsandi fara, suka ci gaba da hirarsu. Ɗaya daga cikinsu ta gyara hula mangwamare da ta rufe dogon gashinta, ɗayar kuma ta ɗan gyara ɗankwalinta.

"Sai mun sadu an jima ko?"

"*In sha Allah.*"

Amina ta kame a bayan Marsandi, suka kama hanyar fita daga jami'ar a hankali suka dumfari tsakiyar gari. Ita kam can a zuciyarta tana ta tunanin abin da za a yi gidanta. Akwai taron liyafa da mijinta, Alhaji Haruna, ya tanada, wanda zai bambanta da sauran tarurruka da ya taɓa tsara mata. A wannan karon mata ne zalla za su hallara don su taya shi murnar zaɓensa da aka yi zuwa Majalisar Jiha. Waɗanda za a gayyata ɗin za su kasance manyan mata ne, ƙusoshin garin – matan 'yan Majalisa, matan manyan ma'aikatan Gwamnati da na sojoji, 'yan sanda, 'yan kwangila da hamshaƙan mata 'yan kasuwa da dai sauran irinsu. Bayan duk sun taru, jigon taron za ta kasance sabuwar amaryar nan tasa ce, Amina. A taƙaice dai, wannan liyafarta ce. Shi mijin nata ya shirya abin ne kawai don ƙaddamar da ita ga gungun mata fitattu.

1

Da sannu motar da Amina take ciki ta wuce wata Sakandaren Gwamnati ta 'Yammata, ta nausa hagu, ta shiga babban titi wanda aka gama gyara shi kwanan nan. Direban ya rage gudu yayin da suke wuce wani barikin soja, ya karya hagu ya milla ya wuce wasu ma'aikatu na Gwamnati ya iso tsakiyar gari. In ka duba hanya ko'ina cike take da mutane a ƙasa, babura, motoci, masu kekuna – hanya dai ta cakuɗe gami da tsayar da kowa da kowa da mai ba da hannu ya yi a nan randa... Ga babbar kasuwar garin nan kusa...Ana cikin wannan hali na jira, Amina ta dubi me ke gudana a waje...Mutane suna ta kaiwa da kawowa, ana saye da sayarwa. Tsallaken titi kuma ga wani sabon masallaci mutane suna ta alwalla, suna shirin yin sallar Azahar.

Da yelofiba ya ba da hannu sai fa abubuwan hawa suka motsa. Amina ta jingina tana tunanin liyafar da ke gabanta. Ta ga kanta tana ta karɓar baƙinta, suna shigowa, suna zazzaunawa a kujerunsu suna fara 'yan taɗe-taɗen da irin wannan biki ya gada. Waɗannan fa su ne ƙusoshin garin, mata masu hannu da shuni. Tana sane cewa rayuwarta ta ta'allaƙa ne a kan ta zama ɗaya daga cikinsu, ta fara nata bizines, ta kuɗance, ta sayi tufafi masu tsada, da gwalagwalai, da motoci ... kai! Kila ma ta zama mace mafi arziki ba ma a wannan jiha tasu ba, har ma a ƙasar baƙin-ciki. A yau, kafin dai a kai ƙarshen wannan liyafa, zai zamana an ƙaddamar da ita ga duk wata mata mai ƙumbar susa a cikin manyan garin.

Da sannu motar ta Amina ta ratsa garin Bakaro har ta iso gaban wani bene, wanda yake shi kaɗai ne a wannan wurin, ta ja birki. Nan ne fa gidan Alhaji Haruna. Amina tana jin cewa lallai an zura mata ido. Sai ta gyara lulluɓinta. Kullum ba a rasa gungun maroƙa da ke ragaita a ƙofar gidan, a babbar ƙofar da ake buɗewa a shige da mota. Aka buga ganguna aka yi mata kirari cewa ita kam lallai kyakkyawar gaske ce, babbar baiwar da Allah Ya yi wa Alhaji Haruna. Ta sha kiɗa sai ta yi murmushi, ta jawo sabbin takardun Naira 500 daga jakarta ta ba shugaban maroƙa, aka buɗe get direba ya shige, aka mayar aka rufe.

Da Amina ta shiga ɗakinta a sama ba ta yi mamaki ba da ta ga baƙuwarta ta farko tana jiran ta a falo. Kulu ita ce matar Sakataren Karamar Hukuma, 'yar bizines fitacciya, kuma ƙawar Amina. Shekarunta sun kai wajen talatin da 'yan kai, ga ta ginanna, kullum saye da tufafi na zamani. Bayan sun gaggaisa sai Amina ta shige ɗaki ta yiwo kwalliya don tarbar sauran baƙin nata: Ta sa bulawus fara da aka yi wa ado da zare mai ruwan gwal, ga gyale fari da ya dace da ita gami da ɗankwali. Ta sawo zobba na zinari, warawarai na azurfa da 'yan-kunne na lu'u-lu'u. Kulu ta tambaye ta ina ta fito da rana haka?

"Na je jami'a ne in gayyato Fatima."

"Wannan 'yar iskar yarinyar?" in ji Kulu.

Amina ba ta mayar mata da martani ba. Ta san lallai ba wata maganar ƙauna tsakanin Kulu da Fatima. Amma tun da abin ba ya shafe ta ne ba, sai ta ja bakinta ta tsuke. Amina da Kulu suka tsaya gaban irin dogon madubin nan suna kallon kwalliyar da suka yi. Can sai suka ji alamar isowar wasu ɓakin, suka sauko ƙasa don tarbarsu. Amina ta tsaya tsakanin baƙin nata: Ta ci kwalliya, ta zame son kowa ƙin wanda ya rasa – mace kyakkyawar gaske, natsattsiya, matar zuwa unguwa. Ana haka sai Fatima da wasu 'yammata biyu daga jami'a suka iso. Sai Amina ta saki jiki, ta ga idon sani. Ta yi murmushi.

Da Amina ta ga dai baƙin sun hallaro sosai da sosai, sai ta hau sama don ta kira mijinta, Alhaji Haruna. Suka sauko tare. Hakkin Kulu ne ta yi wa kowa maraba, kana ta roƙi Alhaji Haruna ya yi jawabi. Tana magana yana tsaye kusa da ita...ya kera ta a tsawo, ƙato dogo, fuskar nan ta ji aski fes-fes, yana saye da riga fara wadda aka yi mata ado da koren zare, ga hula fara swal gami da takalma farare masu tsada. An samu a yi masa kirari da cewa mai fararen kaya, mai farar aniya.

Da Kulu ta gabatar da shi sai ta ja da baya. Alhaji Haruna ya ɗan gyara murya, ya gyara zaman rigarsa. Ya gode wa Allah game da taimakon da ya yi masa, gami da shiryar da shi. Su kuma baƙin matan da suka hallara, ya yi masu godiya game da amsa gayyatar da aka yi masu kana ya ci gaba da cewa, "Kuna sane cewa Addininmu na Musulunci ya yarje mana mu auri mata har huɗu. Amina ita ce ta huɗu gare ni. Aƙidata ita ce: In sami sabuwar nasara, a sami mata sabuwa." Wata 'yar gurnani haka ta ratsa taron na matan, suna raɗa ga juna. Shi kuma ya zura masu ido, fuskarsa cike da alfahari. "A lokacin da na sami taimakon Allah aka naɗa ni sitokifa na ƙaramar hukuma shekaru da dama da suka wuce, sai

4

na auri matata ta farko. Da Allah Ya sake waiwayata da gudummuwarSa aka ciyar da ni gaba na zama akanta a Ma'aikatar Kuɗi na Jiha, sai na auri mata ta biyu. Da Allah Maɗaukakin Sarki Ya yi mani buɗi na shiga bizines, sai na auri matata ta uku. A yau kuma, da dai taimakon na Rabbana, na ci zaɓe zuwa ga Majalisar Jiha...sai na auri mata ta huɗu." Ya ƙura wa Amina ido, ya ƙara da cewa, "Ke ce 'yar gudaliyata ta huɗu, ke ce ta ƙarshe amma ba ta baya ba." Wasu baƙin suka tafa hannu, wasu suka yi dariya ko murmushi. Alhaji Haruna ya dakata sai da aka yi shiru tsit sannan ya ce, "Kamar yadda Musulunci ya tanada, ina son in tabbatar muku da cewa ina ƙaunar matana daidai wa daida." Ya yi masu sallama, ya fice ya bar su su sha kwaraminsu.

Daga nan sai matan suka rarrabu gungu-gungu, ana ta hira. Mai gayya, Amina, tana zazzagayawa tsakaninsu ana gaggaisawa, ana yi wa juna barka da war haka. Nan da can ana tattaunawa game da al'amuran siyasa, wa ya yi kaye, wa aka kayar, wane ne ya sami kwangila mai tsoka, wa ke da mota ɗaya tamkar da goma, ba irinta cikin garin, ina arzikin wane ko wance ya ƙare, wa ke da mashahurin wayar salula, da dai sauransu. Gida kam ya yi maƙil da matan gari, masu aiki na ta yawo tsakaninsu suna raba musu 'yan ciye-ciye da shaye-shaye – ga soyayyun kaji da tantabaru, tsire, biskit, gyaɗa, da dai sauransu. Amina ta dumfari wani gungu na ƙawayenta daga jami'a, inda ta iske Fatima na cewa, "Ai wannan ɗan 419 ne! Me zai yi idan aka naɗa shi a wani babban muƙami yanzu? Sai dai nan take ya saki ɗaya daga cikin matan nasa don ya auro wata sabuwa." Da Amina ta iso inda take sai kawai ta yi murmushi, ta yi hira da ƙawayen nata a tsanake.

Da sannu da aka kawo ƙarshen liyafa, waɗannan mata ƙusoshin garin suka fice. Amina ta numfasa, ta gode wa Allah cewa an yi nasarar gudanar da al'amarin. Ta hau sama zuwa ɗakinta ta bi lafiyar babban gadonta, idanunta suka bi ɗakin da kallo: Ga babban talabijin abin nuna wa jama'a, ga bidiyo da ya dace da shi, ga rediyo-kaset, ga firiji ɗan ƙarami irin na bakin gado, ga kabad cike da kayan tangaran iri-iri, sa'an nan ga kabad maƙare da tufafin sawa yayin zamani. Duk yanayin da ya taso akwai rigar da za a sa masa.

Ba a daɗe ba sai Alhaji Haruna ya shigo. Ya zauna a kan wata kujera mai taushi, ya cire takalmansa da safa, ya ce wa Amina, tamkar yanzu ne ya tuna abin da yake son ya faɗin, "Af, na mance in sanar da ke da ƙawayenki ɗazun cewa tun da yanzu kin zama matata akwai ki da kyautar gida da fuloti. Bugu da ƙari na sadu da Bature; yana sauraron zuwanki nan ba da daɗewa ba."

Amina ta yi masa godiya mai yawa, tana cike da mamakin irin wannan sakin hannu nasa. Ita kam ba ta zaci haka zai faru ba. Nan take mijin nata ya tabbatar mata cewa muddin yana da rai kuma cikin yalwar arziki, tana iya tambayar sa komai take so a duniya. Ya ci gaba da cewa "Gidan ba shi da nisa daga nan. Shi ma fulotin yana nan daura da bakin rafi, hannun riga da firamare."

"Na gode ƙwarai da gaske," Amina ta sake cewa.

"Haba ai ba komai. Allah mai iko. 'Yan watannin da suka wuce ni da ke ba mu san juna ba, yau ga shi mun zama miji da mata. Allah Ya daidaita tsakaninmu, ya kore duk wata fitina da ka iya tasowa."

"Amin," in ji Amina.

Shagargari da hantsi wajen ƙarfe goma Amina ta yi kwalliya ta yi shirin fita. Direba na nan zaune cikin wata Range Rover baƙa. Ta shiga motar bayan ta gayar da direban. "Kai ni gidan Bature," ta ce masa.

Gidan Bature yana can bayan gari ne. Da suka iso get sai Amina ta ɗan sauke gilashi ta ce, "Ni ce Amina Haruna, matar Shugaban Masu Rinjaye na Majalisar Jiha. Ina son in ga Bature." Maigadi ya yi magana a woki-tokinsa, aka buɗe ƙofar, motar ta Amina ta shige cikin gidan suka dumfari wajen aje motoci. Ɗaya daga cikin masu gadin ya raka ta zuwa gofar gidan ta hanya da aka ƙawata da jerin itatuwa. A gefe guda ga maninƙaya da filin ƙwallon tanis.

"Ina murnar saduwa da ke dai a yau," in ji Bature, yayin da yake buɗe mata ƙofa. "Bisimilla. Barka da isowa," ya nuna mata alamar ta wuce zuwa ga kujera. A wannan ɗakin ne ta iske wani mutum yana zaune. Bature ya ce ta ɗan ba shi lokaci ya kammala abin da suke yi tare da wannan malamin. Ya ci gaba da magana da shi. Daga baya Amina ta ji cewa sunan wannan mutumin Mohammed Idris. Tun da yake maganarsu ba ta shafe ta ba, sai ta shiga ba ido abincinsa, ta yi ta kallon yadda aka ƙawata wannan ɗaki da kayan zamani, da kujeru masu tsada ko da gani. Darduma mai kauri ta mamaye ɗakin, ga fitulla masu kyau, har da irin wadda ake ratayo ta daga silin.

"Mahaifinka ya sayi hannun jarin da darajarsa ta fadi," Bature ya ce.

"Ni abin da nake son in sani shi ne mene ya yi saura a kuɗinsa na banki?" Mohammed ya amsa masa.

"Nan da shekaru masu zuwa ba za a iya taɓa kuɗin da na taimaka wa mahaifinka ya ajiye ba. Na nuna masa zaɓi daban-daban. Wannan tsarin ne ya ɗauka. Ina iya nuna maka ainihin takardun da ya sa hannu. Nan da shekaru goma, 25% na kuɗin kawai kake iya taɓawa."

"Amma ni ya ce mani yana da miliyoyi akan nasa..."

"Bisa ga yaƙini, kuɗin kam nasa ne, amma kuma a zahiri ba wani mahaluƙi, kai, har ma shi ko da yana da rai ba zai iya cire fiye da 25% na kuɗin ba nan da shekaru goma," Bature ya ƙara wa Mohammed bayani.

"Ni kam ban gane ba. Kana nufin ba za mu iya maido kuɗinsa gida Nijeriya ba?"

"Haka zancen yake. Kusan ba yadda za a yi a maido wannan kuɗin," Bature ya amsa masa, ya tsare shi da ido. "Don Allah ka yi haƙuri, al'amura sun sha mani kai yanzu. Dana zai ƙara yi maka bayani. Lukas! Lukas!" ya yanka kira. "Je ka da shi ka feɗe masa biri game da yadda wannan harka take." Tun da Bature ya gama da wannan mutum sai ya juyo zuwa ga Amina yana murmushi. "Barka da zuwa fa...Zo mu je in ƙaddamar da ke ga wata mata..." Amina ta bi Bature zuwa maninƙaya, inda suka iske wata Baturiya, a gindin inuwa, saye da kayan ninƙaya, ga 'yar kwalbarta ta giya a kan wani ɗan ƙaramin tebur. Amina ta ji wani irin bawai da ta gan ta, don kuwa kusan tsirara take. Ta rasa inda za ta kalla. Bature ya ce sunanta Paula, kuma daga Ingila aka zo da ita musamman don ta tsara furen kallo a wurin da za a rantsar da sabon Gwamna na mulkin farar hula a wannan Jiha.

"Na yi murna da ganinki," Paula ta ce wa Amina. "Ina ƙaunar ƙasarku da mutanenta. Garin da ban sha'awa; mutanen kuma suna da daɗin hulɗa. Akwai kafofin bizines da yawa a nan," Paula ta ce, ta ɗaga tambulan na giya ta kai baki. "Na ji an ce ke kina son ki shiga bizines. Madalla. Kila mu yi aiki tare."

"Ai ni ban riga na yanke shawara ba," Amina ta ce mata. "Duk da haka dai na yi murna da saduwa da ke."

Amina ta yi sukuni da Bature ya mayar da ita falon da suke zaune, ya bar ta tare da ɗansa, wanda bisa ga dukan alamu ya gama da wancan malamin da suka fita tare. Lukas ya kira mai aikin gidan ya ce masa ya kawo masu ruwa da tambulan biyu. Ya zauna kusa da Amina, ya cika tambulolin da ruwa.

"Mahaifina ya ce kina da sha'awar ki fara bizines tare da mu," Lukas ya ce, yana barbaza wasu 'yan ƙananan littafai da takardu a kan tebur. "In yi maki ɗan bayani ko game da abubuwan da muke yi? A taƙaice, muna magana ne a kan hada-hadar kuɗi, mu kuma ba mutum shawara a waɗanne ire-iren harkoki ne zai iya sa kuɗinsa. Idan mutum yana son ya sai gida ko'ina a Turai, muna zazzagayawa mu samo farashi mai rahusa. Muna kuma shirya wa mutum inda za shi idan yana son fita ƙasashen waje don a duba lafiyarsa. Mai son zuwa hutawa a ko'ina muna iya tsara masa wannan. Haka nan ma idan mutum yana son 'ya'yansa su shiga makaranta a can ƙasashen waje, wannan abu ne mai sauƙi gare mu. Muna iya tsakulo makarantu mafiya kyau."

A ƙarshen wannan ɗan gajeren bayani, Lukas ya ba Amina abubuwan da za ta karanta don neman ƙarin bayani. Amina ta gode masa, kana ta ƙara da cewa, "Zan waiwaye ku bayan na gama nazarin waɗannan."

Lukas ya yi kira ga mahaifinsa, shi kuma ya shigo da wayarsa ta salula manne a kunninsa. "Na ji an ce ke ƙawar Fatima ce," yayin da ya yi shirin fita. "Don Allah ga ɗan wani abin da nake son ki yi mani. Zan bar ƙasar na 'yan watanni. Saboda haka duk lokacin da kika gan ta ki ce mata na amshi gayyatar da suka yi mani cewa in zo mu yi muhawara a nan jami'a. Zan waiwaye ta in na dawo, a lokacin nan na shirya tsaf don mu yi ƙalubale," ya faɗi, yana wani irin murmushi na wanda ya san abin da ya taka. Amina dai jikinta bai ba taba. Ta yi ajiyar zuci yayin da Lukas ya rakata zuwa ga motarta.

2

Makwanni da dama sun shuɗe. Rayuwar ta Amina kamar kullum ita ce ta yi salla, ta ci abinci, ta yi barci. Ba cas, ba as... Komai yana tafe cikin ruwan sanyi...tana jin daɗin wannan hali da take ciki na hutawa. Tun da yake mijinta mai hannu da shuni ne, ba ta rasa komai ba na jin daɗin zaman duniya; ba ta kukan rashin komai. Ita matar aure ce da ke cikin sukuni. Duniyarta tana tafin hannunta. Duk da haka dai ta ɗauka wannan ba mai ɗorewa ne ba, da sannu za ta sami wani abin yi da zai raba ta da abin da ya yi kama da zaman kashe wando.

Ran Asabar Amina ta halarci taro na farko na Kungiyar Matan 'Yan Majalisa, wanda aka yi a nan harabar Majalisar. Ta ga wasu daga cikin matan da suka zo liyafar da ta yi a gidanta. A ƙarshe an zaɓi waɗanda za su gudanar da al'amuran Kungiyar. Amina ta sami muƙamin Mataimakiyar Sakatare-Janar. Ta tafi gida cike da murna game da wannan matsayi da ta samu. Lallai kam maje sama ya taka faifai. Da ta dawo gida ta shige ɗakinta ta kulle ƙofa ta tuɓe kayan jikinta ta tsaya gaban madubi tana kallon ƙirar da Allah Ya yi mata. Wannan halinta ne. Ta sa hannuwanta ta shafa fuskarta da take ji sului-sului. "Na gode wa Allah da Ya yiwo ni kyakkyawa. Ya albarkace ni da duk abin da mace za ta so don kyawunta ya kammala. Kai, na ma fi duk matan da suka halarci mitin din nan kyau..." 'Yar ƙwanƙwasa ƙofa da aka yi ne ya dawo da ita daga mafarkin da take yi. Nan da nan ta sa kayanta ta buɗe ƙofar.

"Yaya dai, Gimbiya? Kina lafiya?" Kulu ta ce mata, fuska cike da murmushi.

"Lafiya ƙalau. Yaya kike ke ma?" Amina ta tambaye ta, ta daɗa buɗe ƙofar don ta shigo.

"Lafiya sumul luƙui. Ai ba zan daɗe ba. Da man na zo kawai don in gaya maki cewa ba da daɗewa ba zan tafi Turai, daga nan kuma in wuce zuwa umra a Kasa Mai tsarki."

"Ke kam kin dace," Amina ta ce mata, tana murmushi.

"An yi wa sabon kamfanina rajista."

"Wanne ciki?"

"Na shirya wa mutane tafiye-tafiye. A yau irin wannan bizines akwai harka a cikinsa, musamman ma dai idan mutane suka fara hidimar zuwa hajji." Kulu ta ɗan numfasa. "Ina fata ba ki mance alkawarin da na yi maki ba cewa in je da ke Kasa Mai tsarki."

"Ban mance ba, ƙawalliya. Zan gaya maki lokacin da na shirya."

Amina ta yi shirin hutawa ke nan sai ga Mairo ta iso. Ita ce mata ta biyu ta wani malamin da ke koyar da karatun Addinin Musulunci. Mairo mata ce mai ƙiba, ga ta kuma da surutu...har shi ne ma ya sa aka yi mata laƙani da Rediyo Bakaro saboda kullum tana ɗauke da labaru da ɗimi-ɗiminsu na wannan garin.

"Ke kam Allah Ya yi maki gyaɗar dogo," in ji Mairo, ta sami wuri ta gyara zama.

"Ta yaya?" Amina ta tambaye ta.

"Kina zaune cikin ni'ima fiye da mafi yawan matan garin nan."

"Haka Allah Ya so, ina kuma masa godiya," Amina ta ce.

"Maganarki dutse...ko kin san Larai?"

"A'a. Wace ce ita?"

"Wata mata ce mai rangwamen shekaru da ta jima a asibiti. 'Yan watanni da suka wuce aka kawo ta asibitin da cikinta na fari. Ta wahala ƙwarai wajen haihuwa. Yanzu tana fama da irin ciwon nan da kan sami masu haihuwa da rangwamen shekaru, wato ciwon yoyon fitsari."

"Me ya haɗa ni da wannan zancen?" Amina ta ce, ta yi mata kallon hadarin kaji.

"Babu. Ni ina jin tausayinta da kuma sauran mata irinta. Mafi yawancin irinsun sukan rayu cikin talauci da rashin masu kula da su. Na aza cewa ke da kike da ilimi, ga ƙuruciya, za ki damu da rayuwarsu." Mairo ta zura wa Amina ido, kamar ba ta ma ƙyaftawa.

Amina ta nuna halin ko-in-kula. "Ban damu ba. Kowannenmu yana da tasa rayuwar, gwargwadon yadda Allah Ya ƙaddara masa. Ba ni na ce masu su yi aure tun suna da rangwamen shekaru ba. Bugu da ƙari ni ba likita ce ba. Kana ba ni da dukiyar da zan bayar don a kula da su. Ina ba ki shawarar ko dai ki je ki ga Sarkin garin nan namu, ko kuma Gwamna ko ma wani dai mai faɗa a ji."

13

Mairo dai na nan a kan bakanta. "Waɗannan duka maza ne, ba za su fahimci tsintsar matsalar ba," ta ƙara bayani.

"Ba abin da zan iya yi. Haka Allah Ya so."

Mairo ta kaɗa kafaɗunta. Ta gyara zaman gyalenta ta ci gaba da wasu labarun na wannan karkarar. Da dai Amina ta ji cewa lallai ita kam abin ya ishe ta haka nan, sai ta ce mata a ƙashin gaskiya tana fama da gajiya sakamakon taron da fito daga gare shi. Saboda haka tana son ta huta. Mairo ta hangi inda aka dumfara ta sa kai ta fice. Amina ta sa hannu a kanta ta soma kwance kitsonta. Can sai ta jiwo muryar da ta sani a tsakar gida. Fatima tana bin Abdullahi da gudu...shekarunsa goma da haihuwa, kuma ɗa ga matar farko ta Alhaji Haruna. Fatima takan so ta yi masa ba'a cewa shi ne fa mijinta ko ya so, ko ya ƙi...Ta kama shi daidai itacen gwaiba da ke nan tsakar gida, ta ce kowa na ji, "Yau kam ba ka da abin yi sai dai ka aure ni yanzun nan." Yana ɗan wutsu-wutsu, ta sake shi ta ɗauki wata yarinya 'yar shekara uku, Jamila, ɗiyar mata ta biyu. Jamila ta sa hannu tana shafa fuskar Fatima. "Kai, ke kyakkyawa ce – saboda haka za ki zama matar wana Abdullahi."

Fatima ta dubi wani yaro nan kusa, ɗan shekara biyar, da 'yan ƙafunsa kamar ba a kansu ya shekara ba. "Wannan Gambo ne, ɗan mutumin nan mai faskare?" Fatima ta tambayi wata mata.

"E, shi ne," matar ta amsa mata.

"Shi ne shugaban ƙasar nan wata ran," Fatima ta ce.

"Kai! Wane mutum! Ba ta saɓuwa!" uwar yaron ta ce, tana murmushi.

"Kin mance ne? Ba dare ɗaya Allah kan yi Bature ba?" Kafin ta amsa, Fatima ta hau sama zuwa ɗakin Amina. "Abubuwa sun yi mana cirko-cirko a makaranta," Fatima ta ce wa Amina, kamar tana ba ta haƙuri ne na rashin ganinta da ta yi. "An gudanar da zaɓuɓɓukanmu, ni na lashe muƙamin Mataimakiyar Shugaba."

"Ina taya ki murna." Ko da yake ita Amina ba ta cika son harkokin siyasa ba, ta taya ƙawarta murna da zuciya ɗaya ne.

"To, alhamdu lillahi." Fatima ta sami kujera ta zauna, ta cire jar hula mangwamare da ke kanta ta kama dogon gashinta ta ƙulle.

"Don Allah, ko za ki kitsa mani kaina?" Amina ta tambayi ƙawarta. "Banda ma wannan, akwai wasu abubuwan da nake son mu tattauna."

"Kitso kam ce kin samu! Rana kuwa ko ta gobe sai ta faɗa."

Fatima ta je ƙasa ta ɗauko tsugana-ka-ci-doya. Ita da Amina suka fita wajen benen, Amina ta zauna a ƙasa bisa tabarma, ita kuwa Fatima ta gyara zama a kan 'yar kujerar ta shiga kwance gashin Amina. Ta rarrabe gashin. "Amina," Fatima ta fara magana, "akwai darussa da dama da za a iya koyo daga zaɓuɓɓukan nan da aka gama..."

"Ji nan," Amina ta katse mata hanzari. "Kin san ba ni da sha'awar wannan magana. Na ƙi jinin siyasa, kuma tana ba ni tsoro."

"Ko kin so, ko kin ƙi, kowane ɗan-Adam dai ɗan siyasa ne. Abin ji dai kawai shi ne ko dai ki shiga ciki a dama da ke, ko kuma ki hau kujerar 'yan-ba-ruwanmu. Idan kika yi watsi da yadda ake gudanar da harkokin rayuwarki, kina kallo wasu za su kama ragamar su yi yadda suke so da ke. A jujjuya ki kamar waina ba ki da ta cewa ko ba ki cewa uffan. Zaɓi ya rage gare ki."

A cikin wannan hali sai ga Abdullahi ya zo ya miƙa wa Fatima goro. Ta kuwa sa hannu ta kama shi ta jawo shi a jiki. Sauran matan da ke ƙasa suna kallo suka fashe da dariya. "Kai! Lallai kam yau aure ya tashi...Daƙwalen goro haka daga angon nawa?" Abdullahi yana 'yan mutsu-mutsu; Fatima ta sake shi, ya ruga ya bar su.

"To, ke a ina kike?" Fatima ta tambayi Amina.

Amina ta yi kamar za ta share zancen ne. "Ni kam, ina cikin waɗanda suke tsaka-tsaki." Fatima ta duntsi gashin Amina ta ja, ita kuma ta ɗan ja da baya kaɗan. Fatima ta ba ta haƙuri amma kuma ta ci gaba da tsayuwa kan bakanta. "Ji nan, Amina. A siyasa fa babu wani batun kasancewa jemage... Ko dai ku ne ke jan ragamar abubuwa ko kuma ku ne 'yan hamayya. Dole ki kasance kina ba da goyon baya ga al'amari ko kuma a iske kina tsaye a kan yadda za a gyara shi don amfanin al'umma baƙin-ciki."

Amina ta yi shiru. Ta san cewa ita Fatima kam 'yar siyasa ga-ni-kashe-ni ce. In ta fara magana game da wannan bakinta ba ya gajiya. Ja mata burki yakan yi wuya. Amma kuma da ji ka san tana faɗin iyakar abin da yake zuciyarta ne. Wannan hali nata shi ne yake burge Amina, yake kuma sa ta daɗa ƙaunarta duk da bambancin ra'ayin da ke tsakaninsu. Saboda haka ba ta ƙosawa da ita idan sun sadu.

"Kin fi kyau da wannan kitson. Ya zauna a kanki cyas," Fatima ta ce bayan ta gama yi wa Amina kitso. Ta tashi tsaye ta mimmiƙe gaɓoɓinta.

"Ki bar zolayata."

"Ba ita nake yi ba...Duk wanda Allah Ya yi wa baiwa da idanu ya san ke kyakkyawar gaske ce. Makaho ma, in da zai shafa fuskarki abin da zai gano ke nan. Amma kuma, ita mace, baya ga kyau tana bukatar waɗansu abubuwan kamar su hazaƙa da ƙarfin zuciya."

"Na gode da kitson da kika yi mani,' in ji Amina da ta dubi kanta a madubi. Ta ɗauko Fanta mai sanyi ta miƙa wa Fatima. Akwai abubuwa da dama da suka shafi ita Amina ɗin, tana ta son ta yi magana game da su da Fatima, amma kuma sai tana jin cewa kila ba dai yau ne ba, ganin irin wannan dokin siyasa da Fatima ke sukuwa a kai.

A maimakon haka sai ta ce wa Fatima, "To, na ji. Mu ɗauka cewa halin da mata suke ciki yana bukatar a kalle shi da idon rahama. Me ne abin yi?" Haba, ai nan take fuskar Fatima ta cika da murna.

"Akwai dimbin abubuwan da za a iya yi kuwa," in ji Fatima, cike da fara'a. "Da farko, duk wanda Allah Ya ba shi wani matsayi babba ya kamata ya sa hannunsa cikin wannan al'amari."

"To, shi ke nan. Zan yi magana da mijina in ji ko Majalisar Jiha tana iya yin muhawara a kan al'amuran da suka shafi mata," Amina ta ce.

"Kai! Manta da wannan. Ba za su taɓa taɓuka komai ba," Fatima ta mayar da martani.

"Amma ai yana ƙaunata," Amina ta dai dage.

"E, yana ƙaunarki, ba shakka. Amma kuma ya fi ƙaunar abubuwan da suka sha masa kai." Fatima ta ɗan dakata, ta kalli Amina. "Amma kuma ai ga wata maganar: Ina labarin wannan Kungiya taku ta matan 'yan Majalisa? Ina kuka dosa? Ana iya amfani da ita a kyautata rayuwar mata baƙin-ciki."

"To, ita dai wannan Kungiya tamu ai 'yar jaririya ce kuma mafi yawan abubuwan da muke tattaunawa sun shafi yadda za mu kyautata wa mazanmu ne, mu kuma matsa mu ga ana ta daɗa kulawa da gidajen da aka tanadar masu da dai sauran al'amura makamantan waɗannan. Taro na gaba za a yi shi a nan gidana ne. In kina so ina gabatar da maganar gaban sauran membobin. Kila mu samu mazanmu su tsara wani ƙuduri da zai kyautata rayuwar mata gaba ɗaya."

"Ji nan. Haka kawai ba za su samar da wani sauyi ba," Fatima ta ce, ta ciji leɓenta na ƙasa, ta yi zuru irin na mai zurfafa tunani. Ta ci gaba da magana, "Daya daga cikin manyan dalilan da ke sa ana wulakanta mata shi ne tsagwaron jahilcinmu. Ya kamata a yawaita makarantu, a tilasta wa 'yammata zuwa makaranta ɗin, a kuma shirya ba su ilimi kyauta. Kila wannan sai nan gaba. Amma a halin yanzu, mu shirya azuzuwa na musamman na yaƙi da jahilci don koyar da manya. Mu miƙe mu yi ma jahilci kaca-kaca."

"Me kike nufi?"

"Da farko dai mu koya wa mata karatu da rubutu. Daga nan sai sanin hakkokin al'umma da suka rataya a wuyansu da kuma maganar al'amuran 'yancin ɗan-Adam da yadda za su yi tsayin daka don kare su. Bugu da ƙari, mafi yawan matanmu ba su ma san mene ne Musulunci ba. A shirye suke su karɓi abin da kowa ya ce masu – mazansu ne, ko yayyinsu da dai sauran jama'a. Ta haka ne ma suke cakuɗa shi kansa Addinin da al'adunsu na gargajiya, su ƙare ba wan ba wan. In da za a ba mata ilimin da ake bukata, da sun gane matsayinsu a cikin al'umma da irin gudummawar da ake son su bayar."

Ko da yake duk wannan abin ba ya shalle ta ne ba, Amina dai ta ba Fatima gudummawar kunnuwa ba wai don ta yarda da komai take cewa ba, ko ma a ce tana gane me ake magana, sai don irin girmamawar da take wa Fatima ɗin. Ta tsaya tsayin daka don ta fahimci me take gabatarwa. Ko can haɗuwarsu a jami'a har ɗaki guda suka haɗa na tsawon shekara biyu. Fatima tana cikin amintattun ƙawayen Amina. Yawan tsage gaskiya irin na Fatima yakan sa ta shiga uku amma duk da haka kowa yana sha'awar ta don sauƙin kanta da yadda take

19

iya wa dukan ƙawaye. Ba ta munafuntar abokan hulɗarta. Da wuya mutum ya yi fushi da ita. A al'amuran siyasa kuwa ai tana kan gaba a jami'ar wajen bayyana abubuwa dalla-dalla gami da fafutikar kare hakkin ɗan-Adam. Ko da yake tun ganinta na fari Amina ta ji tana ƙaunar Fatima, amma kuma duk lokacin da ita Fatima ɗin ta nemi ta jawo ta cikin zancen siyasa takan ja da baya ne. Wata rana ma, da abin ya ishi Amina ce ma Fatima ta yi idan ba ta shiga taitayinta ba ita kam Amina za ta sake ɗaki. Duk irin wannan faɗi-tashi da ke tsakaninsu Amina ba ta baƙin-cikin saduwa da Fatima, suna nan dai a ƙawaye na ƙut-da-ƙut. Ko da ita Amina ɗin ta bar jami'a, ba ta yanke dangantaka da Fatima ba, sai dai kuma kowacce tana nan a kan bakanta game da yadda take kallon rayuwa.

"Me ya sa ake ba mata ilimi?" Amina ta yi tambaya. "Dube ni nan. Duk da yake na yi ilimi, ga ni a gida, cikakkiyar matar aure. Ni kam na yarda da mutanen da suke cewa ilimin mace ba wani abu ne ba illa ɓata kuɗi da lokaci. Kwalliya da kuɗin sabulu suna saɓani."

"Don dai kawai ke kin kakire a gida ba a more wa ilimin da kika yi ba zai sa a ce ba ɗiya mace ilimi ba shi da wani amfani ba. Ba wai ke ba ki wani tasiri ne ba, sai dai kina zaman kashe wando ne. In kina so, kina iya amfanar a'ummar da kike cikinta."

Matan nan dai suna ta hirarsu har zuwa Isha'i. Bayan sun gama sallar, Amina ta iyar da jan tazbaha, sai ta ce wa ƙawarta, "Kin san fa yadda halin garin nan yake game da tafiya cikin dare. Gara ki kama hanya."

20

"Kar ki damu. Ina iya kare kaina," Fatima ta ce mata. "Duk wani wanda ya so ya yi mani fyaɗe ina iya maganinsa. Ko ma ɗan fashi da makami ne na san yadda zan yi da shi. Ba ki san na iya irin kare kan nan na mutanen Jafan ba, watau karate? Ko in gwada maki ne?" Fatima ta ɗan ja da baya ta gyara tsayuwa, ta dunƙula hannayenta da shirin faɗa.

"Na sani," Amina ta amsa mata. "Na ce ba? Na je gidan Bature ya ce in gaya maki yana nan sane game da alkawarin da ya yi...ya amsa gayyatar da kuka yi masa game da mahawarar da kuka shirya. Wai me ake magana ne?"

Fatima ta yi murmushi, ta yi shiru na ɗan lokaci, kana ta ce, "Na daɗe da sanin Bature. Aminin mahaifina ne. Saboda haka na sha tattaunawa da shi a kan al'amura da dama. Wannan shi ya sa nake ganin ɗaliban za su amfana idan ni da shi muka zauna muka yi mahawara. Ta haka ne sai na ce masa mu shiriya wannan ɗin, a sami alkalai waɗanda za su gano mai nasara tsakaninmu. Wannan gimbiya ta sararin Subhana ba ta sake rufe kanta da hula mangwamare in har dai Bature ya kayar da ita a tattaunawa da ke bukatar amfani da hazaƙa da sarrafa harshe. Na kuma yi alkawarin cewa muddin na faɗi warwas, a shirye nake in miƙa wuya ga 'yan mulkin kama-karya. Amma kuma in ni ce na sami galaba Bature zai matsa ya ga an sallami dukan waɗanda harkokin siyasa suka kai su gidan maza, ya kuma ɗauki nauyin biyan kuɗin makarantar waɗansu ɗalibai. A taƙaice dai, zai yi amfani ke nan da muƙaminsa da dukiyarsa don taimaka wa jama'a. Na ƙosa wannan muhawara ta iso. Ke ma ki zo kallo. Na tabbata za ki amfana."

"Ba ni bayani game da shi wannan Bature. A gaskiya ni ba na san shi sosai ne ba."

"Sanin shanu ke nan ko? Bari mu gani... daga ina zan fara ja maki baƙi in fasa?" Fatima ta ɗan yi shiru. "Farkon sanina da Bature shi ne lokacin da ya shigo Nijeriya a matsayin sojan haya sa'ilin yaƙin basasa da muka yi fama da ita. An ce ya mara wa mutanen Biyafara baya, amma ba da daɗewa ba suka saɓa da shugabannin 'yan tawaye,n ya bar ƙasar ta Kamaru. Bayan 'yan watanni sai ya dawo Nijeriya a matsayin mai ba Gwamnatin Tarayya shawara game da harkokin aikin soja, ko da yake shi bai je filin daga ba a wannan karon. An yi amanna cewa 'yan tawaye,n sun ishe shi suka yi masa alkawarin in har ya taimaka suka sami galaba za su ba shi jan linzamin harkokin mai na ƙasar. Ai fa bai wata-wata ba sai ya sake sheƙa ya koma gare su, ya zama mai samar masu da makamai da kayayyakin aikin sadarwa na rediyo. A gwabzawar da aka yi a Uma'ahiya an ji masa ciwo. Da yake yana da gatanci, da farko sai aka ɗauke shi a jirigin sama zuwa Aibori Kos daga baya kuma aka yi gaba da shi zuwa wani babban birni na ƙasar Turai. Can yake har aka gama yaƙin. Da ya warke sarai sai ya dawo Nijeriya ɗin dai, wannan karon a matsayin ɗan kwangila kuma mai ba Gwamnatin Tarayya shawara game da yadda za a sake gina ƙasa. Yana da kamfaninsa mai suna *Fortuna International Limited.*

"Da yake ya iya kan, kafin ki san me ake ciki ya zamana shi ke samar da abubuwa daban-daban ga masu mulkin ƙasar a wannan zamani na faca-facar arzikin mai. Shekarun nan goma na 1980 zuwa 1990 gogan namu ya yi abuta da masu mulkin kama-karya na ƙasashen Afirka irin su Mobutu Sese Seko, Jonas Sabimbi da dai sauransu. Shi ne mai ba da shawara ga 'yan tawaye, a dagar da aka ja a Angola. Wata ran da aka yi gumurzun da ba kama hannun yaro a nan ɗin, an kashe masa mutane da dama, shi kansa aka kama shi aka ɓoye a wani asibiti a Luwanda. Wasu 'yan ƙunar-baƙin-wake daga Afirka ta Kudu suka far ma asibitin suka yi awon gaba da shi, suka ceto shi daga bakin kada...Yanzu dai kin ga me ya sa nake ce masa ɗan barandan mulkin mallaka mai zaman kansa."

Amina ta yi mamakin yadda ƙawarta ta ilmantu haka a kan abin da ita ba ta ma san me ake magana ba. Ta zura mata ido, tana fama da neman yadda Fatima ta sami wannan ilimi, kuma yaya aka yi abin ya shalle ta haka. Ta dai ci gaba da kallonta, ta lura da irin rangwamen shekarunta da kuma yadda tufafin da take saye da su suke ji tsaf-tsaf kuma suka yi mata kyau a jiki. Daga nan ba ta ce mata komai ba sai, "Ina jin ya kamata ki kama hanya zuwa gida."

Fatima ta zura wa Amina ido, irin kallon nan na mai neman a ba shi amsar wata tambaya da ya yi. "Amina, gaya mani gaskiya. Shin can a zuci kina jin daɗin wannan zaman kashe wando naki? Kina da ƙuruciya, ga ƙoshin lafiya kuma kina iya amfanar al'umma – amma kuma wani ya kame ki ya sa cikin ƙangi a gidansa don haka ɗin yake so, wai don ke ce matarsa, mai ɗakinsa, shi namiji ne, ke kuma mace ce. Wai shin abin da kike so ke nan a rayuwarki?"

Wannan damuwa da Fatima ta nuna ta sha ma Amina kai. Amma kuma ta kasa cewa komai, ta dai zura mata ido kawai. Ita Fatima ɗin sai ta numfasa. "Ni dai ga shawarar da zan ba ki: Ki kirawo matan da ke nan kusa da ke, ki nemi ilimintar da su abubuwan da suka shafe su. Ki buɗe masu idanu su gane ita duniyar da suke cikinta ɓaro-ɓaro. Wani ya taɓa cewa muddin mutum yana iya karatu, shi kam wannan ya sami cikakken 'yanci. Ki nuna masu yadda za su more rayuwarsu, cikin ƙoshin lafiya da farin-ciki. Ji nan, Amina," Fatima ta ja numfashi, "kafin ki yi hakan, dole ne ke kanki ki buɗe idanunki ki yi nazarin inda kike, ki faɗaɗa iliminki. A taƙaice, dole ki tashi tsaye ki yi karatu ƙaƙas. In dai ke ɗin da na sani ce, ga shawarar da zan ba ki tsakani da Allah: Idan ba ki himmatu kin yi ta karatu ba, kuma kika himmatu don samun abin kanki, za ki sukurkuce kuma ki mace a banza a wannan ɗakin."

Fatima ta miƙe tsaye, ta yi sanɗa zuwa wannan taga da take rufe, ta kai hannunta tana wasa da makullin tagar.

"Ba ki jin tsoro?" Amina ta tambayi Fatima.

"Tsoron me?" in ji Fatima. "Wannan shi ne abin da na yi imani da shi. Na haƙiƙance muna iya kyautata rayuwar mata, kuma zan yi tsayin daka in ga haka ɗin ya

24

samu. Ba na jin tsoron fuskantar wannan yaƙin. Rana kam ko ta gobe sai ta faɗa."

Bayan ta ɗan dakata, sai ta ci gaba da feɗe biri. "Kin san da can ina da aure, kuma rayuwar tawa irin taki ɗin nan ce sak. Mijin nawa mai arziki ne ƙwarai. Lokacin anguncinmu ma ƙasashen waje muka je yawo. Muka sha shagalinmu. 'Yan watannin farko na amarcina ai ni kam lafiya lau, ina hyagalina, in ji Daurawa. Amma kuma da sannu sai na ga abin ainihin yadda yake, an ɗebe yana daga idona. Ni ce matarsa ta uku. Da dai na gane cewa rayuwar tawa ba ta ƙunshe da komai sai tsagwaron kishi, zalunci, hargitsi na ba gaira ba dalili, da zaman kaɗaici gami da zaman kashe wando kuma wai a haka zan dawwama, ai sai na ce ga gidanku nan. Wannan rayuwa ba dai da ni ba. Na fice da ɗiyata, na yarda aka kashe auren, kowa ya kama gabansa. Da wannan ne na sami damar komawa jami'a, inda muka gamu. Ganin haka ne na yi niyyar ba ma zan yi nazarin rayuwar mata ne kawai ba, zan tsaya tsayin daka ne in ga na ba da tawa gudummawar don kyautata ta. Shi ya sa nake nazarin shari'a, in zama lauya mai kare hakkin mata. Ina can sama cikin jin daɗi, amma da na ga irin wannan rayuwar ba ta da wani amfani gare ni, sai na yarda da sannu na sauko zuwa wurin nawa mutanen. Ni yanzu rayuwar na can ƙasa nake sha'awa."

Can ƙasa an ji 'yar hayaniya, daga nan aka ji alamar ana takowa zuwa sama inda su Amina suke. Daga nan aka yi sallam a ƙofa. Alhaji Haruna ya shigo yana murmushi. "Da gani kun wuni kuna ta tsegumi irin naku na mata," ya ce bayan ya amsa mayar da sallama da suka yi masa.

"Tattaunawa muke," Fatima ta gyara zancensa.

"Mata tsegumi aka san su da shi; maza ne ke tattaunawa," ya ce yana dariya. "To, na ji. Me kuke ta tattaunawa?"

"Al'amuran mata," Amina ta ce.

"Tana nufin harkokin da suka shafi mata, kamar yadda maza sukan ƙasƙanta su, su wulakanta su, su danne masu hakkokinsu a cikin wannan al'umma tamu," Fatima ta ƙara masa haske game da zancen.

"Sai me?" Alhaji Haruna ya ce mata cikin ruwan sanyi. "Da ma can an halicci maza su mallake ku ne. Kuna iya canja abin da Allah Ya ce ne?"

"Kin ji, ƙawalliya, ya kamata in san inda dare ya yi mani," Fatima ta ce, tana miƙewa.

Ba zato ba tsammani sai Alhaji Haruna ya ce mata ta zauna, don kuwa yakan so hira da ita. Daga nan sai ya kawo maganar ɗan'uwansa, Lamiɗo Ɗan Bakaro, wani malami a jami'a wanda aka tsare don ya soki ra'ayin gwamnatin da ke kan gado ta abin da ya rubuta a jarida. "Na san kina tsaye don ganin an sako Lamiɗo, amma ni a matsayina na wansa, ina ganin shi ba fursunan siyasa ne ba, maciyin amana ne."

"Ba abin da Lamiɗo ya yi illa yin amfani da damar da dimokuraɗiyya ta ba shi na kasancewarsa ɗan ƙasa. Bai yi laifin komai ba. Ya yi magana ne kawai a kan abubuwan da suke gudana: An tafka murɗiya a zaɓuɓɓukan da aka gama kwanan nan, ga rashawa da cin hanci ko'ina, kowa ya zama ɗan amshin Shata, ga yawan son kai. Kowa ya san da haka! Tun da yake shi malamin zamantakewar mutane ne, hakkinsa ne ya kawo wa jama'a bayani don su gane, ya kuma..."

"Ke! A Nijeriya muke!" Alhaji Haruna ya tari numfashinta. "Wane mai hankali ne zai tashi yana kushe wa jam'iyyar da ludayinta ke kan dawo? Ita ke riƙe da ragamar gwamnati. Bugu da ƙari, yaya ƙane zai fito ƙarara ya kushe wa jam'iyyar wansa?"

"A dandalin siyasa, kowannenmu yana da 'yancin ya faɗi abin da yake so."

"Amma kuma ai ita dimokuraɗiyyar ba wai mutum ya wulakanta mutane ne ba, ko kuma ya riƙa giggilla musu ƙarairayi."

"Na karanta abin da ya rubuta. Ba wani abin assha da ya faɗi. Watau a nan da zaran mutum ya soke ku ko jam'iyyarku shi ke nan sai a yi gidan yari da shi?"

"Haka! Ko ɗana ne ya soke ni zan sa a yi gaba da shi zuwa gidan maza,, in kuma tabbatar ya ɗanɗana kuɗarsa..."

"Shin yaushe za a sako Lamiɗo?"

"Nan zai kasance har sai ya yi nadama."

"Amma kuma ai shari'a ta hana a tsare shi haka kawai."

"Mu ne shari'a," Alhaji Haruna ya ce, ya fashe da dariya.

"Ɗan Habu fa?" Fatima ta tambaye shi. Wannan shi ma wani ɗan'uwan Harunan ne da shi Alhaji ya sa aka tsare.

"Shi ma wani maciyin amana ne. Wata jam'iyyar ya yi wa kyamfen kuma aka ma kayar da su. Ya hau kujerar na-ƙi, saboda haka ba abin da ya dace da shi sai horo. In tsuntsu ya jawo ruwa, ai ya san abin da zai same shi. Dole mu tabbatar akwai doka da oda."

"Amma ai doka ta yarda mutum ya ce bai gamsu da abu ba; yana da ikon ya yi bore."

"A Nijeriya muke, kuma a haka muke gudanar da harkokinmu na siyasa."

Fatima ta sake tashi. "Ina jin fa ya kamata in tafi gida," ta ce. Ta yi musu sallama ta fice ta nutsa cikin daren.

3

Makwanni da dama masu zuwa Amina ta shafe su ne ita kaɗai a ɗakinta. Tana zaune shiru, yau kamar jiya. Ga ta da wata rayuwa ta matar aure mai rangwamen shekaru, amma ba aikin fari bare na baƙi. Da sannu wannan zaman kashe wando ya soma damunta. Ba ta da ta cewa don kuwa mafi yawan matan da ke cikin hali irin nata an rene su ne da su karɓi cewa su kam an halitta su ne don su zauna a gida su kula da mazansu da kuma gidan kansa. Shi kuwa madugun, maigidan nata, shi ne riƙe da ragamar me za ta yi kuma a wane lokaci. In aka dubi nata matsayin, za a iske cewa ba za ta sami damar yin komai ba a ganin mijinta, sai fa bayan haihuwarta ta farko. Amina sai ta yi tunanin, "In aka ƙirga watannin zaman ciki, aka gama da tsawon zamanin da mace za ta fara iya barin abin da ta haifa a gida, abin da za a samu ya kai wajen shekara biyu ke nan." Tura fa kam za ta kai bango. Ina ma dai da za ta sami wani abin yi da zai raba ta da wannan zama na ba sidiɗi ba saɗaɗa ko rayuwarta ta yi tasiri?

A cikin irin wannan hali na zamanta a gidan miji, wata ran Amina tana ɗakinta suna ta wasa da Isa, ɗan matar Alhaji ta uku, sai ga Fatima ta shigo. Da ganin fuskarta wani abin duniya ya sha mata kai. Ko kwalliya ba ta yi ba, kamar yadda aka san ta.

"Me ya faru?" Amina ta tambaye ta, bayan sun gama gaisawa.

"Abubuwa da dama...Ke dai bari kawai. An soke ƙungiyarmu har illa ma sha Allah. Kuma an kori manyanmu guda shida daga jami'ar: Danbaƙi, Aremu, Jibril, Bagu, Rachel da kuma wannan abokin naki, Muktar."

Amina ta san ƙungiyar da Fatima take magana a kai. Ita ce *Progressive Students Movement.* Aƙidarsu ita ce kawo sauyi irin na gurguzu. Irin wannan ƙungiya ita ke nan guda ɗaya tal a jami'ar. "Yanzu me ne abin yinku?" Amina ta tambayi ƙawarta.

"Ba mu da kataɓus illa mu la'anci hukumomin jami'ar kana mu miƙe tsaye mu san yadda za mu daɗa ƙarfafa Kungiyar."

"Ba ki jin tsoro?"

"Haba! Saboda me?" Fatima ta amsa mata, hannunta na dama a dunƙule irin na shirin faɗa. Kowa ya kwana lafiya shi ya so. "Na karɓi shugabanci kuma na yi alkawarin bayar da duk abin da na mallaka don ganin ci gaban Kungiyar."

"Ya kamata ki gode Allah ba ki cikin waɗannan da aka kora. Me ya sa kike irin wannan kasada?"

"Ba shakka da ina cikin waɗanda aka kora ɗin da lokacin da abin ya faru ina jami'ar," Fatima ta amsa mata, kana ta ɗan yi shiru na 'yan mintoci. Daga nan ta ci gaba da magana cikin zurfin tunani. "Nasara ba ta samuwa sai da ɗaukar kasada, sai da taren aradu da ka. Dole ne mu ci gaba, ba ja da baya." Abu kamar muryarta ma ta ba ta tsoro, sai Fatima ta ce wa Amina, "Ji nan, na san yadda za mu yi." Ta matso kusa da ƙawarta, hannuwanta biyu riƙe da juna, tana murmushi. "Wasu daga cikin membobinmu mata za su zo taro a nan ɗakinki, na 'yan awoyi kaɗan ran Sati. Mu 'yan kaɗan, ba za mu wuce shida ba...kin yarda?"

"A'a, ko da wasa!" Abin ya ba Amina mamaki.

"Saboda me? An tilasata mana ragaita a bayan fage. Don Allah ki taimake mu." Fatima ta roƙe ta.

"Ni ina tsoron abin da ka iya biyo bayan wannan ne," in ji Amina, cike da shakku.

Ba haka Fatima ta zata ba. Ta ji takaici. Amma ba ta dai saki ba. Ta ƙura wa Amina ido, ta kawo mata ƙarin bayani. "Ba za mu wuce awa ɗaya ko biyu kacal ba. Ba dole ne ki sa hannunki a komai ba. Ba ruwanki. Membobinmu maza kuwa za su yi nasu taron a wani waje ne. A can kyamfas 'yan sikyuriti da 'yan leƙen asiri suna ta zura mana ido ne. Ba mu da saƙat. Dole mu yi taka tsantsan. Don Allah, Amina," Fatima ta yi murya irin ta mai magiya.

"A'a! Ba dai a nan ba," Amina ta dai dage. "Ina jin tsoro."

"To, na ji," Fatima ta amsa mata a tsanake, tana wasa da dogon gashinta. "Tun da yake haka ne, in mun zo ko dai ki yi jifa da mu can waje ko kuma ki kira 'yan sanda." Ta ɗauki jakarta ta dumfari ƙofa. "Don in tuna maki...ran Sati ne, ƙarfe goma na safe. Sai wani jiƙon." Ta fice abinta.

Nan fa aka bar Amina tana ji haka bawai. Ta kasa gane wai shin me ya sa Fatima ba za ta ƙyale ta ne ba, ta bar ta ta sa ranta a inuwa? Ko kuwa me ya sa duk faɗin duniyar nan a rasa inda za a yi wannan mitin sai a ɗakinta? Ita kam ba ta san me zai faru ba idan mijinta ya sami labarin ta buɗe ƙofar ɗakinta don taron wannan Kungiya, Kungiyar da ke ta fafitikar kawo sauyi a cikin gundarin harkokin siyasa da kuma rayuwar talakawa.

Amina ta tashi da wuri ran Sati, ba kamar yadda ta saba ba. Sanyin hunturu na ratsowa ta ko'ina. Ta koma ta yi likimo a gado ƙarƙashin wani bargo mai ɗimi. Bayan ta tashi ta yi wanka sai ta gyaggyara ɗakinta. Ta yi murna cewa a wannan rana mijin nata ya tafi birnin tarayya, Abuja. Ta ja labulen tagogin hasken rana ya shigo. Tana kai da komowa a tsakiyar ɗakin. Can da ta leƙa taga sai ta ga wasu 'yammata guda shida sun fito daga wata farar Fijo sun dumfaro gidanta. Jiki na rawa ta garzaya zuwa ƙasa ta buɗe masu ƙofa. Ta gane biyu daga cikin 'yammatan da ke tare da Fatima: guda wadda ta raka ta zuwa wani fati da aka kira, ɗayar kuma ɗiyar Mataimakin Gwamnan Jihar ce, wadda tare suka yi makarantar sakandare da jami'a. Amina ta ɗan yi ƙoƙarin yin murmushi bayan ta yi musu barka da zuwa. Su kuma suka amsa mata, suka gai da sauran matan gidan, suka ɗan yi wasa da yaran nasu. Ba su yi wata kwalliya ba, amma suna ji tsaf, da ganinsu ga waɗanda suka kawo wa Amina ziyara kawai.

Da suka hawo ɗakinta, sai Amina ta himmatu da ba baƙinta ti da biskit irin mai tsadar nan. Ita kuma Fatima

nan take ta fada mitin din da ya kawo su gadan-gadan.
"Ina son in miƙa cikakkiyar godiyata ga Amina da ta ba
mu damar mu yi wannan mitin a nan. Maƙasudin
wannan taro namu shi ne mu tattauna matsayin mata a
Jihar Arewa ta Nijeriya. Kamar dai yadda muka sani, ita
dai diya mace a wannan sashe na ƙasarmu, ba ta wuce
abar mallaka ba tamkar wani kaya tun daga haihuwarta.
Ba wani abin da ake tanadar mata illa rayuwa ta
kasancewa matar gida kuma uwa. Akan nuna mata cewa
'yan'uwanta maza sun fi ta har abada, kuma mijinta shi
ne ubangidanta kuma ma maza baƙin-ciki su ke kan
gaba kullum. Akan yi duk yadda ya sawwaƙa don a
tauye mata kowace irin hanya ta ci gaba ko dai ita kadai
ko kuma cikin ƙungiya. Wannan shi yakan kai ta ga jin
cewa lallai ba a yi mata adalci, har ta riƙa tunanin shin ta
yi bore ne ko kuwa ta karɓi halin da take ciki ba tare da
ta da kara ba?"

Abin da Amina take ji daga bakin Fatima ba baƙo ba
ne gare ta. Ta ji fiye da shurin masaƙi lokacin da suke
daki guda a jami'a. Amma a yau ga wasu suna ba da
tasu gudummawar a cikin tattaunawar da suke yi.

Bilkisu ta gyara murya ta ce, "Ni a ganina irin cin
mutunci da danne hakki da ake yi wa mata a Arewa ya
kai gaya. Idan tura ta kai bango, mace ba ta da ta cewa a
kan komai, shugabanni suna yin yadda suka ga dama ba
mai sauraron me ke damun ta, to, daga nan ita kanta
rayuwar ba ta da wani tasiri."

"Ba fa wani nuna bambanci in dai game da shan wuya ne," Fatima ta nuna wa abokanta. Kada mu shagala... Maza ma suna shan wahala."

"Amma ai matan sun fi ɗanɗana kuɗarsu," Bilkisu dai ta dage. "Mace 'yar ƙasa a nan Nijeriya kullum fa tana cikin mawuyacin hali ne, tana fama da rayuwar hannu-baka-hannu-ƙwarya tana neman ma kanta da 'ya'yanta abin da za su sa a baka. Ku lura: A cikin wannan hali, ba shi yiwuwa a ce mu zama 'yan kallo kawai, kamar dai yadda shugabanninmu suke ta kira gare mu. Irin yadda suke wasan gardi da tattalin arzikinmu ya fa shafe mu. Kullum ana ta daɗa hana mana abubuwan more rayuwa. Su kuwa masu taimaka mana ɗin, watau ubanninmu, da 'yan'uwanmu maza da mazanmu – kullum suna fuskantar ƙalubalen ko dai kora daga wuraren aikinsu ko azzaluman masu kuɗi su riƙa ƙwace musu filayensu."

Amina dai tana nan tana jin su. Abin ya ishe ta ba wurin gudu. Kamar Kumbo, kamar katarta. "Irin halin wayon wa-ni-ƙiƙi da kuma kasancewa kamar kaska sun sa ana iya gane shugabanninmu a saukaƙe," Fatima ta ci gaba da cewa. "Duk inda ka duba ba ka ganin komai sai tsagwaron rashin iya aiki, handama da babakere, rashawa da cin hanci mara asali, zamba cikin siyasa da kuma uwa uba, zaɓen kwanan nan da aka yi wanda yake cike da murɗiya da algushu."

"Bara," in ji Guloriya, "an yi rashin ruwa. Bana yana yiwuwa a yi rashin abinci ne mutane su ɗora mutuwa, musamman ma dai yara. Ana cikin wannan halin dai sai muka ga masu hannu-da-shuni sai sayen manyan motoci masu tsada suke, suna gina manyan gidaje da wayoyi a kan garunsu, suna ta zuwa ƙasashen waje ba gaira ba dalili – kuma suna ta ƙara auren mata. A ganina su waɗannan mutane masu ƙazamin kuɗi ya kamata a kama da laifin jefa mu cikin halin da muka sami kanmu. A ƙasashen da suka ci gaba irin waɗannan ɗin akan samu suna bayar da tasu gudummawar da ke amfanar al'ummominsu kowa da kowa, su gyara harkokin siyasa, kowa kuma ya sami 'yancin fitowa a dama da shi. Abin takaici, a Afirka baƙin-cikinta ba haka abin yake ba. Da wuya ka sami mutum guda mai sukuni da ya dace a ce yana da wannan hali. Dukansu ci-ma-zaune ne, kana ƙyafta ido suna cutarka, ga su jahilai na nuna wa sarki, ga fankamar tsiya da hura hanci wai su wani abin a-zo-a-gani ne. Duk wata hanya ta ci gaba wadda ba su za su sami galaba ba, danne ta suke yi. Ga su da ra'ayin mayar da hannun agogo baya."

Da dai tafiyar ta yi nisa sai Amina ta sulale to je kicin da ke ƙasa don ta duba abincin da Hawwa, mai aikinta, ke shiryawa. Da ta gama sai aka kawo ma baƙin nata a nan sama. Mitin ɗin 'yammatan ya fa kai inda ya kai...ana ta gardama ne, kowa tana faɗin albarkacin bakinta, babu wata mai sauraron wata. Amina dai ta ce masu ga fa abinci ya bayyana ... can a zuciyarta kuwa tana ta mamakin ina waɗannan suke samun ƙarfin yin abin da take gani? Bayan an gama cin abincin sai aka kwashe kwanonin aka yi ƙasa da su don a wanke. Amina ta je don taya Hawwa wanke-wanken. A cikin wannan halin ne sai ga Kulu ta iso tana tafiya dangas abinta. Suna cikin 'yan gaishe-gaishensu ne fa sai suka ji an kece da dariya can a sama, a ɗakin Amina. Mamaki ya ishi Kulu. "Fatima ce da ƙawayenta," Amina ta ce a hankali.

"Ah, ita ɗin dai?" Kulu ta tambaya, da murya irin ta share wadda ake maganar. "Na zo in gaya maki cewa nan da jimawa kaɗan zan tafi Kano. An ce mani kwastan sun kama kayana a iyafot. Daga bisani kuma zan wuce London don wani bizines da ke gabana, kana in wuce zuwa Siwizalan don ɗan gajeren hutu na lokacin sanyinsu."

"Ke kam kina jin daɗinki," Amina ta ce mata.

"Kin ji ki!" Kulu ta ce mata da 'yar gyatsine. "Ke ma ai kwanan nan za ki fara naki bizines ɗin, kila ma har mu zo muna gasa da juna. Don Allah ki yi watsi da 'yammatan nan da ke sama, ki mayar da hankalinki ga kafa naki bizines kawai. Tafiyarku ba ɗaya ba ce." Daga nan fa Kulu ta yi mata sallama ta fice cikin sauri.

Da Amina ta hau sama wajen su Fatima ta iske suna shirin watsewa ne. Fatima tana ba su labarin shirin da aka yi na zaɓen sarauniyar kyau da kuma nuna kayan kwalliya a nan jami'ar a daren yau. Ta tashi tana irin tafiyar nan da matan suke yi na fareti a wajen da ake yin zaɓen, tafiya ta yanga ana takawa ɗaiɗaiɗai.

"In kika shiga gasar na tabbata za ki yi nasara," Bilkisu ta yi mata ba'a.

"A'a, za ta fi kyau a wajen nuna kayan kwalliya," Guloriya ta gyara mata magana.

"Za ki shiga?" Rebeka ta tambaye ta.

"Kai, haba! Ba ni da lokaci ga wannan shawarancin," Fatima ta amsa masu. Bayan ta ɗan yi shiru, sai ta ce, "Kila! 'Yammata suna bukatar jiki mai kyau, su kuma yi kwalliya kowa ya yaba!"

Duk suka fashe da dariya suka miƙe tsaye don su bar gidan. Can a tsakar gida Fatima ta yi sanɗa ta kama Abdullahi ta baya. "Ya ku 'yammata ƙawayena! Ina murnar gabatar maku da mijina na kaina, Malam Abdullahi," ta ce wa su Bilkisu. "Ni kam na shirya tsaf, sai aure. In ba kai ba, rijiya. Ka gani, ga ƙawayena duk suna kallo. Kai ka shirya?" Abdullahi ya yi shiru, ya rasa ta cewa, kunya ta mamaye shi. 'Yammatan suka dare da dariya, suka fice suka bar shi nan tsaye cike da mamaki.

"Me ya sa Amina take ta ce mani ni ne mijinta?" Abdullahi ya tambayi Amina.

"Don tana ƙaunar ka ne."

"Amma ai ta girme ni, nesa ba kusa ba. Ni ba na ƙaunar ta. Ta cika wasanni, kuma ma banda wannan ni ina ganin za ta zama fitinanniyar mata ce."

"Zan gaya mata ta sake salo," Amina ta ce masa, tana murmushi.

Da Amina ta koma ɗakinta sai ta lura cewa Fatima ta bar waɗansu littafai a kan kujera. Ɗaya daga cikinsu shi ne littafin nan mai suna *Shaihu Umar* wanda marigayi Firayim Ministan Nijeriya Abubakar Tafawa Balewa ya rubuta. A bangon littafin Fatima ta ɗora wata 'yar takarda inda ta rubuta: "Mafi munin cin mutunci da za a iya yi wa ɗan-Adam shi ne bautar da shi. Karnoni da dama da suka shuɗe an ta kawo wa Afirka hari ana kamun bayi, an dagwalgwala mana tattalin arzikinmu, an wargaza mana biranenmu da ƙauyukanmu, an tauye mana ci gaba. Fanon ya taɓa cewa, 'Dole ne kowace al'umma ta san inda ta sa gaba, ta kuma nemi isa nan, ko kuma ta yi watsi da al'amarin.' Kafin mu cim ma burinmu, dole ne mu ceto zukatanmu daga ƙangin da suke ciki. Abubakar Tafawa Balewa ya rubuta wannan littafi nasa ne don ya nuna mana cewa fa akwai wannan matsalar. Ina fata wannan littafin zai taimaka wajen raba zuciyarki da harkar mulkin mallaka. Fatima."

4

Amina tana kwance a gadonta da hantsi, ga taga buɗe don iska ta sami shigowa. Yanayin garin ya canja, don kuwa an fara zafi. Tana ta tunanin mitin da za a yi yau a gidanta, wanda tana ciki, ba irin wancan da 'yammatan nan suka yi a nan ɗakinta ba. Wai shin ma, a yau ɗin me za su tattauna? Gudummawar matan 'yan Majalisa a cikin al'umma...Maganar ɓur! Ai matar ɗan Majalisa ba ta dai wuce mata ba. Illa iyaka!

An ce za a fara taron da ƙarfe ɗaya ne, amma membobin Kungiyar ba su fara isowa ba ma sai ƙarfe biyu da rabi. Ba ta dai sake zane. Asabe, wadda take ita ce Shugabar Kungiyar kuma mata ta uku ga Sifikan Majalisar Jiha, ita ta fara isowa. Kusan shekarunsa ɗaya da Amina. Ta shigo yatsunta ɗauke da zobba kamar mai kiɗin ƙwarya, ga abin wuya rambatsau. Ta shigo ɗakin Amina tana wata busar iska, tana ji da kanta, ta duddubi ɗakin ba tare da ta ce komai ba, amma da gani an san ba ta yaba ba. Gaisuwar ma da ta yi wa Amina sama-sama ne, abu kamar tilas. Da dai aka fara taron ba a yi maganar komai ɗin ba sai fa irin gudummawar da matan 'yan Majalisa za su iya bayarwa ga mazansu. Abin dai bai ba Amina sha'awa ba, amma duk da haka ta saurara a tsanake.

Da aka ɗan dakata don a huta, sai Asabe ta ja Amina suka sauka ƙasa don su sami inda za su gana su kaɗai. Amina ta yi na'am da haka ko da yake dai akwai wani abu da take ƙi game da ita Asabe ɗin. Mene ne? Fankamarta ne da yawan hura hanci? Ta yi tunanin cewa, "Asabe ta cika fankamar ana ce mata matar ɗan Majalisa," ta bi ta da kallo, tana neman inuwa da za su tsaya. Asabe ta numfasa. "Kai! Zafin ya yi yawa. Tun da ni ina shafa man bilic ba na jure wa rana," in ji Asabe. Da ta ji Amina ba ta ce komai ba, sai ta ci gaba, "Na ga dai alamar ba ki jin daɗin gidan nan. Kina bukatar inda za ki kasance ke kaɗai, ki sami sukuni. In da ni ce ke sai in ce Alhaji ko dai ya sama mani gidan haya a GRA ko kuma ya gina mani nawa na kaina a nan ɗin dai. Ai yana da kuɗi, yin haka ba zai taka kara ba balle ya karya. Amma sai kin taɓuka. Ki tuna fa Hausawa sun ce da rashin tayi akan bar arha. Ni a GRA ɗin nake. Haba! Ai wata duniya ce ta daban. Ji kike shiru, ga itatuwa da iska mai daɗi, kuma ba ruwanki da kowa. Har yaran nan masu 'Allazi Wahidun.' Da yamma in fita in ɗan taka zuwa nan ko can, yadda kika san tsumma a shataletale." Ta dakata ta gyaggyara warawaranta, dama da hauni. Amina dai na kallon ta. Sai ta ci gaba da cewa, "Muna ƙoƙarin mu kafa sashen mata na wata ƙungiya ta ƙasar waje da ake kira *Circle International Club*. Matar Cif Jojin Jihar, wadda ita ma Majistare ce, tana neman matsayin Shugaba. Ni kuma ina son Sakatare. Kulu kuwa za ta nemi muƙamin Mataimakiyar Shugaba ne. Sai dai kuma da me? Matar Kwamishinan 'Yan Sanda da wata laccara a jami'a su ma suna son wannan muƙamin. Wannan ƙungiya ce ta musamman ta mata masu hannu da shuni ko kuma matan masu faɗa a ji a garin. Za a ƙayyade su wa da wa ke iya shiga amma kuma za a gayyaci kaɗan daga matan 'yan Majalisa su shigo. Ke fa? Ba za ki tsaya takarar wani muƙami ba? In kina so sai in fara yi maki kyamfen ko kuma mu sami haɗin guiwa."

"A'a, na gode. Ba ni da bukata," Amina ta ce mata, tana ɗan murmushi.

"Kai, madalla!" Asabe ta numfasa. "Ba shakka za ki zama ɗaya daga cikin membobi, kuma tun da kina da ilimi, za mu gayyace ki ki shigo cikin masu faɗa a ji na ƙungiyar."

"Me za mu yi da irin wannan ƙungiya? Me ne fa'idarta?"

"Kin gani...da farko dai za ta haɗa kan mata masu arziki, ta ba su damar kare hakkokinsu. Ta ita ɗin dai ne za mu samu kwasar tamu ganimar, mu kuma samu muna taimaka wa talakawa."

"To, na ji. Sai mu jira mu gani."

Da aka gama taron sai Amina ta zauna shiru a nan ɗakinta, tana kwatanta wannan mitin ɗin da wancan da su Fatima suka yi. A na su 'yammatan suna magana ne game da abin da ya shafi ya-ku-bayi, kuma sun yi cuɗanya mai kyau da mutanen gidan da suka zo. Amma su kuwa matan 'yan Majalisa ta kansu kawai suke, kuma suka yi watsi da kowa, suna nuna isa. Ita ma Asabe har shawara ta ba Amina cewa ta fice daga irin wannan

41

masauki, wai bai dace da ita ba. Amina ta nutsa ƙwarai a cikin tunanin da take har ta kai ma ba ta lura da shigowar Alhaji Haruna ba.

Nan da nan ta durƙusa ta gaishe shi. Ta yi makwanni ba ta ga mijin nata ba, don kuwa tun dawowarsa daga Abuja ya ya da zango ne a gidajen 'yan Majalisa. Bai amsa gaisuwar tata ba, kuma ga dukan alamu yana cikin wata damuwa da fushi. Ya yi watsi da ita, kamar Allah bai yi ruwan tsirarta ba.

"Yaya tafiyar taka?" ta tambaye shi da murya mai raushi. Da ya yi shiru, bai ko amsa ba, sai ta sake tambayarsa, tana mummurza yatsun hannunta.

"Ina da wani abu muhimmi da nake son in yi magana da ke a kai," Alhaji Haruna ya ce mata, fuskarsa a haɗe, "amma ba ni da lokaci yanzu." Tsoro ya ratsa duk jikinta. Ta shiga kaɗuwa. "Kar ki je ko'ina," ya faɗi a tsanake, ya kama ƙofa ya fice.

Amina ta binciki zuciyarta tana neman me ya haifar da irin wannan hali na mijinta? A ganinta sai ta ce lallai wannan taro na asiri na 'yammatan nan ne da aka yi a ɗakinta. Alhaji ya sami labari ke nan. Amma kuma ai ba wanda ya laɓe ya saurara...Ta wuni ba ta cikin sukuni, tana cike da damuwa. Sai can kusan magariba ne Hawwa ta zo ta ce mata ta fa ji ƙishin-ƙishin wani zance da ake magana a cikin gidan nasu. Ana cewa ita Amina ɗin tana hulɗar kwartanci da Bala, ɗaya daga cikin direbobin Alhaji. Ta ciji leɓenta har ya kusan fashewa, tana girgiza kanta...

"Yau ga wata magana! Don Allah fa shi kuwa ta yaya zai ma yi tunanin zan kai ga haka?" ta tambaya. Ba ta ma san wane ne Bala ɗin ba. Wane ne ya ƙirƙiri wannan magana ta ɓatunci? Kuma saboda me? Nan da nan sai ta yi tunanin Jummai, matar Alhaji ta uku. Tana jin ita kam ta aika! Ko da yake ba su yi faɗa ba, amma kwanan nan ita Jummai ɗin tana nuna mata alamun gaba. Haka aka san mata, da shi kishi da ake ce wa kumallonsu. Balle fa har guda huɗu a gida guda. Amma sai dai ita Amina ba ta bari abin ya sha mata kai ba. Gani take irin halin zaman na yau da kullum ke nan.

Yanzu kam Amina ta soma damuwa da irin ɓarnar da wannan jita-jita za ta yi wa ba wai mutuncinta ma kawai ba, har ma yadda za a ɗauke ta a cikin jama'a. A wuri kamar Bakaro labari irin wannan yadda ka san wutar daji haka yake. Nan da nan ya game wuri. Mata duka za su ji, su riƙa barbazawa suna ƙara gishiri. Ta yi ƙoƙarin tunanin mafi munin abin da Alhaji ke iya yi game da wannan matsala: In ya sake ta, ina za ta? Wajen wa? Wace irin rayuwa take ciki da za a zarge ta da wannan abu? Lokaci yana wucewa da sannu, tana daɗa nutsa cikin koginta na tunani, kamar dai wanda aka kai ga alkali, yana jira a yanke masa hukunci. "To, Allah Maɗaukakin Sarki Ya san daidai kuma ba Ya barci. Zai taimake ni," Amina ta ce ma kanta.

Da dare sai ga uwargidan Alhaji ta zo ɗakinta. Ta nuna damuwarta, ta tambayi Amina ita me take ji game da labarin.

"Ni ban gane wannan abu ba. Zuƙi tamalli ne baƙin-ciki!" Amina ta ce kai tsaye. "Allah Ya san ban taɓa yin haka ba. Iyakar gaskiyata ke nan, ba ni da wani laifi."

"Kin taɓa fita ke kaɗai kwanan nan?" uwargidan ta tambaye ta.

"A'a. Kai, ni ban ma san Bala ɗin ba."

"To, lallai ƙage aka yi maki," uwargidan ta ce, fuskarta cike da mamaki. "Kamar dai yadda kika sani na yi shekaru da dama tare da Alhaji. Ni kam na san shi farin sani. Ya cika saurin fushi ga faɗa in tura ta kai bango. Duka a wajensa ba wani abu ne ba. Ga kishin tsiya. Wayyo, Allah, na tuna 'yan shekarunmu na fari-fari. Ko magana da 'yan'uwana maza ba ya son in yi."

Su biyun nan suka duƙa yayin da Alhaji ya shigo. Da gani idanunsa sun yi ja wur. Ya tsaya a tsakiyar ɗakin yana zargin Amina da yin aikin assha, da neman maza. Amina dai ba ta ce masa komai ba, ta zura masa ido, hawaye na kwarara a fuskarta. Ta ce ita da ɗai duniya ba a yi haka ba. A kira shaidu mana. Amina tana ta ƙoƙarin ta nuna masa ba ta da laifi shi kuwa ya tsaya kai da fata ai ba ta da kataɓus. Da ta ce wa uwargidan ta sa baki mana, sai ta nuna damuwartaa ainun amma ta yi zugum, ba ta ce uffan ba. Alhaji ya ce mata ta fita ta ba shi wuri. Ta yi sumui-sumui ta fice. Alhaji ya kama kunnen Amina da ƙarfin tsiya, kamar zai tsunka shi, ya ɗaga muryarsa sama ya yi magana a cikin kunnen, "Nan gaba in na sami labarin kina zuwa wajen wani zan kashe ki. Kin gane ko?"

Amina ta ƙoƙarta ta ɗaga kanta sama da ƙasa don nuna alamar ta fahimta. Ta yi sharkaf da hawayenta. Alhaji yana nan dai riƙe da kunnen hagu na Amina, ya sake yi mata kashedi, "In kika kuskura na ji ko da ƙyas ne cewa kin ƙyasa wani ɗa namiji, ki fa san ba zan ji tausayinki kamar yadda na yi maki yanzu ba. Zan yi maki laga-laga kafin in yi jifa da ke waje. Wannan gare ni tamkar kau da kara ne." Ya yi wurgi da kanta, ta faɗi a nan gabansa.

Da ya fita sai Amina ta kwanta a irin doguwar kujerar nan, ta ɓarke da kuka. Tana kukan a so ta ne, kuma tana kukan yadda irin ƙarfin zuciya da da take taƙama da shi yau ya guje mata. Da ta dinga tunanin abin da ya gudana yanzun nan, sai ta shiga kukan zuci, tana bukatar ƙauna da fahimta; a maimakon haka sai ta samu kaɗaici ya mamaye ta, duniyar ta juya mata baya, tana kuma fushi mara asali da kanta.

Shagargari ta farka tana ji haka bambaraƙwai. Zuciyar nan a dagule, kanta ya ɗaure. Ina abin yi? Tana neman da wa, na kusa da ita, za ta yi magana, cikin asiri, a ba ta shawara ta ƙwarai, a ba ta haƙuri, a gaya mata cikin kwanciyar hankali cewa duk wannan yin Allah Maɗaukakin Sarki ne, kuma ga Allah Ya kamata ta dogara. "Kaicona! Ina ma dai da mahaifiyata tana da rai? Da ita ce mafi dacewa da ta ba ni shawara game da wannan shiga uku da na yi," Amina ta ce wa kanta. Ta ƙosa ta faɗi abin da ke cikin zuciyarta ko ta sami ɗan sauƙi. Ta sauka daga gado, ta taka sannu zuwa taga ta leƙa, ba ta ga komai ba. Abubuwan da suka sha mata kai suna biye da ita duk inda ta juya tamkar inuwarta. Ba wurin tsira. Daga nan sai ta tuna da ƙawarta Fatima, ta share hawayenta. Ta shirya ta je can ƙasa ta roƙi Hawwa ta raka ta zuwa jami'a.

Ana ƙwallara rana lokacin da suka isa ɗakin kwanan 'yammata. Amina ta bar Hawwa cikin mota ta nufi ɗakin Fatima. A ƙofar ɗakin ta iske an manna wata 'yar takarda cewa, "Ina nan dawowa nan da minti goma. Don Allah a jira ni. – Fatima." Tana tsaye a nan har na tsawon abin da a gare ta kamar awa guda, ba minti goma da aka ce ba. Gajiya da jiri suna neman su kayar da ita. Can sai ga Fatima ta ɓullo. Duk da halin da Amina take ciki ta lura ita ma Fatima tana fama da tata matsalar. Idanunta sun nuna haka. Abin kamar dai ta kawo kuka gidan mutuwa ne.

"Yo abu kamar shekara guda ke nan ban gan ki ba. Yaya kike?"Fatima ta ce, cike da mamaki. Ta buɗe ƙofa suka shige ɗakinta.

"Ke dai bari kawai!" Amina ta amsa mata.

"Assha! Me ya faru?" Fatima ta nuna damuwa.

"Zauna. Zan feɗe maki biri yanzun nan..."

Amina ta zauna gaban Fatima, hawaye suka cika mata idanu, ta yi wa ƙawarta bayani filla-filla na abin da ya gudana. Kanta yana sunkuye, jikinta yana ta kaɗuwa. "Allah Ya sani kuma Shi ne shaida gare ni, ni mai gaskiya da riƙon amana ce har ya zuwa yanzu, ba kuma zan canja ba har abada. Illa iya kai dai a wannan hali da nake ciki ban san abin da zan yi ba," Amina ta ce, ta ɓarke da kuka.

Fatima ta yi shiru na ɗan lokaci. Amma da ta fara magana da ji ka san ga wadda ta san inda ta dumfara, ba wata tantama. Ba shakka kuma tana jin tausayin ƙawarta. "Amina, lallai ina jin tausayin wannan hali da kika shiga, kin shiga uku sau uku...Amma fa wallahi sai kin tashi tsaye ne, kin tsaya tsayin daka a kan ƙafafunki, kin yi wa kanki yaƙi. Ki je kai tsaye ki gaya wa mahaifinki. Dole ya ji wannan tun da ɗimi-ɗiminsa. Shi kaɗai ke iya fuskantar Alhaji Haruna ya yi masa magana don ya fid da shi daga duhu ya fahimci al'amarin yadda ya kamata."

Amina ta fita ta isa ga mota inda ta iske Hawwa. Ta ba ta haƙurin zaman jira da ta yi. Da Amina ta isa gida sai ta ɗan sami sa'ida. An ba ta shawara, amma ba ta sami mafita ba. Matsalolinta suna nan. Ga alama dole su kasance tare. Ta gaji tilis. Da ta nemi cin abinci sai ta ji bakin ba daɗi. Kamar dussa take sawa a baka. "Wayyo Allah!" ta ɓarke da kuka ita kaɗai a cikin ɗakinta. "Allah Ka taimaka mani! Allah Ka kare ni..." Ta baje a gado, ta yi shiru har can dai barci ya zo ya kwashe ta.

5

Bayan watanni da dama Amina ta isa jami'a don sauraron muhawarar nan da aka shirya tsakanin Fatima da Bature. Ta iso da wuri don ko ta sami damar tattaunawa da ita Fatima ɗin; ta sami sahun gaba ta zauna. Tana zaunen sai ga Lukas Ɗanfulani, ɗan Bature, ya dumfaro ta yana murmushi. Ya zauna kusa da ita.

"Kai! Na yi murna da sake saduwa da ke. Yaya dai?"

"Lafiya lau. Yaya kuke?"

"Ina ta son in gan ki don in gaya maki cewa akwai wata shawara ta musamman ta bizines da mahaifina yake bukatar ki yi nazari."

"Ashe? Game da me?"

"Yana ta fama da Gwamnatin Jiha ta kafa kamfanin kula da ma'adinai kuma ke ce yake son a ba muƙamin Manajin Darekta. So yake ya nuna wa duniya duka cewa mace Musulma tana iya riƙe muƙami babba cikin nasara. Wannan Jiha maƙare take da ma'adinai, mu kuma muna jin cewa lallai kina da ƙwarewar da ake bukata don gudanar da al'amarin."

Mamaki ya mamaye Amina. "Kai, Lukas! Ba na fa jin ina da ilimi ko ƙwarewar da ake bukata."

"Kar ki damu. Sha kuruminki. Zan kasance kusa ina mara maki baya har kullum. Sai dai kuma ina ba ki shawara ki shiga ajin MBA a nan jami'a kai tsaye. Kafin ki gama muna fata an kafa kamfanin, an gama duk dogon Turanci da ke ƙunshe."

Tana ta ƙoƙarin ta daɗa fahimtar wai shin me ma Lukas ke magana, sai ya tashi don ya tarbo mahaifinsa, wanda yanzun nan ya shigo ɗakin taron. A wannan lokacin ne ita ma Fatima ta shigo, ta zo inda Amina take don su gaisa. Ga dukan alamu ta ƙosa a fara muhawarar. "Ina fata za ki kasance ɗaya daga cikin alkalan nawa. Ki saurari Bature tsaf."

"Yi mani haƙuri, Fatima. Ba zan sami damar kasancewa har ƙarshen taron ba. Dole in je in shirya wa Alhaji abinci."

Duk ɗakin taron sai aka yi shiru, yayin da shugaban mahawarar, Farfesa Taj Rahman ya tashi tsaye. Shi malami ne a sashin harkokin siyasa na jami'ar. "Ina farin-cikin ƙaddamar da Mr. John Kingfisher, wanda aka fi sani da suna Bature. Tun da ya baro Birtaniya ya zo nan, Bature ya tashi tsaye haiƙan wajen ciyar da wannan ƙasa gaba. Ita ce ya mayar ƙasarsa ta gado. Irin nasarorin da ya samu, abubuwa nagari da ya yi, abin a-zo-a-gani ne, ko da yake dai ba kowa da kowa ne ke yin na'am da yadda yake yi haƙa na cim ma ruwa ba. A yau Fatima za ta ƙalubalance shi, shi kuma ya amsa mata. Alkalai guda tara za su yanke shari'a a kan wane ne ya yi nasara a ƙarshen muhawarar. Da filin da dokin sun samu...Za mu fara sauraren Bature ne..."

Da Bature ya tashi sai aka yi tsit. Ya bi ɗakin taron da kallo a hankali sa'annan ya iso ga Fatima, ya ƙura

49

mata ido, tamkar yau ne ya fara ganinta. Jim kaɗan sai ya fara magana da ita, kai tsaye, "Na yi shekara fiye da talatin, mafi kyawun zamanin rayuwata, a wannan ƙasa, ina ta zurfafa tunani, ina ta sharɓar gumi, don in ga ta ci gaba iya ƙoƙarina, ba dare ba rana. Abin da ciwo ƙwarai, idan mafi yawan mutane, musamman ma dai matasa, suka kasa yaba wa abin da nake yin. Na yi murna da samun wannan dama don in ji irin zarge-zargen da Fatima ke yi mani. Ni kam so nake in tambaye ta tun kafin tafiyar ta yi nisa: Shin me ya sa kike ƙina? Don tsagwaron nasarorin da nake ta samu ne, ga arziki ga muƙami, ga shi da mu ake damawa? Ko kuwa gare ki ba wata magana da an gan ni an ga wani babban wakili na ƙasashen Turai? Me ya sa kike ƙin ƙasar Turai? Ko kuwa launin jikinmu ne? Ko kuwa don irin tarin albarkar da muke da ita ne a fagen fasaha? Ko kuwa gundarin 'yancin da muke morewa ne? Ko Addininmu? Me ya sa ba ki ganin wani alheri ga kowane abu da na sa hannu a ciki?"

Bature ya koma ya zauna, yana jirar ya ji abin da Fatima za ta ce. Ita kam ko can ai wannan damar take nema; yau ga ta ta samu.

"Bature, a nan ba kai ƙashin kanka ake magana ba – abin ana maganar siyasar da ke ƙunshe da harkar ne. Kai kam ba na ƙinka. Na zauna a Turai, ina sha'awar 'yancin da kuke morewa, ina kuma yaba maku game da irin yadda kuke ta samun nasarar sarrafa kimiyya da fasaha. Game da Addininku kuwa, ba wani abin da ya shalle ni. Haka ma launin fatar jikinku. Amma abin da

nake matsanancin ƙi shi ne irin rayuwarku ta jari-hujja
da kuma yadda kuke uzzura wa mutane a ko'ina a
duniya ta yin amfani da wannan aƙida. Musamman ma
dai yadda mutanen Turai ɗin sukan riƙa haɗa baki da
masu mulkinmu su danne mana hakkokinmu da ku kuke
alfarma da su. Ina matuƙar ƙyamar yadda kuke mara wa
masu mulkin namu baya su sami damar wargaza dukan
hanyoyinmu nagari na rayuwa. Ba domin akwai ku ba,
da rashawa da cin hanci ba su sami gindin zama ba. Ga
matsalar danniya tsagwaronta, ga yawan tashin hankali
gami da zagon ƙasa da kuke yi wa al'adunmu na
gargajiya. Kai, a taƙaice dai, kuna sa mutane mutuwa
tun kwanakinsu ba su ƙare ba, kuna yin ɓarna a cikin
ƙasa, kuna talauta mutane, kuna..."

Shugaban taron, Farfesa Taj Rahman, ya nuna wa
Fatima alamar ta zauna haka nan. Sai ya ba Bature
damar shi ma ya miƙe ya biya bashin da Fatima ta ba
shi.

"Ji nan, Fatima. Har yau fa ba wata aƙida da ke iya
maye makwafin ita wannan ta jari-hujja." Ya sake
nanata hakan a hankali kuma da babbar murya tamkar
yana shifta. "BA WANI ABIN DA KE IYA SHAFE
AKIDAR JARI-HUJJA! Ba yanzu ne za mu tsaya muna
ɓata yawunmu game da aƙida ba, muna mafarke-
mafarke na ba gaira ba dalili. In dai har muna son mu ci
gaba bisa ga yaƙini, dole ne mu tsayu a kan jari-hujja!"

"Akwai wata hanya daban mana!" Fatima ta yi wuf
ta miƙe tsaye don nuna rashin yardarta baƙin-ciki.

Bature ya fashe da dariya. "Zan kuwa so in san wannan hanya – in har akwai ta. Duk wata ƙasa da ke nan Afirka, muddin tana son ta ci gaba, dole ne ta bi dokokin da waɗannan ƙungiyoyi suka gindaya mata: Asusun Fasalta Kuɗaɗe da Ba da Rance na Duniya da Bankin Duniya. Hanya guda ɗaya kacal ke nan ta tabbatar da ci gaba mai ɗorewa."

"Wannan munafunci ne tsagwaro! Me ya sa ba a gindaya su dokokin ga ƙasashen Turai? Ko su maganin bai dace da su ne ba?"

"Tafi sannu, Fatima. Ba wata maganar munafunci a nan. Kowane ciwo yana da nasa maganin. Duk inda kika duba, ko me ake ciki, za ki iske akwai waɗanda suka yi kaye da waɗanda aka kayar. Dayan biyun ne. Ke kina kallon abin da ake magana ta fanni guda ne kawai. Na azurta mutane da yawa a nan Afirka, har da mahaifinki da mijinki na da. A nan Afirka na jagoranci waɗansu ƙasashe zuwa ga ci gaba mai ma'ana; har yanzu kuma ina tsaye a kan haka ga wasu. Ban yi ƙasa a guiwa ba. Abin da yake damun Nijeriya da ma sauran ƙasashe na Afirka ba samun kuɗi ne ba, a'a, yadda za a kashe kuɗin ne. Bugu da ƙari, ba ba ku da arziki ne ba, yadda za a gudanar da shi ke damun ku. A duk abin da kika faɗi kina ta zargin mulkin mallaka da jari-hujja ne cewa su ne suka haifar da mugun hali na matsi da kuke ciki a Afirka. Ba shi yiwuwa ki dinga zargin wannan al'amari na tarihin rayuwarku a bisa halin da kuke ciki yau. Kasashen Afirka da yawa sun yi shekaru da dama da samun mulkin kai, amma duk da haka suna nan suna ta zargin iyayen gijinsu da suka mallake su game da halin ƙaƙa-nika-yi da suka sami kansu, wanda su ne suka jefa kansu. Shin yaushe za ku yi namijin ƙoƙari ku amsa kurakuranku?"

"In muna son mu daɗa fahimtar tarihinmu dole mu yi la'akari da sigar mulkin mallaka da jari-hujja. Ta haka ne za mu san inda muke yanzu, da inda muka dumfara."

"Kin zarge ni da satar dukiyarku. Ba shakka Allah Ya wadata Afirka da dukiya a saman ƙasa da ƙarƙashinta. Nijeriya ba a bar ta a baya ba." Bature ya buɗe jakarsa ya fito da wasu ƙananan kwalabe guda shida. Ya ɗoɗɗora su a kan tebur a hankali, kamar yana jin tsoron su fashe. Ya nuna ma Fatima hannu cewa ta matso kusa. Ta amsa masa. Ya fuskanci masu saurare ya ce, "Ga samfurorin wasu ma'adinai da ake samu a wannan Jiha. Ba wani mai nazarin kimiyya a jami'arku da ya iya gano ko mene ne su. Daga aljihuna na biya masana kimiyya su zo su gano mana bakin zaren, mu san yadda al'amura suke. Shin, Fatima, kina iya gane ko da uku daga cikinsu?"

"Ba ni da ilimin wannan. Kuma a gaskiya ni ban san ko ɗaya daga cikinsu ba." Fatima ta yi murmushi, ta kalli masu saurare.

"Kin ga irinta ko? To, ta yaya za ki lulluɓe ni da zargin wai ina satar abin da ba ki ma san kuna da shi ba?" Bature ya tambaye ta. "Wannan zinare ne, wancan tagulla ce, wancan kuma tama...Kin san wancan?" ya nuna wata kwalbar.

"Na gane yuraniyam ne. An ce kusan rabin ƙasar Jihar nan maƙare take da wannan ma'adinin."

"Ba ya gamsarwa ki yi hasashen me kuke da shi a Jihar, sai da an yi gaba an tanadi yadda za a yi a more wa arzikin da ke akwai, kowa ya amfana.

"Kikan ta zargina da yi wa ilimi zagon ƙasa. Wannan ba ki kyauta mani ba. Na taimaka ƙwarai wajen tsara sabuwar manhajar ilimi, amma me shugabanninku suka yi? Sa ƙafa suka shure! Idan waɗannan shugabannin naku dai suna son in shigo da littafai, kayayyakin nazari na kimiyya da komfutoci, a shirye nake in yi hakan. A'a. A maimakon haka, Kwamishinan Ilimi na Jihar kwana-kwanan nan ya ba ni kwangilar in shigo masa da motoci 27, kuma in saya masa gida a London in kuma gina masa tanƙamemen gida a Abuja. Abin mamaki kuma, wanda kowa ya sani, shi ne su manyanku ba sa ko ilimantar da 'ya'yansu a nan.

"Kikan ce wai na yi amfani da kimiyya na yi wa mutanenku kisan ƙare-dangi. Bari in faɗi zahirin zancen yau kowa ya ji. Shekara uku da suka wuce wasu kamfunan haɗa magani biyu na ƙasashen Turai sun yi gwajin wasu magunguna guda biyu da yardar Gwamnan Jihar. An biya shi abin da ya sawwaƙa wuri na gugar wuri kafin a yi hakan... Na sani ɗaya daga cikin gwaji biyu da aka yi roƙo ya komo salati, mutane da dama, musamman ma dai yara da mata, suka mutu. Allah Ya sani na yi baƙin-cikin faruwar wannan abu. Duk da haka kada ki lanƙaya mani laifi don kuwa ai Gwamnan likita ne wanda ya sami horo a Turai; yana sane sarai da irin kasadar da ke akwai game da irin wannan gwaji. Ashe kin ga ba ni ne na kas zomon ba, ko riƙon ma ba a ba ni ba. A taƙaice dai, ba ana ma maganar kisan ƙare-dangi ne ba, don kuwa babu batun ganganci."

"In haka ne, me ya sa ba a biya diyya ba ga iyalan waɗanda abin ya shafa?" Fatima ta tambaye shi.

"Na kusan kammala shirye-shirye yin hakan da kamfanin da ya yi gwajin. Nan ba da daɗewa ba kowa zai sami hakkinsa," in ji Bature.

"Me ya hana a yi gwajin a ƙasashen Turai a kan Turawa?"

"Magungunan na ciwuwwukan da akan samu ne a ƙasashe masu zafi irin naku," Bature ya ce, ya zura wa Fatima ido. "Bugu da ƙari, kikan ce wai ina mara wa masu mulkin danniya baya. Wannan ba haka ne ba. Ni mai goyon bayan zaman lafiya ne. Za a sami zaman lafiya a Afirka idan aka sami mulkin soja da ke iya samar da yanayi nagari da ƙasashen waje za su iya zuwa da jarinsu, kowa ya amfana, mutane su sami abin yi.

"Ji nan! Muna fama da fari da yunwa amma kin san me aka ce mani in shigo da shi don bikin cika shekara 60 da haihuwa na Gwamna? Sabon jirgin sama na zamani, ko da yake wanda na sayo masa shekara uku da suka wuce yana nan lafiya lau – kuma bai ma cika amfani da shi ba. Ba ni ne zan ce masa ga abin da ya kamata ya yi ba. Ni kam da zarar an ba ni umurni, ba abin da ya rage gare ni sai in bi, tamkar yaro-ba-ƙyuya a hannun mai yin jinka. Har ila yau shi Gwamna ɗin dai yana son in gina masa makeken gida na miliyoyin Naira.

Wannan zai kasance na uku ke nan cikin shekara biyu! An ba ni kwangilar samar da zungura-zunguran motoci ga kowane basarake a Jihar, an kuma ce a gina wa kowannensu sabuwar fada nan ba da daɗewa ba. Waɗannan abubuwan da shugabanninku suka yi su ya kamata a sa su a gaba ke nan. Ba ni na yanke shawarar ba. Ba ni na kashe zomon ba...Iyakar gundarin zancen ke nan. Ba a sake wa gaskiya suna komai hayagagar da kike yi game da aƙida.

"Fatima, wallahi ni kam ina yaba maki da irin tsayin daka da kike yi don ganin an kawo sauyi. Abin takaici kawai a nan shi ne kina tare da waɗanda aka kayar ɗin ne. Da ɗai duniya haƙarki ba za ta kai ga ruwa ba. Ki zo wajenmu mu tafi tare, ki more ma ɗimbin fasahar da kike da ita. Ni abin da nake hange shi ne in ga Fatima tana amfani da hazaƙarta da ƙwazonta don amfanin kowa da kowa a duniya ta yaƙini. Da wuƙar da naman suna hannunki a yanzu. Ki nuna wa duniya, ki nuna mana, irin abin da za ki iya yi, a maimakon ki yi ta zagaya gari kina baragada irin ta 'yan siyasa!"

Fatma ta fashe da dariya. "E, na san kana da ƙarfi, amma kuma don wannan kawai ba zai sa in tsallako gefenku ba," Fatima ta faɗa masa, ta yi gyatsine. "Ni kam na san inda na dumfara, kuma har abada ba abin da zai kawar da ni daga kan hanya ta ƙwarai. Na gwammace in sha baƙin ruwa in kwanta barci da in zauna tare da ku muna shan giya mai tsada muna bauta wa jari-hujja."

56

Nan sahun gaba Amina dai tana zaune zugum. Ta dubi agogonta ta ga cewa lokacin shirya wa Alhaji abinci ya yi. Ta matse jakarta a ƙarƙashin hammata ta dumfari ƙofa.

6

Kwana da kwanaki suka shuɗe, Amina dai tana nan a gidan jiya, tana zaman kashe wando. Haka dai duniyar ta matan aure take, kullum ana zaman tsammanin wa Rabbuka. Inda aka haife ta, nan take raye, kifin rijiya. Ita kam ji take a halin yanzu ruɓewa ta kama ta, a zuci da a jika. Yaya za ta iya rayuwa irin wannan? Yaya mutum zai kasance cikin wannan hali na ƙaƙa-nika-yi, yana son ya yi wani abu don more rayuwarsa amma bai ma san me yake son ya yi ɗin ba?

Da farko dai sai ta yanke shawarar cewa za ta daina zuwa taron nan na Kungiyar Matan 'Yan Majalisa, don kuwa a zahiri duk taron 'yan gulma da makirci ne kawai. Ba a tsinana komai. Game da gayyatar da aka yi mata kuwa wai ta shiga wannan ƙungiya ta musamman, ta *Circle International Club,* watsi ta yi da wannan ɗin, don kuwa su matan da ke cikin ƙungiyar masu ji da kansu ne da son nuna isa. Sai kuma shirinta na shiga harkokin bizines – ta jingine yin hakan ne sakamakon haɗarin mota da ya rutsa da Bature, wanda aka ɗauro maganar da shi. Su kuwa abokanta 'yan makaranta, da su ta tsaya a yi zaman doya da manja; ba ta son shiga cikin harkokinsu. Mijinta hamshaƙin ɗan siyasa kuwa, ai ba cika ganinsa take yi ba, kuma ko sun sadu ba wata magana suke ta ƙut da ƙut ba. Musamman ma dai da ta gaya wa mahaifinta abin da aka ce wai ya faru tsakaninta da direban Alhaji ɗin, shi kuma mahaifin nata ya kira shi ya yi masa magana. Kai, da sannu ma Amina ta soma rashin damuwa da kwalliya kamar yadda take yi da, ko da kuwa za ta unguwa ne. Ta daina tsayawa gaban madubi tana yaba halittar da Allah Ya yi mata...Ta sami labarin mata ta uku ce ta yi mata ƙagen hulɗa da direban nan...Banda ita wannan matar, ita Amina tana da sauran mutan gidan. Amma duk da haka wani lokaci takan ji ta tamkar wata saniyar ware ce, ta kasa gaskata kowa ma. In ta faɗa cikin irin wannan hali abin da takan yi shi ne ta kulle kanta a ɗakinta ta yi ta kuka. Da tura ta dai kai bango, sai ta fara karanta littafan da Fatima takan ba ta.

Wata rana tana tare da yara da ke wasa ƙarƙashin itacen gwaiba sai kuwa hadari ya fara haɗuwa. Iska mai ƙarfi ta kaɗo, aka yi sama da ganyaye. Kura ta murtuke ko'ina. Yara fa suka ruga da gudu suka shige gida, Amina tana biye da su a hankali. Ta hau sama zuwa ɗakinta ta tsaya a kan benen, tana kallon ikon Allah. Gizagizai suna daɗa haɗuwa. Ta dai ƙare ta shige ɗaki ta kwanta a gado, tana ƙirgar tanka. Can sai ta ji muryoyin wasu da kuma alamar ana hawo matakalar benenta. Jim kaɗan sai ga su Fatima sun shigo, suna numfarfashi.

Fatima ta gabatar da sauran 'yammatan, "Waɗannan su ne sabbin membobin ƙungiyarmu. Mun yi 'yan tarurruka a cikin jami'a...amma jiya sauran kaɗan da an kama mu. Wannan shi ya sa muka ce bari mu yi taronmu a nan yau. Muna fata ba za ki damu ba."

"Haba, ai ba komai. Ku zazzauna mana," in ji Amina.

Bayan an gama 'yan taɗe-taɗe sai kuma aka duƙufa ga me ke gaban 'yan mazan. "Bari mu ci gaba da tattauna matsalar ɗan-Adam a cikin al'umma," Fatima ta ɗora magana, bayan ta miƙe tsaye. Ga alama dai za ta fara ɗaya daga cikin irin laccocin da Amina ta san ta da su ne. "In muka nutsa cikin tarihi za mu ga yadda al'ummomi daban-daban suka kafu suka kuma watse, kamar dai yadda wani shaihin malami yake cewa, komai na duniya mai canjawa ne. Ba wani abin da ke tsaye." Fatima tana magana ita kuwa Amina tana ta tunanin cewa shin ba wani abin da ke damun yaran nan ne? Me ya same su ne? An haramta ƙungiyarsu, ba su daina taro ba, har suna ma yi a asirce, wai ma su ɗora magana a kan ɗan-Adam a cikin al'umma. Ba ta wannan ake ba. Amina ta dai saci jiki ta fice daga ɗakin ta koma can bene inda take ɗazun. Ga alama hadarin ya watse, har ma rana ta fito. Fatima dai ba ta daina magana ba, "Kan mutane yana daɗa wayewa, suna daɗa samun ilimi, sai suka fara tambayar wai shin me ke faruwa ne? Ya zamana dole mutane su fahimci me yake gudana kewaye da su, su yi la'akari da ire-iren canje-canjen da ke samuwa da kuma wa yake haddasa su. Nan ne fa Addini ke shigowa filin, don kuwa ana gaya wa mutum cewa Allah ne ya halicci duniya da komai da ke cikinta, kuma dukan al'amura muƙaddarai ne."

Duk da yake Amina tana da abubuwan da suka sha mata kai, tana dai sauraren Fatima daga inda take tsayen. "Addinin yana cewa Allah Ya ƙadara wasu za su kasance cikin wadata, amma ba su aikin fari balle na baƙi. Wasu kuma za su yi ta fama da talauci duk tsawon rayuwarsu, suna ta haƙilon kauce wa talaucin. Wasu za su zame masu ƙarfin iko, wasu kuma masu rauni. Bugu da ƙari, cewa ake har kullum maza suna gaba ne, mata suna biye. Allah Ya ce duk wanda ya bi dokokinSa, zai shiga Aljanna, wanda kuma ya fanɗare, wutar Jahannama tana jiran sa a lahira.

Gardama ta sarƙe tsakanin Rebeka da Fatima. Amina ta wuce zuwa kicin, inda ta iske Talatu, uwargidan Alhaji, tana girki. "Kar ki damu da girki yau. Na ga kin yi baƙi ne shi ya sa na zo in taya ki da wannan. Je ki ji da baƙin naki," Talatu ta ce mata.

"Amma kuwa kin kyauta," Amina ta ce.

"Ai Fatima da ƙawayenta ne ko?" Talatu ta tambaye ta.

"E, su ne. Sun kawo mani 'yar ziyara ne."

"Kai, madalla," in ji Talatu. Ta ɗan matsa kusa da Amina, ta rage murya, "Na ce ba, wai shin yaushe za ta sake aure? Ko ba za ta sake ba?"

"Gaskiya ni ban sani ba."

"Ba ki tambayarta, ko ki ba ta shawara? Bai dace ba a ce ƙatuwar mata kamarta ta zauna ba ta da aure," Talatu ta ce, da ji ka san ta damu ƙwarai.

"Ruwanta," Amina ta ce, ta haɗa kafaɗunta.

"Yaya ke da Alhaji dai, 'yan kwanakin nan?" Talatu ta tambaye ta, ta canza me ake magana a kai.

"Ban sani ba. Na kwan biyu ban gan shi ba."

"Na ji an ce yana zuwa yau," in ji Talatu, ta ƙura wa Amina ido. "Gara da kika gaya wa mahaifinki abin da ya faru. Ina fata haƙa ta cim ma ruwa... In Alhaji ya yi fushi ba shi da kyau. Sai kiyayewar Allah!"

"Ya daɗe ba ya zuwa wurina...Saboda haka ba na ma sauraron zuwansa."

"Ina jin lallai Jummai mayya ce. Ba ta ƙaunarki ko kaɗan, ba ta ma ɓoye gabar. Ta cika matsanancin kishi. Da dai duniya ba za ta iya tunanin in da ita ce ni ba. Amma kuma ai ni haka aka raine ni tun farko. Gare ni, gwargwadon yawan matan Alhaji, gwargwadon ɗan ƙanƙanin aikin da zan yi. Abu ne na hannu da yawa," Talatu ta ce, ta haɗa hannuwanta, ta ware su.

"Assalamu alaikum," wata muryar mace ta shigo cikin zancen nasu. Bilkisu tana tsaye a ƙofar kicin, tana ji tsaf, fuska cike da murmushi, kamar an ce an gafarta mata.

"Alaikumussalam," Amina ta amsa mata. "Muna lafiya?"

"Lafiya sumul luƙui," Bilkisu ta amsa, tana ta murmushi dai.

"Je ki ji da baƙinki, zan kawo maku abincin," Talatu ta ce wa Amina.

"Ina fata ba ku mance fatina da za mu yau da yamma ba," Bilkisu ta ce wa sauran ƙawayenta yayin da suka koma sama.

"Me ya sa kika shirya wannan fati?" Rebeka ta tambaye ta, fuska cike da mamaki.

"Don mu taru mu sha shagalinmu mana! Ke dai gaskiya ina murnar sa rana da aka yi mana ne!"

"Amina, za ki zo?" Fatima ta tambayi ƙawarta.

"Kin sha giyar wake ne?" Amina ta ce mata, cikin fushi, ko da yake dai ta san ita Fatima da wasa take. "Idan mijina ya sake ni, kina iya samo mani wani?"

"Maganarki dutse! A'a, ba ni da wani miji safaya," Fatima ta fashe da dariya, sauran 'yammatan suka taya ta. Hawwa ta kawo abinci, kowaccensu da duƙufa da ci shiru. Bilkisu ta ci 'yan cokali kaɗan, ta sa wani farantin ta rufe. "Don Allah a yi mani haƙuri; ban daɗe da cin abinci ba. Ina fata ba zai ɓata maki rai ba."

"Kar ki damu, ai ba komai. Ba dai kin sa albarka ba?"

"A ce ma? Ai duk yarinyar da yanzun nan ta baro gidan saurayinta ba a yi mata maganar jin yunwa ba," Fatima ta ce.

"Ba abin da ya sha maki kai!" Bilkisu ta mai da mata magana.

Amina ta ji sha'awar irin wannan sa-in-sa na ƙawayen nan biyu, waɗanda ba su nuna fushi ko damuwa ba ko kaɗan. Bayan an gama cin abincin Amina ta kwashe kwanonin, ita kuma Bilkisu ta ci gaba da bayar da tata gudummawar game da abin da ake tattaunawa...

"Mafiya yawan ƙasashen Afirka, in ba ma dukansu ba, sun yi ta fama da ci gaba irin na mulkin mallaka bayan sun sami mulkin kai..."

"Wane irin mulkin kai?" Fatima ta katse mata magana.

"Irin na siyasa. Samun yin watsi da tuta da taken ƙasa."

"Ke, ba wannan ake magana ba! Kin yi wa abin mugun kuɗin goro. Sau da yawa tattalin arzikin ƙasashen yana cikin ƙangi ne," Fatima ta ce, tana magana bisa ga yaƙini.

"Muna ta ƙoƙarin ci gaba, amma kullum sai baya muke ta yi. Abin ya ƙi hannu. A halin yanzu mutumin Afirka tamkar yana shekara ɗari da suka wuce ne. Su talakawan – ma'aikata da masu noma ƙasa – suna cikin tsagwaron talauci. Miliyoyin mutane ba su da abinci, yara da gani suna fama da kurga, kiwon lafiya kuwa ya taɓarɓare iyakar taɓarɓarewa. Asibitocin ba su wuce wurin da za ka ga likita ba kawai."

"Kai! Allah Ya sawwaƙe mana al'amura! Wallahi in na yi tunanin halin da Afirka ke ciki nakan ji kamar hawaye zai zubo mani ne," Fatima ta ce, muryarta cike da tausayi. "Dukan ƙasashenta suna fama da tawayar tattalin arziki, amma kuma a halin hakan dai shugabanninta suna cikin masu arziki na duniya, suna facaka da dukiya. Dubi dai wannan ƙasa tamu... mu ke nan duk inda ka duba ɓarayi sun kewaye mu, ga sauran maɓarnatan, ba mu da mafita. Gida da daji ba mu da sukuni. 'Yan kwanta-kwanta sun mamaye garuruwanmu da titunanmu. Laberiya ba ta tsira daga sharrin miyagun shugabanni ba, can Saliyo ana azabtar da mutane kamar ruwan dare, a Kongo kuwa ai abin ba a maganar bala'in da suke fama da shi."

"Kamar yadda kuka sani dai, mu a nan Nijeirya an karkasa mu gida-gida ne, da mai kuɗi da wanda ke roron abin da zai ci. Har yanzu wannan karkasa mu ɗin ba an fasa ne ba," Bilkisu ta ce a tsanake, tamkar tana son a ɗau shifta.

Amina dai ta ci gaba da himmar kwashe farantan da aka ci abinci. Ji take abin ya ishe ta hakan nan. Su kuwa yi suke ba ƙaƙƙautawa. Ko da Amina ta dawo ɗakin ai ta iske su ne suna nan sun kuntuke da gardama a kan halin da ɗan-Adam yake ciki a nahiyar Afirka, musamman ma dai a Nijeirya. A 'yan shekarun nan da suka wuce a nan ɗin, sai ana ta gaya wa talaka wai ai ya sami galabar dimokuraɗiyya.

"Ku ji nan...'yan kasuwa, masu muƙaman sarautun gargajiya, shugabannin Addini, tsoffin sojoji da suka yi ritaya, 'yan sanda da mayaƙanmu na ruwa, ma'aikata waɗanda suka yi ritaya – dukan waɗannan su ne karnukan farautan ƙasashen Turai 'yan jari-hujja," in ji Fatima. "Kai! Har da mijina na da, da tsohona."

"Wasu mutane," Bilkisu ta kawo nata ra'ayin, "suna ganin wannan shi ne mafi munin fuskar masu mulki. 'Yan wannan ajin sun cika wayon tsiya, ga su ko yautai ya shafa masu albarka. Ba su da kishin ƙasa, 'yan damfara na nuna wa sarki, ga danniya. Suna mugun amfani da matsayinsu suna kwashe, suna wawure kuɗin jama'a, suna handama da babakere, kai, har ma da ruf da ciki a kan dukiyar hukuma – ko dai su kaɗai don kuwa sun iya, ko kuma tare da 'yan'uwansu na wannan ajin. Sukan haɗa baki da irin danginsu na ƙasashen waje 'yan jari-hujja a kwashe kuɗinmu, a kuma haifar da mulkin kama-karya." Nan ta ɗan numfasa, ta yi murmushi. "Kash! Sai dai kuma abin takaici, mahaifina yana cikin ajin waɗannan mutane ne."

Dukan 'yammatan suka fashe da dariya. "Mijin Amina ma yana cikinsu tsundum!" Fatima ta faɗi. Amina ta ƙyafta ido da sauri, ta buɗe baki. Mamaki ya ishe ta da ta ji wannan. A daidai lokacin nan sai suka ji an ƙwanƙwasa ƙofa da ƙarfi. Alhaji Haruna ya shigo kamar an jefo shi. Yana muzurai. Amma da ganin 'yammatan, ƙawayen Amina, sai ya yi murmushi. Dukansu, har da Amina, suka durƙusa bisa guyawunsu suka gaishe shi cikin ladabi. Ya daɗa yi musu murmushi. "Kai, ina kwananku? Barkanku da zuwa. Yaya kuke? Bilkisu, muna lafiya?"

"Lafiya ƙalau."

"Yanzun nan na iso daga iyafot, na je raka mahaifinki da ya tafi aikin umra a Kasa Mai tsarki. Daga nan zai wuce London inda zai sa hannu a wasu kwangiloli da yawun Gwamnati...Wai! Na ga alamar kuna tsakiyar wani shagali ne."

"E," Bilkisu ta amsa masa.

Ita dai Amina can ciki hanjinta yana ta kaɗawa. Ta ma kasa ɗaga fuska ta kalli Alhaji. Ita kam Bilkisu sai ta ci gaba da magana ta ce, "Ai muna tattauna matsayin iyali a Musulunci ne."

"Kai, madalla. Ina fata ba ma kuna wa'azi ne kawai, game da me Allah Ya ce ba, har ma kuna ƙara wa matar tawa ilimi ne."

"Alhaji," in ji Fatima, "mun gane cewa duk wanda bai riƙi Addini ba ya taɓe, rayuwarsa ta lalace. Mun kuma yi na'am cewa lallai Addini yana ba da ƙarfin zuciya ga mara ƙarfin zuciya, yana sa mutum ya zurfafa tunani game da kafin ya sara ya dubi bakin gatarin – in da ba Addinin, da bai iso ga wannan halin ba. A ƙarshe, mun fahimci cewa Addini yana rabo mutum daga bakin rami, ya san duniyarsa ba ta ƙare ba, in da rai da rabo."

"*Allahu Akbar! Allahu Akbar!* Allah Shi ne mai girma," Alhaji ya ce, cike da murna. "In dai har za a ji wannan daga bakin Fatima, hakika komai ma yana iya faruwa. Kai! Alhamdu lillahi." Ya bibbi su da kallo. "Shin kuna da duk abubuwan da kuke so a ɗakin nan?"

"E," suka amsa baƙin-ciki, kamar dai masu amsa waƙa.

"Madalla. Nan gaba in kuna da wata matsala da ta sha muku kai, kar ku yi ƙasa a guiwa. Ku zo gare ni. In Allah Ya yarda muna taimakawa. Kar dai in cika ku da surutu. Ku ci gaba da abin da kuke yi."

"A'a, a'a, ai mun gama. Ko da ma can muna shirin tafiya ke nan ka shigo," Fatima ta ce.

"To, Allah dai Shi maku sakayya game da irin wannan sadaukar da kai da kuke yi," Alhaji ya roƙa masu Mahaliccinsa.

"Amin," dukansu suka amsa.

Yana shirin fita ke nan sai Fatima ta ce masa, "Alhaji, don Allah zauna. Ina son in maka wata 'yar tambaya game da Addini."

Alhaji ya ɗan yi tajin-tajin, amma dai ya zauna ɗin kamar yadda aka umurce shi.

"Na ce ba...shin ba ka jin cewa abin da ke gudana a ƙasar nan a halin da muke ciki zai iya sa duk wani mumini ya girgiza ko ma ya suma, ko ma ya yi duka?" Fatima ta tambaye shi a ruwan sanyi. "Ina fa nufin *kowane* mumini ne. Shin ba ka jin cewa iyakar imaninmu a leɓen bakinmu ne kawai, abin bai kai zuci ba? Me ya sa ba ma a ƙasar nan ba, a ma Afirka baƙin-ciki, har a ma a duniyar kanta, mu Musulmin nan ke can bayan baya? Me ya sa?"

Alhaji ya amsa a hankali, irin na mai sara yana duban bakin gatari, "Wannan ai nufin Allah Maɗaukakin Sarki ne."

"A'a, haka masu mulkinmu suka so," Fatima ta mai da masa, ta ƙura masa ido. "Masu mulkinmu ne suka kawo mu wannan mugun matsayi da muke ciki, sun bar mu a cikin zunguru. Ba mu taimakon juna. Muna matsanancin ƙin juna. Misali, ka sa an kama 'yan'uwa Musulmi, matasa, haziƙai, an tsare ba bisa hakki ba sai dai kawai wai don ra'ayinku ba ɗaya ba. Me zai hana kai da irinku ku tsaya tsayin daka ku haɓakar da wannan Addini namu mai albarka?"

"Kina nufin mu munafukai ne?"

"Ba dukanku ba. Abin da nake son in ce Musulunci cike yake da dokoki nagari game da rayuwar ɗan-Adam. In da Musulmi za su aiwatar da rubu'in waɗannan ɗin da turar ba ta kawo mu inda muke yanzu ba."

"Maimakon su yi rubu'in abin da ya kamata, sai suna yin rubu'in akasin hakan," Bilkisu ta taimaka mata.

Ga dukan alamu 'yammatan nan sun ruɗa Alhaji, amma duk da haka dai ya amsa masu da cewa, "Na yi imani da Allah, ina salla sau biyar a rana, ina azumin watan Ramalan, ina zuwa aikin hajji kowace shekara, ina fitar da zakka...Shin ba abin da ake son in yi ba ke nan? Me kuma kuke bukata?"

Amina ta ɗauke numfashinta. Amma ta san halin ƙawar tata Fatima. Kamar goshin jirgi take... "Ina aka ce ka tsare mutane don kurum ba ra'ayinku iri guda ba? Ina aka ce ku riƙa satar kuɗin hukuma don amfanin kanku?" Ta yi shiru tana jiran amsa, amma sai Alhaji bai ce uffan ba. Fatima ta ci gaba da buɗe wuta. "In muka lura da ƙasashen Turai, su ma ai suna bin Addinin Musulunci ba tare da suna da Musulmi tsagwaronsu ba. Amma a ƙasashen Musulmi, muna da Musulmin amma babu Musuluncin. A ƙasashen Turai kowa yana yin abin da ba ya tsoron kowa ya sani, yana tsare gaskiya, ga dagewa tuƙuru wajen neman ilimi, ga tsafta, girmama rayukan mutane, dukiyarsu da mutucinsu da dai sauransu. Dubi tamu al'ummar – me za ka gani? Zaman kashe-wando, cin hanci, kwaɗayi, ragaita ba gaira ba dalili, ƙyale jahilci ya mamaye rayurwamu, danne hakkin mutane. In jero maka wasu ne?"

"Amma kuma a Turai ɗin da kike faɗi sun mayar da giya kamar ruwa, ba su yin salla, kuma ba su auren mata fiye da guda," Alhaji ya motsa da nasa bayanin.

"Amma duk da haka kuke ba su amincin kare rayuwarku da dukiyarku. Da kun ɗan ji ciwo, sai ku ruga wajensu da sunan neman magani. Har targaɗe ma can kuke kaiwa. In kun yi kuɗi, gare su kuke zuwa ku ce su ajiye muku. Bankunanmu ba su da amfani, a ganinku." Fatima ta girgiza kanta, abin haushi ya ishe ta. Alhaji ya rasa ta cewa, ya tattara ɗan abin da ya sawwaƙa na mutuncinsa ya fita yana murmushi kawai. Ya ga abin da ya ishe shi. Fatima ce ta fara magana, ta yi maganar kuwa a ruwan sanyi, "Ku sha kwaraminku...amma kuma yau wannan wurin bai dace ba da taronmu. Akwai wani abokin gaba na wani ajin daban na kusa da mu." Dukansu suka ƙyalƙyale da dariya – har da Amina.

"Kun san abin yi?" Bilkisu ta tambaya. "Ku zo mu je gidanmu, tun da mahaifina ya tafi London."

"Ashe ba Makka aka ce zai fara zuwa ba?" Amina ta tambaye ta.

"Alhaji ya yi kure ne. Zai fara zuwa London ne don ya sa hannu a kan kwangilolin nan na je-ka-na-yi-ka, daga nan ya sami nasa kason da na 'yan'uwan ɓarnarsa daga wannan ɗin ya ajiye a bankin su 'yan barandan dai. Daga nan fa wai zai wuce umra a Kasa Mai tsarki," Bilkisu ta ba su bayani.

"Inda yake fatar Allah Maɗaukakin Sarki Ya yafe masa zunubansa. Can a jiharsu kuma a bar talakawa da kayan biyan bashi. Kura da shan duka, shi gardi kuwa da karɓe kuɗi. 'Yan iska!" Fatima ta faɗi cikin fushi.

"Amma kuma ai shi mahaifinki ne. Ba ki iya watsi da shi," Rebeka ta ce mata.

"Ba watsi nake da shi ba. Gaskiyar maganar nake nunawa. Na san me yake yi, shi da sauran 'yan'uwansa. Kar ku damu, na girma, kuma ba da daɗewa ba zan yi aure," Bilkisu ta ce, tana murmushi.

"A'a, ki lura fa. Ki bar murna karenki ya kama zaki...Za ki tashi ne daga wannan ɗan damfara ki koma ga wancan – za ki bar tsohonki ɗan siyasa ki auri soja. A nan kowane soja yana fata ya yi mulki, ko da yake a inda aka horar da su, watau Ingila da Amerika, ayyukan da sojoji suke wani abu ne daban baƙin-ciki. Mu kam muddin bakin bindiga na nan, ai mu talakawa ba mu tsira daga gare su."

"Kai! Ya fa kamata mu gane gida," Bilkisu ta ce wa 'yan'uwanta, ganin cewa lallai Amina tana cikin hali na matsi. Da Fatima za ta fita, sai ta miƙa wa Amina jakar leda cike da littafai. Ta karɓa da godiya ta baje a kan gado. Ko rakiya ta kasa yi masu.

71

7

Amina tana cike da mamakin daga ina Fatima ta samo ƙarfin fuskantar Alhaji? Ta yaya ta sami wannan fasaha? Ai fa daga nan sai ta fara nutsa cikin karanta littafai. Ta sami wani mai sayar da jaridu da mujallu ta ce masa ya riƙa kawo mata a kai a kai. Takan zauna ta karance su sarai, ba tsumbure. Bugu da ƙari akwai wani littafi da Fatima ta ba ta mai suna *The Wretched of the Earth*, watau Wulakantattun Duniya, wanda Frantz Fannon ya rubuta. Shi ma ta duƙufa karanta shi, duk da yake ba dukansa ne take ganewa ba. Wasu kalmomin da ra'ayoyin sun sha mata kai. A yau jaridun da mujallun sun iso. Ta karanta su gami da littafan da ke gare ta...amma a gaskiya ta kasa mai da hankali ga abin da take nazari. Ganin haka, gami da 'yar gajiya, sai kawai ta miƙe bayanta a doguwar kujerar da take zaune nan falonta.

Jim kaɗan ta ga wannan ma ba zai kai ta ko'ina ba. Sai ta ɗauko tarin hotunanta ta shiga baza su tana kallo. Tuna baya shi ne roƙo, in ji masu magana. Wasu kuma sun ce kowa ya tuna bara, bai ji daɗin bana ba. Ta hotunan ne ta tuno da tsoffin abokanta na kusa da na nesa, 'yan'uwa da wuraren da ƙafafu suka taka. Mutanen da kwanan nan suke kusa da ita yanzu sun kasance can nesa, kamar ma suna wata duniya ta daban ne, sun fice daga rayuwarta. Ɗaya daga cikinsu ya sa ta nutsa cikin kogin tunani. Ranar da ake rantsar da ɗalibai ne a jami'a, tana saye da rigar karɓar digiri kamar dai sauran ɗalibai. Mutum guda ɗan ajinta shi ne Muktar Khalid. Abokinta ne na kusa amma ba masoyi ba. Dangantakarsu ta yi armashi, ko da yake ba ta yi tsawo ba. Sun fara saduwa ne lokacin da suke kwas ɗinsu na share fagen shiga jami'a. Wata ran shi da Ɗanbaƙi, masoyin Fatima, bayan sallar Isha'i, sun kawo masu ziyara. Ɗanbaƙi ya gaya masu cewa shi fa ya yi niyyar shiga zaɓen Kungiyar Ɗalibai. Fatima ce aka naɗa mai ba da shawara game da wannan matsala, shi kuma Muktar aka ba shi manajansa na kyamfen. Amina ta dubi yadda abin zai kasance: Yaya za a yi a ce mutum wanda yake shiru-shiru haka kamar Muktar ne za a ba shi kula da cin zaɓe? Wannan a jami'a aiki ne na 'yan ta da zaune tsaye, kusan ma a ce mutane marasa kunya, masu kutse-kutse. Kusan kullum takan ga shi Muktar ɗin, a ƙarshe kuma Ɗanbaƙi ya ci zaɓen ya haye kujerar Shugaban Kungiyar Ɗalibai na Jami'a.

Bayan zaɓen sai kuma ya kasance ganin Muktar fa sai jefi-jefi. Dalilansa kuwa, a koyaushe, su ne yana ta fama da harkokin siyasar jami'a ne. Bugu da ƙari shi gwanin wasannin guje-guje da tsalle-tsalle ne. Ta kuma tuna cewa shi haziƙi ne na gaske, mai daɗin hulɗa da jama'a, kuma ya san inda ya sa gaba. Sai dai kuma abin takaici ne na gaske da aka kore shi daga jami'a wai don rawar da ya taka a wata zanga-zanga da ɗalibai suka yi. Yana da rangwamen shekaru ƙwarai a ce an raba shi da wannan muhimmin abu da ya yi haƙilon samu, iliminsa. Ba a yi masa adalci ba. Kamata ya yi da a ɗage shi na shekara guda. Amina sai ta ji kamar tana da hannu a al'amarin, ya kamata a ce ta taimaka masa, "Kila da na yi wani abu a kai da ba haka ba," ta yi magana a zuci. "Kila da na same shi na yi masa magana. Ya yi watsi da harkokin siyasar jami'a ya mayar da hankali ga abin da ya kawo shi, wato karatunsa. Amma kuma ai kila da ba zai ma saurare ni ba. Shi ma kamar Fatima ne, tsayayye ne in dai maganar siyasa ake. Amma kuma ai a ce namiji kamarsa ya faɗa wannan hali ba daɗi. Da sauran tafiya a gaban 'yan mazan. Wa ya san abin da gobe za ta haifar?" Amina ta yi 'yar dariya da ta tuno da alkawarin da suka yi da Muktar cewa duk ranar da suka sauke karatu a jami'ar za su ɗauki hoto tare. "Kaiconmu! Ga shi kowannenmu bai kai ga wannan zangon ba. Allah Ya sani zan so in sake ganinsa, in gaya masa yadda na damu da shi, in mara masa baya. In ya taɓa so na da can, bai fa nuna hakan ba. Ni kam na san na ƙaunace shi. Kullum ina ta mafarki da shi – kyakkyawa, fari, mai kyawun ƙira, masanin al'adunmu, wanda yake iya kasancewa miji son kowa ƙin wanda ya rasa. Yakan ta nuna tamkar bai san ina sonsa ba, amma ni san ya san haka." Ta miƙe tsaye, tana ji tamkar za ta yi kuka. Ta mayar da hotunan inda ta kwaso su cikin wani akwati na musamman.

Haka kwatsam sai ta tuno da wata fosta da Fatima ta ba ta. Ta ɗauko ta warware ta shimfiɗa a ƙasa, ta miƙar da ita tsaf. Daga nan ta dubi in da ya fi dacewa a ɗakinta ta kuwa ce nan za ta manna.

Huɗubar Karshe ta Manzon Allah, mai tsira da aminci

Ya ku jama'a, kamar yadda kuka ɗauki wannan wata da rana da wannan alƙarya masu tsarki ne, to, ku yi riƙon amana ga rai da dukiyar kowane Musulmi. Ku mayar da amanonin da aka ba ku ga masu su. Kada ku cuci kowa don gudun ku kada a cuce ku. Kada ku ci riba, an haramta maku wannan. Ku taimaki matalauta, ku yi masu sutura kamar yadda za ku yi wa kanku sutura. Ku tuna! Za ku bayyana gaba ga Allah ku amsa duk abubuwan da kuka aikata.

Ku kula! Kada ku kauce wa hanya madaidaiciya bayan ba ni. Ya ku jama'a! Ba wani manzo ko annabi da zai zo bayana kuma ba wani sabon Addini da zai bayyana.

Lallai akwai ku da wasu hakkoki bisa matanku, amma kuma su ma suna da wasu hakkoki a kanku. Ku kula da su sosai don kuwa su ne masu mara maku baya, abin dogaronku.

Ku zurfafa tunani game da abin da nake cewa. Na bar maku abu biyu – Alƙur'ani da Sunnata. In kun tsayu a kan waɗannan ba za ku halaka ba.

Ku saurare ni sosai da sosai. Ku bauta wa Allah, ku tsai da salla, ku yi azumin watan Ramalan ku kuma fitar da zakka.

Dukan muminai 'yan'uwan juna ne; suna da hakkoki a kan juna daidai wa daida. Ba a yarda wani ya dauki abin wani ba da izininsa ba.

Ba wanda ya fi wani sai fa wanda ya fi tsoron Allah.

Duk wadanda suke nan su sanar da wadanda ba su nan, har ta kai ma su sanar da na gaba, har al'amarin ya kai ma mutane na karshe su fahimci kalamina fiye da wadanda suka saurare ni kai tsaye.

Ya Allah, Ka shaida na isar da sakonKa ga mutanenKa.

An kwankwasa kofa. Kafin Amina ta ce wani abu sai ta ji muryar dan yaron nan Abdullahi, "Assalamu alaikum. Amarya, in shigo?"

Ta yi murmushi, "Alaikumussalamu." Ta tashi ta je ta bude masa kofa.

"Amarya, yaushe Fatima za ta sake zuwa?" Abdullahi ya tambaye ta.

"Matar taka za ta zo gobe ko jibi, amma in har ka kosa ka gan ta ne, sai in je jami'a in kira ta. Maigida ya motsa!"

"Abin ba na zafi-zafi ba ne. So nake in san shekarunta da kuma na 'yarta."

"Ah, wannan kuma ai tsakaninku ne. Ba ni shiga sharo ba shanu. Kana nufin ba ka ma san shekarun matarka ba? Kai!" Amina tana zolayarsa.

"Ita fa ba matata ba ce, ba kuma za ta taɓa zama matar tawa ba," ya ce, da ji iyakar gaskiyarsa, yana kuma murmushi. "Amarya, ke ma ina da wata tambaya ta musamman da nake son in yi maki."

"Zan gaya maka shekaruna tun ba ka tambaye ni ba."

"A'a, ba wannan ya dame ni ba. Abin da nake son in sani kawai shi ne me ya sa kwanan nan kike ta yawan barci fiye da da? Ba ki da lafiya ne?"

"Lafiyata lau. Ina kuma godiya da ka nuna damuwarka. Amma kuma game da canjin da jikina yake yi, da kuma yawan barcina, sai ka tambayi Fatima in ta zo. Kun fi kusa."

"A'a! Ke me zai hana ki gaya mani?"

"Saurara a hankali. Idan mace tana da ciki, tana bukatar ƙarin hutu. Shi ya sa take yawan barci."

"Na gode," ya ce mata, ya ruga da gudu ya fita.

A cikin yaran gidan Alhaji, Abdullahi ne ya fi kusa da Amina. Ta fi shaƙuwa da shi. Kullum yakan riƙa tambaya game da abubuwan da suka shafi rayuwa. Yakan zo gare ta don ganin ko dai tana da ilimi ko kuma shirye take ta amsa tambayoyinsa, waɗanda ba ya iya tambayar mahaifinsa ko sauran matan gidan. Kwanakin baya ya yi wa Amina wasu tambayoyin da a zahirin gaskiya ta kasa ba shi amsa kai tsaye. Cewa yake, "Shin me ya sa Baba yakan ce kada in kuskura in amince wa mace? Da gaske ne da mata da karnuka da jakuna suna ɓata salla? Me ya sa ake hana mata su yi salla tare da maza a masallatai? Me ya sa ba a aikawa da 'yan'uwana mata makarantar Islamiyya?"

A ƙarshe dai Amina ta kasance ita kaɗai, daga ita sai tunanin da ke gudana a zuciyarta. Hankalinta ya koma kan cikinta da mahaifiyarta. Mace ce tsayayya, mai ƙarfin hali, mai jimirin aiki. Ita ce mata ta fari a gidan, tana son ba wai 'ya'yanta kawai ba, har da na kowa ma daidai wa daida. Ba ta nuna bambanci. Tana son Amina ƙwarai kuma ta sa ido a kan rayuwarta. Duk wani abin da ta yi tana lura da shi – ba ta suka sai dai gyara gami da mara mata baya cewa tana kan hanya madaidaiciya in yin hakan shi ne ya dace. Ba wai tana shagwaɓa ta ne ba, illa iyaka dai tana yin duk abin da uwa tagari za ta yi wa ɗiyarta da take ƙauna ne. Da ɗai duniya ba ta yarda mijinsu ya doki kowane yaro a gidan. Sau da yawa takan ce wa Amina, "Idan kika girmama kanki, mutane ma za su girmama ki."

Amina ta tuna da irin goyon bayan da ta samu daga mahaifiyarta yayin da take firamare. Ita ce ma ɗiya ta farko da ta samu wannan dama ta halartar makarantar boko; yayyinta mata biyu su kam aure aka yi masu. Game da ita Amina mahaifiyarta ta yi ta magana game da ilimin ɗiya mace, tana cewa muhimmin gaske ne. Saboda haka don Allah Ya bari ta yi makaranta. Takan ce wa Amina, "In kin yi ilimi, za ki sami arziki ki kuma sami damar taimakon ba kanki kawai ba, har da sauran jama'a. Bugu da ƙari, ki ma san ina duniya ta dumfara." Ribar zuwa makaranta da Amina ta fara nuna wa mahaifiyarta ita ce ta koya mata rubuta sunanta. Kar ka so ka ga murna wajen wannan gyatuma. Da farko farko dai haruffan a karkace suke, ko da yake ana iya karantawa: M A R Y A M U. Da Amina ta gama firamare, mahaifiyar ta nuna mata tana son ta ci gaba; tsohonta ma ya yi na'am da haka. Inda fa aka yi ƙadagi shi ne da Amina ta gama sakandare. Shi uban yana son ta yi aure nan take, zance ya ƙare, ita uwar kuwa tana son ta ci gaba zuwa jami'a. Burinta, in ji ta, shi ne ta ga ɗiyarta ta zama mace mai cikakken ilimi. Da uban ya nemi ya yi wa Amina auren dole ba tare da ya ma shawarci uwar ba, sai uwar ta gwammace ta yi yaji da ta zauna ta ga Amina ta faɗa irin halin da ita da yayyin Amina suka sami kansu.

"Kai! An ji jiki fa," Amina take magana a zuci. "Baba ya riga ya karɓi sadaki har ya sa ranar aurena, amma Mama ta yi ƙememe ta ce ba ta yarda ba. Ni har na soma tunanin in gudu, sai dai kuma abin ban haushi, ba ni da inda zan gudu; na gwammace in kasance kusa da Mama. Baba ya mayar da sadakin da ya karɓa, amma kuma ya ce ba shi ba biyan kuɗin makaranta ko kuma ya ba ni kuɗin kashewa muddin na ce ni jami'a za ni. Mahaifiyata ba ta da wata sana'a, saboda haka ba wani abu da ke shigowa gare ta da sunan kuɗi...Saboda haka sai ta sayar da kayayyakin da ta mallaka, musamman ma dai kayan gararta don biya mani kuɗin kasancewata a jami'a a shekara ta farko. Yayyina mata su ma sun bayar da tasu gudummawar. Na yi iyakar ƙoƙarina in nuna wa mahaifiyata matsananciyar ƙauna da ɗiya ke iya nuna wa irin su Mama. Har yanzu ina tuna abin da ta taɓa faɗa mani wata ran, "Amina, ke kamar wata babbar alama ce ta ilimi da haske. Kina ji ne kamar wani dogon itace, wanda ya fi duk sauran itatuwa tsawo. Kina iya hango nesa tantarwai. Kina da gurace-gurace masu kyau, amma kuma shin kina iya ganin sun samu? Shin haƙa za ta cim ma ruwa?" Na ce mata in Allah Ya yarda ina iyawa, ko da yake a lokacin da take maganar ba wai na gane gundarin me take nufi ne ba.

"Haka kwatsam ran Litinin sai ga Kawu Ali ya zo wajena a jami'a ya ce mani Mama ta rasu. Nan take duniyata ta rushe. Na yi makwanni ba ni cikin hayyacina. Har yau ina jin wannan rashi nata. Abin kamar ina cikin ɗan kwale-kwale ne a tsakiyar babban kogi, ya kife da ni. Ana cikin wannan hali ne mahaifina ya ga ya sami damar ya aurar da ni yadda yake so. Miƙa ni kawai ya yi ga Alhaji Haruna. Ni fa ban ma san shi ba sai ranar da na zo gidansa! Amma kuma ai alkawarin da na yi wa mahaifiyata in Allah Ya so ina cika shi. Na san ba dukiya gare ni ba, amma kuma ai in da rai da rabo...in na haifi ɗiya..." da wannan ne fa barci ya kwashe Amina.

Ta farka ne a kan ɗakin da duhu. Tana buɗe wundo sai iska mai sanyi ta buge ta, ta ɗaga labulen sama. Can waje kuwa samaniya ta haɗe, hadari ya kankama. Aka buga tsawa, irin wadda takan ba Amina tsoro; ta yi wuf ta janye jikinta daga tagar. Ta kunna fitila sai ta ga tsire a takarda, ga goro biyar farare, ga lemu da ayaba masu kyau a ido. Da ganin haka sai ta ɗauka lallai mijin nata ya shigo yayin da take barci.

Sai aka fara yayyafi...daga baya ya zama ruwa sosai da sosai, rufin ɗakin yana amsawa, iska na rugawa ta ko'ina. Ta tashi ta rufe tagar da ta buɗe. Tana juyowa daga nan sai ga Alhaji Haruna ya shigo. Ga alama yau yana jin farin-ciki, kuma yana sha'awar al'amuranta. Ya ɗauki biyu daga cikin littafanta yana duddubawa...

"Kin dai zama malam-buɗe-littafi. Karatu ba kama hannun yaro. Wannan littafin ya ban sha'awa," ya nuna mata wani da aka rubuta a kan auren mata da yawa a Musulunci.

"Na karance shi," ta ce sama-sama.

"Wannan fa?" ya tambaye ta, yana nuna wani da ke maganar yadda Turawan mulkin mallaka suka danne Afirka, suka hana ta ci gaba da gangan. Ya kalli sunan marubucin da aka rubuta a bangon littafin, yana hidimar tayar da baƙi don ya faɗi sunan. "Marubucin shi wane ne?"

"Fatima ta karanta littafin. Ta san wani abu game da marubucin," Amina ta amsa masa a gajiye.

Ya sake karanta sunayen wasu guda biyu daban. "Su kuma waɗannan fa? Me suke magana a kai?"

"Labaru ne daga wani marubuci mutumin Kenya mai suna N'gugi wa Thiongo," ta amsa masa.

"Fatima takan karanta irin waɗannan? Ko ma mu ce duk ta karance su?" Alhaji Haruna ya ci gaba da dudduba sauran littafan. "Yarinyar nan Fatima ta cika tsaurin kai, in har dai tana iya gamawa da ƙaton littafi

81

kamar wannan," ya ɗauki wani babban littafi da Kal Maks ya rubuta. "Kwana nawa ke za ki yi kafin ki karance wannan?" ya tambaye ta.

"Na fara karanta shi, na ji ba ni fahimta ƙwarai. Ina zaton yana magana ne game da yadda ake sarrafa kuɗi, tattalin arziki da dai sauransu."

"Aha! Wannan shi ya kamata ki karanta, tun da ina son ki shiga bizines nan ba da daɗewa ba."

"Amma ka san ina da ciki," ta ce masa, cike da mamaki.

"Kwarai kuwa. Ina sane," ya sa hannu ya ɗauki wani littafin. "Wannan game da Afirka ta Kudu ne. Ga Nelson Mandela da gani. Shi ya sa nake son Shugaban Kasarmu. Kin san shi ma ba ya son wariyar al'umma."

Amina ta yi ƙoƙarin ta nuna masa cewa a Nijeriya ɗin ma ai akwai wariyar al'umma da kuma nuna bambanci iri-iri. Amma kuma da gani Alhaji ya yi watsi da abin da ake magana ma. Ya ajiye littafan ya fita ɗakin. Amina ta himmatu da gyara zaman littafan. Tana cikin hakan ne Kulu ta shigo, da gani ta ƙurashe adaka, tana saye da kaya masu tsada.

"Kai! Yau fa ba dama. Kin caccake. A Kano kika sayo waɗannan?"

"A'a, daga Legas ne," ta amsa mata, cike da fariya, tana jujjuyawa don Amina ta ba ido alhakinsa.

"Da gani ba ƙaramin kuɗi kika kashe a kan bulawus ɗin nan ba," Amina ta ce, tana taɓawa.

"Ni kam nakan so abubuwan burgewa," Kulu ta ce haka galala. "Tafiyata ta yi armashi. Na share kayana daga kwastan, na sayar da su a nan Kano, na sami riba mai tsoka."

"Kai, madalla."

Kulu ta ci gaba da surutu game da shirinta na buɗe gidan marayu, ta sayi mota sabuwa, ta kuma gina maninƙaya a gidanta. Zuba dai take ta yi. Da ta numfasa Amina ta ba ta labarin irin takun saƙa da suka yi da Alhaji.

Ai fa nan take Kulu ta faɗi ra'ayinta, ba da wata tantama ba. "Amina, wallahi wannan duk laifinki ne. Ke 'yar dagaji ce. Ko gobe kuɗi kam yana saya wa mutum ƙauna, farin-ciki da komai ma. Akwai wani boka a ƙauyen Dimbi. Ki zo mu je wajensa ya harhaɗa magunguna da turaren da za su sa ki shawo kan Alhaji, ya zamana ba ya gani kan kowa da gashi sai naki. Ke, ba a zama haka kawai fa! Sai kin tashi tsaye. Mu je wannan Jumma'ar," Kulu ta ce mata.

Da Amina ta yi shiru ba ta ce komai ba, sai Kulu ta zura mata ido, ta kuma canza abin da ake magana. Da muryarta ƙasa-ƙasa, ta ce, "Ina labarin ita Fatima? Ki kula da yarinyar nan. Ita ce fa danja baƙin-ciki. Gaskiya ina baƙin-cikin saninta. Tana da kyau da dukiya amma ba ta san yadda za ta sarrafa su ba, ta ci ribar rayuwarta. Sha-ka-tafin banza! A karin banza sai ta ce wai ita wanda take so shi ne wani yaro ƙazami mai ƙasumba wai shi Ɗanbaƙi. Ba ki ma ji sunansa ba? Me ake da wannan? Yaron da bai ma san ina duniya ta nufa ba? Su dai kawai su yi yamutsi a jami'a da sunan suna yuniyon. Amina, wallahi ina son in ba ki shawara tsakani da

Allah. Kada ki bari Fatima ta riƙa ce maki ga abin da za ki yi, ga abin da ba za ki yi ba. Tana iyawa. Yadda kika san Iblis haka take. Harshen nata ba shi da kyau...tana iya nuna maki cewa lallai madara baƙa ce. Ki kula da gaske, ƙawalliya."

Kamar dai Kulu ta rasa abin yi, sai ta sa hannu a jakarta ta fito da bandir na kuɗi ta shiga ƙirgawa. Ta ƙirge shi kaf Amina tana kallonta. "Nakan so ƙirga kuɗi, nakan ji daɗi in na yi haka," Kulu ta ce ba tare da an tambaye ta ba.

Can waje sai suka ji alamar ana hawowa benen. Kafin ai haka sai aka ƙwanƙwasa ƙofa kuma suka ji muryar wadda suka sani tana cewa, "Na san ni kyakkyawa ce, saboda haka zan shigo kai tsaye," sai ga Fatima cikin ɗakin, ta tsaya tana murmushi. Da ta ga Kulu riƙe da bandir na kuɗi, sai ta fashe da dariya. "Wayyo Allah, Kulu! Zato kike ni ɓarauniya ce kamarki? Dubi yadda ta rungume kuɗi tamkar wani zai mata ƙwace! Tir da ke!"

"To, don Allah...ba na fa son wata fitina a nan," Amina ta ce.

"Abin da kika sato na yau ke nan?"Fatima ta tambayi Kulu.

"Halallina ne," Kulu ta gyara mata.

"A cikin wannan al'umma tamu hanya guda ce kawai ta samun arziki, sata, wadda ita ce kuma sana'arki," Fatima ta ci gaba da kai mata hari.

"Ke maƙaryaciya ce ta nuna wa sarki! Aiki na yi na samu. Gumina nake ci!"

"Wane gumi? Ke tafi can! Ki yiwo sumogal, ki tsawwala kuɗi, ki cuci talakawa, ki yi sata kai tsaye, sannan an yi magana kin ce wai guminki. Munafuka!"

"Ba ruwanki!"

"Da ruwana har da tsakina kuwa!"

"Ke kuma da kike bin samari fa?"

"Ko dai ki sa wa wannan harshen naki linzami ko kuma in biji-biji da ke!" Fatima ta yi wuf ta shaƙe wuyan rigar Kulu.

"Kai, ku tsaya fa. Ba na son faɗa a nan!" Amina ta ce masu, tana hidimar raba su.

"Kina kishin abin da nake da shi ne," in ji Kulu, tana ciccika.

Amina ta kurɓi ruwa don ta ji sanyi-sanyi. Kulu sai ta gyara rigarta ta shiga rera waƙa...

Wasu mata na kishina,
Wasu mata na kishina,
Wasu mata na kishina,
Kishin yawan kuɗina!

Fatima ta gintse numfashi. Ta sa hannuwanta a ƙirji. Ta ce, "Ji nan, Kulu, ke kin san in ina so zan fi ke da wannan mijin naki dukiya. Ba wata wahala. Ba ki da labarin kau da kara ne? Maganar kishinki ba ta ma taso ba sam!"

Kulu ta tashi tsaf ta dumfari ƙofa. Amina tana biye da ita. Kafin ta fita Fatima ta sake fizgo Kulu, ta jawo fuskarta kusa ta ƙura mata ido. "Kulu, na san me ke kawo ki nan wajen Amina. Kowa ma ya sani. Bari in gaya maki abin da ke zuciyata. Ba na son komai da kike yi, musamman ma dai yadda kike damfarar mutanen da suka amince maki. In da so samu ne, ni kam a ganina irinku a jingina su jikin bango ne a harbe kawai shi ya fi. Bata gari!" Ta ture ta.

"Kina dai tunzuro ni ne kawai," Kulu ta ce mata. Ta gyara tsayuwa. "Ba abin da kika iya sai ku yi ta ihu a jami'a kuna faɗin wannan ko wancan. Ina ba ki shawara ki ga likita don ya duba kan naki, don kuwa ke mahaukaciya ce, ba ki ma sani ba. A duniyar taku gidajen naku ma tobalin toka ne, kuna ta maganar wai za a yi juyin juya hali. Ba dai a ƙasar nan ba. In da *ni* zan sami yadda nake so, da an tara ku duka, ku da kuke kiran kanku 'yan gurguzu na jami'a, in gama da ku. Kaska kuke a cikin al'umma!" Kulu ta ingije Fatima, ta yi waje abinta kafin ta farga, ta bar su Amina da Fatima suna kallon juna.

"Me ya sa kike neman faɗa ne?" Amina ta tambayi ƙawarta.

"Ba na ƙaunar matar nan, Allah Ya sani," Fatima ta ce. "Don Allah ki yi haƙuri in ba ki ji daɗin abin da ya faru ba. Wallahi ta ci sa'a ne ma a nan muka haɗu. Da a wani wajen ne daban, da ba haka ba. Da na cyasa ta!"

"Da me za ki yi mata?" Amina ta tambaya cikin tsoro.

"Da ta gaya wa aya zaƙi. A jikinta zan gwada abin da aka koya mani na karate. Da na sake ma mummunar fuskar nan tata kamannu. Yaya Mai Faɗin Hanci?" Fatima ta tambayi Amina, sunan da take kiran Alhaji Haruna da shi.

"Yana lafiya. Ya ziyarce ni, ya kawo mani abin ci. Ya ga littafan nan."

"Me ya ce?"

"Ba wani abu. Amma har ya ba ni shawarar wai in karanta Kal Maks. Bai ma san me littafin ke magana a kai ba."

"Da kyau!" Fatima ta fashe da dariya.

Amina ta kwance ƙullin tsiren suka fara ci. Jim kaɗan Mairo ta yi masu sallama ta shigo ta zauna a ƙasa. Nan take ta fara ba su kanun labarun abubuwan da suka faru a gari. Ko da yake ita mai saurin baki ce, kuma sau da yawa ba ta dakatawa ta tabbatar ta jero jumlolinta daidai wa daida, abubuwan da takan faɗi ba na yarwa ba ne. Da farko dai cewa take ciwon 'yan rani fa ya mamaye gari. Wajen mutum 50 suka riga mu gidan gaskiya a makon da ya wuce kawai. Ɗiyar da take riƙe da ita yau da safen nan ne ita ma Allah Ya yi mata rasuwa sakamakon wannan ciwon.

"Allah Shi gafarta mata Ya kuma kare mu daga miyagun cututtuka irin waɗannan," Amina ta yi addu'a.

"Ji nan," Fatima ta ce, tana haɗiye naman da ke bakinta, "miyagun cututtukan nan fa suna da magani. Sau da yawa abin da yake kawo mace-mace shi ne irin mummunan halin da asibitocinmu suke ciki."

Mairo ta nuna alamar yarda da wannan magana ta Fatima, sannan ta ci gaba da labarin matar da ta rasa ranta saboda 'yar gardama da ta sarƙe tsakaninta da mijinta. "Ita matar kafinta ce. Jiya ya ba ta Naira ashirin wai ta yi cefane. Ta ce ba fa zai isa ba saboda hauhawar farashin komai da komai. Suka yi ta jayayya, har ta bi shi zuwa wurin aikinsa. Ya ce ta koma gida, tun da ana fa batun kulle ne. Ita kuma ta dai dage. Da ya yi fushi sai ya ɗauki hama ya buge ta a ka. Yau ta mutu a gida."

Amina ta ja numfashi amma ba ta ce komai ba. Ita kuwa Fatima ai wuf ta yi, tana da ta cewa. "Waɗannan duk alamu ne na fushin majiɓari. Kuma sau da yawa mu mata abin yakan ɓare a kanmu – kuma ba ruwan abin da matsayinki, sana'arki, arzikinki da dai sauransu. Namiji yana fama da danniya, bai san ta ina ma ake danne shi ba. Ana kai shi bango yana dawowa, bai ma san mai kai shi bangon ba. Kullum yana cikin fushi, fushin yana ta ɓaruwa...to, can fa idan abin ya kai la haula, ba kyawun gani yakan yi ba. A cikin wannan hali da yake, da zarar wani ya ɓata masa rai ɗan ƙyas, shi ke nan. Sai sama da ƙasa su haɗe. Wannan da ya ɓata masa rai zai kwashi kashinsa a hannu. Shi ya sa sau da yawa za ki iske irin wannan hali a tsakanin talakawa ne, waɗanda abin ya fi shafa kuma su ne mata."

"Larai ta dawo," in ji Mairo, tamkar Fatima ba ta ce komai ba.

"Wace ce Larai?" Amina ta tambaye ta.

"Haba, matar talakan nan da na taɓa gaya maki cewa an kwantar a asibiti, watanni da dama da suka wuce?"

"To... Yaya jikin nata? Ta sami sauƙi ko?"

"Ita kam ai tsallake rijiya da baya ta yi. Amma dai har yanzu tana yoyo," Mairo ta ce, ta miƙe tsaye. "Kun ji, ina da wasu wuraren da nake son in je. Mu kwana lafiya. Allah Ya ba mu alheri."

Amina ta sa hannu a ka ta fara warware kitsonta.

"Ina labarin Mai Faɗin Hanci? Ba zai dawo ba ne?" Fatima ta sake tambayar Amina.

"A'a, ai a gidajen 'yan Majalisa yake kwana."

"Na ce ba? Wai shin wace ce wannan Larai kuma me ya same ta har ta kai ga gadon asibiti?" Fatima ta tambayi ƙawarta.

"Tana cikin irin 'yan yaran nan ne da akan yi musu aure tun jikin bai yi ƙwari ba yadda za su iya haihuwa. Da wuya su tsira daga ciwon yoyon fitsari in har sun haihun a wannan tsakani," Amina ta ba ta bayani.

Fatima ta kama hannuwa biyu na Amina, ta zura mata ido, ta ce, "Don Allah ki je ki ganta. Ya yiwu kina iya taimaka mata. Kamar yadda kakata takan riƙa gaya mani – idan kika taimaka ma wasu suka biya burinsu, ke kuma Allah Zai biya maki burinki."

"In Allah Ya so zan ƙoƙarta," in ji Amina, tana ganin kamar abin bai shafe ta ba. Daga nan ta tambayi Fatima, "Yaya Ɗanbaƙi?"

"Ah, masoyin nawa? Yana nan lafiya lau."

"Ya aske ƙasumbarsa?"

"A'a, ai tana masa kyau. A gaskiya ni ma haka na fi sonsa."

"Kun tattauna me kuke son ku yi a zamanku tare?"

"Kwarai kuwa. Ɗanbaƙi yana son mu yi aure, amma ni kuwa ina jin tamkar lokaci fa bai yi ba. Ina farin-ciki game da halin da muke yanzu, ina kuma jin cewa da sannu zan yi na'am da abin da yake so." Fatima ta ɗan dakata, ta rufe idanunta irin na mai zurfafa tunani, ta ci gaba da magana, "Wannan karon zan auri wanda nake so, nake ƙauna. Ina fata Allah zai albarkace mu da 'ya'ya."

"Kin ga Muktar kuwa 'yan kwanakin nan?" Amina ta tambaye ta.

"E, jiya ma yana jami'ar. Ya ce in miƙa maki dubun gaisuwa."

"Me ya zo yi a jami'ar?"

"Ya zo ganin Rebeka ne," Fatima ta ce, tana murmushi. "To, na ji. Bari dai in gaya maki gaskiya. Shi yanzu ɗan jarida ne ya shigo jami'ar don bin sawun wani abin da ake yi ne. Daga baya ne ya leƙa wajen sabuwar masoyiyarsa," Fatima ta kawo bayani. Ba ta lura da ɗan canjin da aka samu ba a fuskar Amina yayin da ta faɗi hakan. Suka dai ci gaba da shan shagalinsu, ga iska mai sanyi na wannan dare, ga taurari can a sama suna kasafin gabansu. Bayan sun gama sallar isha, sai Amina ta miƙa kanta ga ƙawa don ta kama mata. A cikin wannan halin ne Amina ta yanke shawarar ta tambaye ta wani abu da yake ta damun ta.

"Fatima, gaya mani don Allah, me kike samu in kin karanta littafai?"

Fatima ta yi shiru na ɗan lokaci. "Muddin kina karanta littafai za ki ta samun ƙarin ilimi game da rayuwa ita kanta da kuma mutane da kike tare da su. In kin yi karatu za ki ji sayau a zuci ki kuma samu daɗin basira game da al'amura, ki daɗa fahimtar abubuwa, musamman ma dai waɗanda da can ba ki ma gane su sosai da sosai ba. Tun da mutane ne ke rubuta littafan, in kin karanta su kina jin ashe lallai kina tare da sauran 'yan Adam. Ni kam, gare ni littafai tamkar 'yan jagora ne masu nuna mani cewa ashe dai ba ni kaɗai nake ba a cikin harkokin gwagwarmayar rayuwa. Ta su littafan ne dai nake daɗa fahimtar inda duniya ta nufa, ire-iren canje-canjen da take kawowa; ta haka sai in san lokacin da zan lanƙwasa tare da iskar canji, da lokacin da zan kauce don gudun kada a murƙushe ni. Gidana lafiya ke nan. Amma kuma dole ki yi karatun da tsentseni, kina lura da gaske game da abin da marubutan ke faɗi, wani kuɗi, wani bashi ne. Mafi yawan littafan da ke cikin ɗakunan karatunmu duka fanko ne, ba ki samun wani ilimi daga gare su..."

"To, na ji wannan. Wa ya yi kaye a muhawararku ke da Bature?" Amina ta tsunke wa Fatima bayani.

"Ni na yi," in ji Fatima, tana murmushi. "Kash! Ina ma da kin tsaya har ƙarshe? Ai na burge kowa ran nan. Komai ya tafi daidai yadda ake so. Masu sauraro suna ta tafi. Bakwai daga cikin tara na alkalan ni suka ba ƙuri'a."

"To, ina alkawarinsa da ya yi?"

"Ana gama muhawarar ya taya ni murna, ya tambaye ni sunayen waɗanda aka tsare saboda harkokin siyasa. Shagargari na ba shi, shi kuma kai tsaye ya tafi wajen Gwamna. Ban san yadda aka yi ba, amma cikin 'yan awowi kaɗan sai aka sako su duka."

"Abin da ban mamaki ko? Mutane nawa aka sako?"

"Fursunoni goma sha biyu da aka tsare ba bisa hakki ba."

"Ina maganar sukolashif?"

"Wannan ma ya fi ban sha'awa. Ya yi alkawarin ɗaukan nauyin ɗalibai, amma muna nan za mu tsara yadda za a gudanar da hakan. Ya ce ni yake son in kula da asusun bayar da taimakon na sukolashif. Mako mai zuwa zan bayar da yadda nake son tsarin ya kasance. Ina jin zan kira shi Asusun A'isha ne. Ya ba ni kuɗi mai yawa in sayi littafai don rabawa ga ɗakunan karatunmu da kuma makarantu a wannan Jiha. Mu kam kakarmu ta yanke saƙa! Har ma ta sayar!"

"Ashe a yanzu a shirye kike ki yi aiki hannu da hannu da Bature?"

"Kwarai kuwa, in har dai mutanen Jihar za su amfana."

"Gaskiya ni na ɗauka ba zai yi komai ba."

"Na san nakan uzzura wa Bature, amma kuma ai kar ta san kar ne. Kare ya san dila, shi ma dila ya san da kare. Bature mai tsayuwa ne a kan aƙidarsa, ya kuma san inda ya dumfara har kullum, ga shi da jimirin hulɗa da mutane. Ina ma da za mu yi koyi da shi?"

Suka ci gaba da zama shiru, cikin zurfin tunani. Can Fatima ta ce, "A ganina ya kamata mu waiwaya baya, mu dubi tarihinmu, mu ga wai shin a al'adance mene ne namu da muka mallaka tun can farko, mene ne ya shafi shari'ar Musulunci tsintsa kuma mene ne su al'adun Larabawa suka shafa da aka shigo da su cikin al'ummarmu? Mu tsaya mu rarrabe abubuwa. Shekaru da dama da suka shuɗe, abin takaici, duk an cakuɗa komai – kuma matanmu suka fi kasancewa cikin wahalar sakamakon hakan." Fatima ta ɗan dakata, sannan ta ci gaba, "Labarun da muka ji daga bakin Mairo suna da ban tausayi, amma kuma ai ba wasu abubuwa sabbi ne ba. Kowa ya san su. Kullum muna jin labarun tashin hankali nan da can, wani lokaci ma har da kisa. Sai dai kuma abin takaici a koyaushe shi ne masu kisan sai a sake su ko da an kama su, ko kuma su kashe mutum kamar sun kashe kiyashi. Duk dokokinmu sun yi idon uwar shegu game da hakkokin mata."

Fatima ta sake yin shiru, tamkar tana son Amina ta ajiye abin da aka faɗi a zuciyarta tsaf tukuna. Sannan ta ci gaba da ce mata, a hankali, "Amina, wallahi ba shi yiwuwa ki zama 'yar kallo kawai. Abin fa mu ya shafa. Hakkinmu ne mu san yadda aka yi muka canja al'amura don kyautata rayuwar mata."

"Assalamu alaikum," suka ji ana sallama a bakin ƙofa, gami da ƙwanƙwasawa.

"Alaikumussalam wa rahmatul Lah," Amina ta amsa. "Bismilla, shigo."

Wani dattijo mai farin gemu ne ya buɗe ƙofar ya shigo a hankali, kamar yana sanɗa. Ɗan'uwan Alhaji Haruna ne. Ya ce masu, "Na zo in gaishe ku ne kawai. Mun gaggaisa da sauran matan. Duk da yawan shekaruna na dagara dai hakan nan na hawo benen."

"Kai, madalla. Barka da war haka. Zauna mana..." Amina ta nuna masa kujera.

Dattijon ya zauna, ya dubi Fatima. "Na ɗan ji abin da kike faɗi kafin in shigo. Don Allah ci gaba da bayani." Da Fatima ta yi murmushi kawai, ba ta ce

93

komai ba, sai ya yi dariya, ya ce mata, "Na tsufa ba zan cuci kowa ba." Amina da Fatima suka yi arba, kamar suna tambayar juna yau ga wani sabon salo kuma. Fatima ta yi murmushi ta ci gaba.

"Kina ji ba, Amina? Ai a cikin al'ummar tamu tamkar muna jiran mata irin su Larai ne, da mabaratan nan da ba su da sutura ta ƙwarai, suna yawo cikin tsumma, gami da ɗarurukan yaran da ba a ma haifa ba. Mu aka zura wa ido ana zaton za mu yi wani abu wai don ganin muna da ilimi. Abin kamar ɗaukar Dala ba gammo ne, amma kuma da sannu haƙa tana cim ma ruwa in mun tsaya tsayin daka. Sai fa mun sadaukar da kanmu. Hakkinmu ne, ba wai ba. Dubi dai irin halin da matanmu suke ciki. Ga kuma yara ko'ina a titi, cikin ragga, ba abinci, ba sutura, babu 'yan'uwa suna ta Allah Ya ba ku mu samu. Ba su ma cewa ya ba su kai tsaye! Masu mulkinmu sun ha'ince mu, mun dogara a kafaɗunsu sun kakkaɓe hannuwanmu. Shugabanninmu suna kallon yadda abubuwa suke gudana sun rasa mafita. Abin assha shi ne son kansu kuma yana ta daɗa fitowa fili ɓaro-ɓaro."

Tsohon nan ya yi ɗan tari, kamar dai yana son ya nuna wa Fatima cewa yana nan fa yana kuma son ya yi magana. "Kai, na yaba da wannan kuzari naki," ya ce wa Fatima. Duk abubuwan da kika faɗi gaskiya ne...sai dai kuma ga bikin zuwa amma ba zanen ɗaurawa. Kin san inda kika dumfara, kin san me ake son a yi, sai dai kuma ba ki da ta yi." Ya miƙe tsaye a hankali, kamar yana gudun kada wani ƙashi a jikinsa ya karye. "Kin gan ni

94

nan, na tsufa. Ina jin na ba tamanin baya. Mu kam a zamaninmu mun dace da irin shugabanni da muke da su, mutane masu tsoron Allah ga gaskiya da riƙon amana kuma suna sauraron waɗanda suke mulki. Ba su tsayu kan su tara dukiya ba. Su dai bukatarsu ƙasa ta ci gaba. Shugabanninmu na yanzu, ba sa kawo Allah a cikin al'amuransu, ba ruwansu da talakawa, shekara da shekaru ba wani ci gaban da za a iya nunawa – su kuwa suna nan suna tara dukiya mai masifar yawa. Da an yi haka sai su nemi sarautar gargajiya. Subhanallahi. Abin da nake baƙin-ciki guda ne ni a yanzu: Tafiya ta ƙare, zan bar duniyar a cikin hali mara kyawu, ba kamar yadda na iske ta ba. Kuma ba wani abin da zan iya yi game da hakan. Allah Shi tsare mu a kan hanya madaidaiciya. Mu kwana lafiya, dukanku." Ya fara tafiya, sanɗa-sanɗa. Amina ta miƙe za ta raka shi zuwa ƙasa. Ya ce mata a'a, ta sha zamanta. "Kar ki damu. Ba sauri nake ba. Zan daddagara in sauka a hankali."

Dattijo ya fice. Fatima ta ce wa Amina, "Kin ji shi ko? Kalmomin manyanmu akwai hikima cikinsu. Mu saurara da kaifin hankali."

"To, na ji. Ke me kike ganin ana iya yi?" Amina ta tambaye ta.

"Abubuwa da dama kuwa!" Fatima ta amsa mata kai tsaye. "Ana girmama ki saboda matsayinki. Ki kafa ƙungiya mana, kamar yadda na taɓa ba ki shawara tun wani zamani mai tsawo. Amma kuma ki tsaya ki yi tunani mai zurfi don ki gane hanyar da ta fi dacewa in ana son kwalliya ta biya kuɗin sabulu. Ba haka kawai ra'ayoyi ke faɗo wa mutum ba, sai ya kaifafa tunani can ga zuci. Kar ki mance maganar nan da ake yi cewa mafi girman tsuntsaye daga ɗan ƙaramin ƙwai ya fito. Ko da ba ki taɓuka komai ba, matan garin nan za su zo gare ki, su kwarzanta ki, su yaba maki, amma kuma za su girmama ki kawai don kina matar Alhaji ne. Akwai wani abin da kike da shi naki ne na musamman – halinki. Kar ki kasance kullum kina ƙarƙashin inuwar Alhaji. Ki ƙarfafa halinki, ki sarrafa shi don amfanin waɗanda ba su da ƙarfi. Ki jawo a jika dukan matan da ke nan kusa da ke, ki tsara su yadda ya kamata, ki ilmantar da su, ki ba su damar su san cewa su ma fa mutane ne kamar kowa. Ta haka za su ba ki darajarki ta mutumtaka. In har kin yi haka, ba ma mutanen Bakaro na yanzu ba, har ma waɗanda za a haifa nan gaba ba za su taɓa manta ki ba. Amma, in kika yi idanun uwar shegu game da abubuwan da ke damun matan nan, kika haɗa kai da masu danne masu hakkinsu, to, mutanen yanzu na garin Bakaro da mutanen gobe na garin ba za su yi ma tunanin yafe maki ba."

Amina ta saurari ƙawarta a tsanake, ba tare da katse mata hanzari ba. Ba yau ta fara jin kwararowar ra'ayoyi daga gare ta ba, amma kuma wannan karon ba ta tabbatar akwai gudummawar da za ta iya bayarwa ba. "Fatima ta cika yawan mafarki," Amina take magana a zuci. "Ba a taɓa zartar da irin wannan shawara da take ba ni ba, kuma ma banda haka, ba ma zan san ta ina zan faro ba." Daga nan sai ta ce mata, "Ke, lokacin barci fa ya yi. Idanu sun yi nauyi." Ta canza kayanta zuwa na kwanciya, ita kuma Fatima da ke kan kujera mai daukar mutum uku tana ta hamma, aka yiwo mata gudummawa da abin rufa. Ko can ta saba kwana a kanta duk lokacin da ta yi dare wajen Amina. Kowaccensu ta bi lafiyar wurin kwanciya, aka kashe fitillu.

8

Da Amina ta tashi da safe ji dai take ba ta fa gamsu da abin da Fatima ta ce mata ba, ko da yake ita Fatima ɗin so ta yi a ba ta takamammiyar amsa. Amina kam ta yarda ta taimaka wa duk wata mata guda wadda ta dace da hakan, gwargwadon hali. Sun rabu ita Fatima tana jin cewa lallai haƙa ba ta cim ma ruwa ba. Daga bisani a wannan wunin dai Amina da Hawwa sun raka Mairo zuwa ganin Larai. Suna takawa a hankali abinsu. Wannan hali na tafiya ya ba Amina damar lura da hanyoyin da gidajen da ke kusa da su. Kamar yau ne ta taɓa lura da irin halin da abubuwa suke ciki a nan: Ko'ina ruwa yana kwankwance yana sheƙi kamar azurfa, ga warin tsiya; gidajen suna ji kamar mutum ya jingina da su su watse, ginin laka da jinka da 'yan tagogi kamar wurin shigar tantabaru. Da gani dai ba a ma maganar iska isasshiya cikin irin waɗannan ɗakuna. Duk inda mutum ya duba, ga talauci na yi masa zuru. Da sannu suka iso ɗakin Larai, yana ji kamar na sauran jama'a – ginin ƙasa ba taga ta ƙwarai. Mairo ce ta fara shiga, Amina ta bi ta bayan ta kawar da labulen wani tsohon zane mai ruwan ƙasa. Cikin ɗakin ba a maganar zafi, ga warin rima, ga duhu...A tsakiyar ɗakin wata 'yar yarinya ke kwance, da gani cikin azabar ciwo take, tana ta gurnani, wahala ta ishe ta. Kusa da ita ga wata jaririya mai ƙaton kai da daƙwa-daƙwan idanu da gashinta kamar an barbaɗa masa ƙasa. Ba shakka uwa da ɗiya suna cikin halin ƙaƙa-nika-yi.

Da Larai ta ga su Amina sai ta taƙarƙara ta tashi zaune ta miƙa hannu ta ɗauko jaririyar da ke kuka ta sa ta a ƙirji, ta ba ta mama. Ita kuma ta kama wannan fake-faken fatar maman, ta sa a baki ta fara tsotso, tana yi tana kuka, ga alama dai ba ta gamsu ba. Larai tana kuka take bayanin abin da ya same ta: mafitsararta ta lalace yayin da ta zo haihuwa, saboda haka a yanzu kullum tana fama da azabar ciwo ne, ga yoyon fitsari.

"Yanzu shekarunki nawa?" Amina ta tambaye ta, murya na makyarkyata.

"Ban tabbatar ba, amma dai ina jin sha biyar ne."

"Me ya faru bayan an yi maki aiki?"

"A nan asibitin na dinga ragaita tare da sauran 'yammata irina masu fama da wannan ciwon."

"Mijinka fa?"

"Sai ya auri wata yarinyar yayin da nake asibiti," Larai ta amsa kamar tana raɗa.

"Sai kuma me ya faru? Ina nufin a nan asibitin," Amina ta sake neman ƙarin bayani.

"Hukamar asibitin ta kore mu. Da farko dai sai muka sami wani gini da ba a gama ba muka shiga zaman gudun hijira a nan. Amma kuma saboda ruwan sama a dole na dawo nan."

"Ta yaya kuka rayu lokacin da kuke wancan ginin? Yaya matsalar yawo a tituna?"

"Sai ɗan abin da muke samu daga hannun jama'a; ba mu dai wuce mabarata ba."

"Yanzu, me mijinki yake yi maku?"

"Yakan ba mu abinci in ya ga dama. Ya danganta ga irin halin da yake ji.... Kullum yana tare ne da amaryarsa; ni cewa yake na cika ƙazanta, ga shi ina wari."

"Subhanallahi!" Amina ta ce, tana girgiza kai.

Hawaye suka kwararo kumatun na Larai. "Ya Allah! Ina roƙon Ka, Ka ɗauki raina. Wallahi na gwammace mutuwa da rayuwa cikin irin wannan hali. Me na yi? Laifin me na yi wa Allah nake fuskantar horo irin wannan?"

"Don Allah ki bari. Ki daina yi wa kanki irin wannan muguwar addu'a. Ki bar kuka. Ba ke kika zaɓi ki faɗa cikin halin nan ba – kar ki ɗora wa kanki laifi. Na tabbata in da za ki sake samun wata dama, ba za ki zaɓi rayuwa mai kamar haka ba." Amina ke nan ke yi mata magana, cike da tausayin halin da take ciki, tana riƙe da hannuwan Larai. Ba yau ne ta fara ganin mutane cikin halin ƙaƙa-nika-yi ba, amma wannan na Larai lallai ya girgiza ta don kuwa ba ta taɓa arba da abin kamar haka ba. Ta tuno da watannin ɗaukar ciki, da naƙuda, da yin aiki, da haihuwa...ciwo...azaba...kwana da kwanaki ba mai kula da mutum, ga kaɗaici...ta ga yadda duka waɗannan suka taru suka addabi Larai, kowa yana iya gani a fuskarta da ma jikinta baƙin-ciki. Zuciyar ma ta karaya da ji! Amma kuma duk da haka Amina ta yi tunanin cewa Larai ta yi ƙoƙarin jure wannan wahala ko da yake ba shakka ta ji jiki, ta jigata. In har da rai, ai da rabo. Hannuwan Amina suka fara rawa. Tana ta mamakin irin yadda wasunmu ke tashi tsaye haiƙan don su muzguna wa wasu. Ta ci gaba da rarrashin Larai. "Kada ki damu, haka Allah Ya so; ki yi imani da Shi. Zai taimaka maki. Kina yin salla?"

"Da sauƙi dai. Ban yi islamiyya ba. Ni dai yanzu roƙo nake Allah Ya ɗauki rayukanmu."

"Haba! Ki bar wannan addu'a mana!"Amina ta yi mata faɗa.

"Gaya mani, me ya rage mana in banda tsagwaron wahala?"

Da Amina ta bar ɗakin na Larai tare da ƙawayenta ta ba ta kuɗi, kana ta yi mata alkawarin taimaka mata gwargwadon hali.

Da Amina ta iso gida ta ba da umurnin cewa nan take a tanadi ɗaki guda a nan gidan da Alhaji ya ba ta. Nan Larai da jaririyarta suka tare. Bugu da ƙari ta kai Larai wani asibiti farabiti don a yi mata aiki. Larai ta yi godiya ƙwarai kuma tana ta kai wa Amina ziyara, tana taimaka mata da 'yan ayyuka na gida. Ita kuma Amina ɗin a nan gidanta sai ta sauko daga benen, ta sake matsuguni a nan ƙasa a wani ɗaki da ake saukar da baƙin Alhaji. Bayanin da ta bayar na yin hakan shi ne: "Ina da ciki, hawa sama yana yi mani wuya."

Kiran sallar asalatu ya farkar da Amini firgigi, duk da ta san za a kira ɗin. Ta ɗan daɗa kwantawa a gado tana ta tunanin abubuwa da dama: Fatima da ƙungiyarsu da yawan tarurrukansu; Kulu da nata bizines da ta tasa a gaba ba ji ba gani; Larai da 'yar ɗiyarta. Mamaki ya daɗa mamaye Amina game da yadda su Fatima da ƙawayenta suke irin wannan tsayuwar daka na neman kawo canji a cikin al'umma. Me suke samu a matsalar baƙin-cikinta? Babu dai batun neman abin duniya don kuwa mafi yawansu 'ya'yan masu hannu da shuni ne. Me ya sa suke damuwa ƙwarai da gaske game da harkokin sauran matan talakawa duk da bambancin matsayi na rayuwa da dai sauransu? Me za su yi wannan canji ya wakana? Duk da an haramta wannan ƙungiya tasu, sai sabbin membobi suke ta samu, su kuma tsofaffin ba su dai daina tarurruka ba, ko ta halin ƙaƙa. Ita kanta Amina ta lura cewa ta fara kallon abubuwan da ake magana da idon basira.

Ta tuno da shawarar da Fatima ta bayar: A kafa ƙungiya saboda a kula da mata, a ilmantar da su, a taimake su in yin hakan ya taso. Ta yi ƙoƙarin share wannan daga zuciyarta – don kuwa ko ba komai ai ba za a iya taimakon kowace mace game da matsalolin da suka shafe ta ita kaɗai ba. Ana maganar gungun mata ne. Wace irin fa'ida za a samu daga ƙungiyar irin wannan? Amma kuma duk da haka sai ta yi tunanin shin me zai faru da Larai in da ta juya mata baya?

An buga tsawa mai ƙarfi da walƙiya mai hasken gaske. An jima kaɗan sai aka fara ruwa, kana jin yadda yake sauka a rufin gidan, kwanon yana amsawa. Amina tana gado dai ta kalli wani babban hoto nasu da ƙawaye da aka ɗauka lokacin da aka rantsar da su a jami'a. A hagunta ga Fatima, a dama kuma ga Rabi; dukansu sun ci kwalliya da rigar nan ta musamman ta jami'a. Ita Rabi kam har ta sauke karatu, ta yi aure kuma ta je makarantar horar da lauyoyi, yanzu tana aiki ne a matsayin lauya mai zaman kanta.

Tunanin kafa ƙungiya ta mata dai ya sake dawo wa Amina a zuciya. Lallai kam tana jin wannan abu ne da ya kamata a rungume shi hannu bibbiyu. Tana ganin zahirin yadda mata ke fama da wahaloli iri-iri. Ba shi halatta ta zauna haka kawai ba ta yin komai a kan zancen. Ai fa daga nan sai ta yanke shawarar gaya wa Fatima cewa za ta fuskanci wannan shiri na kafa ƙungiyar mata, ko da yake ba wai za ta yi dumu-dumu a cikin harkar ne ba.

Tana cikin alwalla da magariba sai ga Fatima ta iso. Duk ta yi zufa kamar wadda ta rugo da gudu. Ta yi wa ƙawarta bayani, "Ana fama da rashin mai, babu motocin haya. Sayyada na dako tun daga jami'a," ta faɗa kan wata kujera. Ta gaji lilis, tana numfarfashi sama-sama.

"Bari in yi salla," Amina ta ce mata.

"Ki roƙa mana Allah Ya aiko mana da mai daga ko'ina ne ma."

Da Amina ta gama salla sai ta fuskanci Fatima, ta ce mata, "Me kike cewa game da mai?"

"Yau kwanaki uku ke nan ba a kawo mana mai ba nan gari a kai a kai," Fatima ta ɗauko bayani. Ba tare da ta ba Amina damar ta ce komai ba sai ta ci gaba. "Shugabannin namu, 'yan baya ga dangi, cewa suke wai kasuwar mai a duniya ta faɗi kuma wai kuɗinmu na ajiya na ƙasashen waje ya yi ƙaranci. Amma kuma ai duk mai hankali ya san wannan ba ya ba mu bayanin rashin mai da ya zamana ruwan dare a ƙasar da ke da arzikin mai."

"Ai Majalisar Jiha ta yi alkawarin duba al'amarin. Wasu 'yan Majalisa suna ganin laifin 'yan bumburutu ne," in ji Amina, tana tofa albarkacin bakinta.

Fatima ta sa hannu ta kunna fanka, wadda ta fara aiki da hayaniya, da ji tana bukatar a sa mata mai. "Kowa ya san masu ɓoye mai...Wasu 'yan Majalisa ai su ke da gidajen mai. Dubi yadda ake ta giggina su a kan hanya kamar jamfa a Jos. A cikin biranenmu ba mu tsira ba, ko'ina gidan mai, duk da kasadar da ke akwai na yin hakan. Batun rashin man kuwa, ai da gangan ake haddasa wannan don..." Nan ne fa Fatima ta katse zancenta, don ta tuna cewa Alhaji Haruna ma yana da gidajen mai. "Kai, ni fa yunwa nake ji," ta yi hamma.

"Tiloti, ba ni da komai a ɗakin yanzu sai dafaffen ƙwai, amma kuma ai nan ba da daɗewa ba za a gama abinci," Amina ta amsa mata, ta miƙe tsaye.

104

"Haba, ke kuwa! Har yau ba ki manta da sunan nan ba?" *Tiloti* laƙani ne da wan Fatima ya sa mata.

"Ina? Har yau," Amina ta amsa mata, tana murmushi.

"Zo mu yi fashe," Fatima ta ce, ta ɗauki ƙwai guda ta ba Amina guda. Fatima ta riƙe hannun Amina ta buga kan ƙwan, na Fatima ɗin ya fashe. Ba ta dai gamsu ba ta ce, to, a buga gindin ƙwan – da fatan ko ta ɗau fansa. A nan ɗin ma nata ne ya fashe. Suka sake karawa dai ita ce aka fasa wa ƙwai. "Lallai kam ke ce da nasara ta inda duk aka zaga," ta ce wa Amina, tana murmushi.

Ana cikin wannan halin ne Mairo ta iso, cike da labarun abubuwan da suka gudana a garin. "Yau wata mata ta yi faɗa da mijinta shi kuma ya yi mata saki uku rigis. Ya ce ta san inda dare ya yi mata, ita kuma ba ta garin ba ce. Ba ta da matsuguni – ta ce za ta tare a kasuwa tun da ba ta da kuɗin mota zuwa ƙauyensu."

Amina ta numfasa, da sanin cewa duk abin da ta faɗi yanzu ba za ta iya janyewa ba daga baya. "Za mu yi wani abu game da wannan kam, in Allah Ya so," ta ce. "Fatima, na yi tunani game da kafa ƙungiyar mata kamar yadda kika ba da shawara. Ai sai mu gwada. Amma kuma da me?" da ta ga alamar zumuɗi daga wajen Fatima. "Ina son ki gane cewa ni fa a bayan fage zan tsaya, ni mai mara maku baya ce kawai. Kin gane?"

"Kai! Alhamdu lillahi. Tun da dai an samu kin iso fagen, ai komai ya yi," Fatima ta ce, tana tafa hannuwanta. "Wai! Ai wannan babban labari ne. Maje sama kam lallai ya taka faifai biyu, ba ma guda ba. Allah

Ya yi mana gyaɗar dogo. Mun gode! Na ji daɗin
wannan magana."

9

Bayan wasu 'yan makwanni wata ran Amina ta je gai da Mairo, wadda ke fama da rashin lafiya. Larai da Hawwa suka raka ta. A kan hanya sun ga wasu yara guda uku, biyu sun far ma guda suna ta duka. Amina ta wuce, kamar dai yadda sauran mutane suka yi ta wucewa ba su damu ba. Haka kwatsam sai ta juyo, ta ce wa Hawwa da Larai su raba su. Da aka raba su ɗin sai su masu bugun suka tsaya cirko-cirko, suna murmushi, kamar dai sun yi wani abin kirki ne. Shi kuwa wanda aka dudduka ɗin yana ta fama da majina da jini da ke fita daga hancinsa, ga hawaye sharaf-sharaf. Dukansu alamjirai ne, masu yawon baran neman abinci. Suna ji ƙazamansu da su, jiki duk tsumma, wandunan don rashin kyawu ɗuwawunsu na waje ne, ga su ramammu kamar sun shekara ba su ci, ƙafafun lange-lange tamkar ba za su iya ɗaukansu ba. Ba a ta gashin kansu – da gani ba ya ganin ruwa, ko da na alwalla. Kowannensu yana ɗauke da kwanon roba na bara, in an sami abin ci a sa a ciki. Irin waɗannan yara suna cikin ɗaruruwan da ke bin mutane gida gida suna roƙo ko suna bara a ba su ko ƙanzo ne.

"Ku kuwa don Allah me ya sa kuke bugun shi?" Amina ta tambaye su.

Daya daga cikin biyun ya ce, "Shekaranjiya muka je bara tare da shi aka ba mu abinci a kwanonsa," ya nuna mai kukan. "Yana karɓa sai ya tsere ya je ya cinye abincin shi kaɗai. Sai yau ne muka kama shi muka ce ai jikinsa ya gaya masa!"

Mamaki ya ishi Amina. Ta ce ma yaran, "Kuna wa Allah kada ku sake faɗa kan abinci. Haba! Ina amfanin wannan? Maimakon haka ai kamata ya yi ku haɗa kai ku taimaki juna." Ta ce kowa ya kama gabansa. Amma da ta ji sauran biyun suna kurarin ai wata ran sai sun sake casa shi na ukun, sai ta kira su ta ce su dawo. Ta ba su kuɗi ta ce ga shi nan maimakon abincin da abokinsu ya cinye wancan karon. Duka suka yi murna suka milla suna riƙe da hannuwan juna. An mayar da takobi cikin kube.

Amina tana tafe tana kallon abubuwan da ke kewaye da ita, tana kallon su da idon basira...Tambayoyi kam sai ratsa kanta suke. Yaya aka yi wasu suna fama da matsanancin talauci bayan ga wasu ba su bukatar komai? Me ke hana mutane haɗa kai ne su taimaki juna? Wai me ne ne zai hana kowa ya sami wurin kwana mai kyau? Yaya aka yi wasu suna ta fama da yunwa bayan kuwa ga abinci birjik? Me yake hana mutane su yi amfani da ilimin da Allah Ya ba su don kyautata rayuwar 'yan'uwansu? Me ya sa su shugabannin namu ba sa mai da hankali a kan waɗannan abubuwan ne?

Da suka dumfaro gidan Mairo sai Amina ta lura da yadda sigar gidan yake. An gina shi da ƙasa ne, aka rufe da kwano – an ma tsallake ciyawar jinka. A ƙofar gidan

108

ga wata 'yar bukka da almajirai suna ta fama da karatu daga allunansu. Mijin Mairo shi ne malamin nasu. A nan ne Amina ta tuno da maganar da Fatima ta taɓa yi mata, cewa su waɗannan makarantun allo a zahiri su ne tushen yaɗa jahilci. "Suna yiwo hadda daga Alƙur'ani kamar dai shanunmu na Arewa: suna ci ba ya narkewa." Wani tsoho makaho yana zaune bakin zauren da sandarsa da take ji sului-sului, ga alama dai yana shirin zuwa bara ne. Har ga ɗan ƙoƙonsa a hannu. Kafin Amina ta shige cikin gidan ta gaishe shi, sannan ta jefa masa ƙwandaloli a ƙoƙon nasa. Ya yi mata godiya, ya roƙi Allah Ya saka mata da alherinsa.

Nan a ɗaki suka iske Mairo. Da gani tana fama da gajiya da rauni. Amma dai duk da haka ta yi masu maraba cikin farin-ciki. A gefe guda ga yara guda shida, sun yi harɗe sun sa ƙwaryar koko a tsakiya suna kama-kama da ludayi guda. Amina ta dube su ta girgiza kai. Nan ne fa ta lura da alamun talauci tare da dukansu: manyan cikuna, ƙafafu lange-lange, manyan kawuna fas, ga fatar jiki duk kirci ba kuma alamar tana ganin ruwan wanka.

Mafi yawan yara mazan almajirai ne, su kuwa 'yammatan su ke zagaya gari suna tallace-tallace wuni cur. Shin me gobe zai hafar masu? Sau da yawa daga cikinsu ake samun leburori masu arha, masu tura kuran ruwa dare da rana, masu faskare, 'yan kwanta-kwanta, 'yan bangan siyasa masu jiran a yi hayarsu, 'yan zauna-gari-banza da 'yan ƙwaya ko mashaya shalisho ko sunsunar kwatami. Ina ranar rayuwa irin wannan?

Ina ma dai da a ce an koya masu karatu da rubutu? Ko kuma a ba su ilimin sana'a? Shin wa yake amfana da irin wannan hali da suke ciki? Ashe ba hakkin masu hannu da shuni ko wakilansu ne ba, ko gwamnati, su ba su damar samun rayuwa mai kyau? Amina ta lura akwai bambanci ƙwarai da gaske tsakanin rayuwarta da ta waɗannan.

Wata rana, ran Alhamis, Amina tana ta tunanin yadda za ta taimaka wa irin yaran nan marasa galihu, sai ta ji cikinta ya murɗa. Ta kira Talatu. Da ta zo sai ta ce mata kada ta damu, lallai lokacin haihuwarta ne ya zo. Aka fa ruga da Amina kilinik da ta saba zuwa. Asubahin Jumma'a ta haifi yaro mai ƙoshin lafiya. Da aka ga uwa da jinjiri duka lafiya lau, da La'asar sai aka sallame su. Jumma'a na zagayowa aka yi bikin suna aka sa wa yaro suna Abudurrashid.

Wannan haihuwar ta ɗan kawo jinkiri game da shirye-shiryen Amina na kafa ƙungiyar mata. Amma dai ba fasawa ta yi ba. Bilkisu ta roƙi mahaifinta ya taimaka masu da batun yin rajista. Ita kuma Fatima, ƙungiyar da take ciki ta kafa wani reshe sabo mai suna Kungiyar Taimakon Bakaro. Kungiyar Ɗalibai Musulmi ta yi alkawarin samar da duk malaman da ake bukata don koyar da ilimin Addinin Musulunci. Kungiyar nas-nas da unguwar zomomi ma ta ce za ta ba da gudummawa. Saboda reno da take yi, Amina dai ta daɗa ci gaba da shiryawa. Garin Bakaro yana jiran ganin sauyi, alhalin Amina tana nan tana shayar da ɗanta. Ba shi halatta a bar abubuwa su yi ta tafiyar ƙwaguwa.

Ran nan tana zaune tana ba yaronta mama sai ga Alhaji Haruna ya shiga ya sami kujera ya zauna. Kamar maganar tana ta cizonsa, sai kai tsaye ya ce wa Amina tsakanin Kungiyar Matan Bakaro da Kungiyar Matan 'Yan Majalisa sai ta zaɓi guda.

Nan take sai Amina ta ce, "Ba ni Bakaro!"

"In haka ne ashe sai a jingine batun shigarki bizines ko yin aiki ko?"

"Ka yi yadda ya yi maka daɗi a zuci."

Alhaji ya yi shiru na ɗan lokaci kana ya fice ba tare da ya ƙara ce mata komai ba.

Ko can Amina tana ta sauraron wani abin na daban tun da ta gaya masa labarin kafa wannan ƙungiya. Ya ɗan sassauko da ta gaya masa cewa Bilkisu ce za ta gudanar da tsarin komai, kuma ita kanta ƙungiyar manufarta ita ce yin ƙoƙarin iyar da aƙidar jam'iyyar da ke mulki – jam'iyyar da Alhaji yake cikin gaggan 'ya'yanta. Jan kunnen da Bilkisu ta yi mata na nan a zuciyarta: "In fa muka ce za mu tsara rayuwar mata a nan za mu yi karon batta da masu sarauta da masu hannu da shuni, 'yan jari-hujja. Dukansu za su yi ƙoƙarin su yi ma shirin zagon ƙasa. Sai fa mun tsaya tsayin daka. Ke dai ki ba mu izinin ci gaba da shirinmu ki sha mamaki." Amina ta ba su damar da suke bukata, yanzu mamakin take jira. Baya ga wannan sun kuma tattauna da Fatima: "Amina, ki tsayar mana da ranar da za a ƙaddamar da ƙungiyar. Mu kam a shirye muke."

"Ai fa sai kun daɗa dakatawa. Har yanzu jikin nawa ba ƙarfi."

"Kin fa yi wata guda ke nan kina hutawa, ki ce kina son ƙari?" Fatima ta tambaye ta. "Ba ki tuna matan talakawa, waɗanda da cikin ne suke zuwa aiki gona? Wasu ma har su haihu a can? Bayan mako guda kacal sun koma bakin daga!"

A wani jiƙon Kulu ma ta bayar da irin tata gudummawar. Koƙari ta yi ta raba Amina da haɗa kanta da ƙungiya irin wannan. Akwai haɗarin gaske gare ta in tana alaƙa da 'yammata 'yan ta'adda. "Don su 'yammatan nan ba su san yadda za su more rayuwarsu ba, ba tilas ne ba ke ma ki hana ma kanki jin daɗi. Ga ki da ƙuruciya, ga ki kyakkyawa. Ba a yi kanki don ki ɗauki nauyin matsalolin da suka addabi mata ba. Shin ba ki lura da yadda mutane ke jin daɗinsu?" Koƙarin Kulu dai ta jawo hankalin Amina ne game da tsayuwa bakin rijiya.

"Kulu, ba yadda zan yi ne. Ni dai ina son in taimaka ne kurum. Ko ba komai, ai abin a yanzu kamar ma dai gwaji ne kurum."

"Komai fa yana tafe bisa ƙaddara ne a duniyar nan. An riga an rubuta duk abin da zai faru kuma haka ɗin yake gudana kamar yadda ake gani. Ba mu da wani ƙarfi kan abin da Allah Ya ƙaddara," Kulu ta sake salon zancenta, da fatan ta ciwo kan Amina.

Da farko dai ita jam'iyyar da ke mulki ba ta yi na'am ba da batun kafa wannan ƙungiya ta matan Bakaro. Amma daga baya sai ta miƙa wuya amma bisa yarjejeniya guda: Kungiyar ta zama sashe na mata ne na ita jam'iyyar kanta. 'Yan adawa kuwa suka mara wa shirin baya suka ce a bar ƙungiyar ta kasance mai zaman kanta. Game da ƙungiyoyin Addini da sauransu kuwa an samu rabuwar kai ne. Wasu gani suke ai wannan ya saɓa ma koyarwar Addinin Musulunci. Wasu kuma cewa suke muddin akwai koyar da darussan Addini, ba su kuma yi wani abin da zai soki aƙidar Addinin kansa ba, to, matan nan suna da damar su kafa ƙungiya.

Wannan al'umma ta Bakaro ga ta ne, ga kamarta. Akwai matsalolin da za a yi fama da su wajen kafa ƙungiyoyin mata. Da farko dai mutanen garin sun rarrabu ne a kan Addini, ƙabila, ko jam'iyyun siyasa ko kuma gidajensu na haihuwa. Abin dai duk a sassarƙe. Bugu da ƙari ga shi ƙasar baƙin-cikinta tana fama da rashin adalci da tsagwaron nuna bambanci da ya mamaye ko'ina cikin al'ummar da kuma tattalin arzikinta. Banda ma wannan, a ƙasar da maza suke yaƙi da rashin aikin yi, nuna bambanci ta fannin jinsi zai zama kamar ɗan kaɗan ne na gidan da gara ta fara ginawa. Maganar danniya tsintsa ake yi. Inda talauci ya zama ruwan dare, kuma duk wata harkar da ta shafi mata ake ta famar neman ɓoye ta, ka zo ka ce za ka kafa ƙungiya ta mata musamman sai a ga ai wannan ma tamkar zunubi ne. A cikin irin wannan hali ne fa aka nemi a haifar da Kunigiyar Matan Bakaro. Kafin a kammala shirye-shiryen kowane mutum a garin na Bakaro yana riƙe da numfashinsa ne, yana jiran ya ga wayewar gari, kowa yana ma abin kallon alheri.

An yi taron duba yadda abubuwa za su gudana ne game da ƙaddamarwar a nan jami'a. Maganar kafa

Kungiyar Matan Bakaro ba gudu ba ja da baya. Da Amina ta iso wajen taron nan na share fage an gabatar mata da membobin Kungiyar Taimakon Bakaro waɗanda suka ƙunshi mutum bakwai – 'yammata huɗu da samari uku. Shugabarsu ita ce Bilkisu. Amina ta san 'yammatan duka. Bilkisu ta ce an yi wa wannan Kungiya tasu rajista da hukuma. Ta karanta wasiƙar da ta shafi yin hakan ta miƙa wa Amina a cikin fayil. Ko da yake ita ce ke da matsayin Mai Tsarawa ta zauna shiru ne yayin da ake ta tattauna abubuwan da za a yi. Ba wai ta yi na'am da duk abin da aka ce ne ba, amma ita dai tana murnar cewa wannan shirin zai ba ta damar gagganawa da mata masu bukata, ya kuma ba ta abin yi a maimakon zaman kashe wando da take yi a gida. Gare ta wannan hanya ce ta yin amfani da baiwar da Allah Ya yi mata ta cuɗanya da mutane ana kuma musayar ra'ayi. Ta haka ne kuma za ta samu isar da kanta ga al'umma baƙin-ciki. Idan wani abin alheri ya biyo baya sakamakon wannan ɗin, ba shakka sunanta zai ɗaukaka a cikin mutane, ga matar da taimaka da abin da Allah Ya sawwaƙe mata. Bugu da ƙari, in aka yi la'akari da inda aka dumfara, rayuwarta za ta zama cikin farin-ciki.

An yi awa biyu ana ta tattaunawa game da bikin ƙaddamar da ita wannan Kungiya. Amina za ta bayyana ta kuma karanta jawabinta. "To, sai an jima. Sai mun sadu ke nan ranar bikin," Amina ta ce wa kowa, tana murmushi kafin ta bar ɗakin taron. Ai ita kam har gida fuskarta ɗauke take da murmushi. In Allah Ya so haƙa za ta cim ma ruwa.

114

10

"Ki tuna fa yanzu ke matar aure ce, kuma mijinki shi ne ubangidanki. Ki yi masa biyayya ta kowane hali tun da aure babban al'amari ne kuma ibada ce. Dole ki amsa cewa duk abin da mijinki ya gaya maki gaskiyar zancen ke nan kuma ki yi duk abin da ya ce maki. Yin ɗa'a ga miji tamkar yin ɗa'a ga Allah Mahalicci ne..." Amina ta ji wata murya tana ce mata a cikin mafarkinta. Ta farka firgigi, ta duddubi ɗakin nata, ta shafa jaririnta, ta sake rufe idanunta. Sau da yawa takan ta yin mafarke-mafarke da wannan lokaci na safe ko da yake tana jin abin da yakan haifar da hakan shi ne ire-iren hayaniyar da akan samu tun bayan sallar subahi...kukan zakaru ko na tsuntsaye, gardin zamani ya iso da motarsa yana tallar maganin ciwo ɗari ba ɗaya ta lasifikarsa mai ƙara, ga motar itace direban ya danna hon kamar yatsarsa ta maƙale ne, ga wani can yana tafe yana cewa "Faskare!," cikin gida ga hayaniya abinka da gidan yawa, gami da iface-ifacen mutane can waje. Abin dai ba kama hannun yaro. Takan yi wajen awa guda tana neman yin ƙailula na barcin a cikin wannan halin har sai fa ta ji sawun masu isowa ƙofar ɗakinta, su zo su dame ta da ƙwanƙwasawa.

Tana nan kwance a gado da safe kamar yadda ta saba. Yau Sati, ranar da za a ƙaddamar da ƙungiyar nan tasu. Jikinta yana ɗar-ɗar amma zuciyar tana cike da ƙosawa. Bayan ta gama 'yan ayyukanta na safe, sai ta zauna zuru a ɗakinta. Yaya abubuwa za su gudana? Bayan ƙarfe ɗaya ta yi wanka ta kuma yi sallar Azahar. Ta yi kwalliya amma ba irin wadda akan ce wa ta ƙure adaka ba. Ta ɗan shafa hoda da jan baki. Tana cikin gyara ɗan kwalinta sai ga Bilkisu ta shigo, cike da murna. "Barka da rana, gimbiyarmu. Muna kan hanyar zuwa wurin bikin ke nan. Ga jawabin da za ki gabatar wanda Fatima ta rubuta maki." Ta aje mata fayil da ke ɗauke da wannan a kan gadonta. "Sai kin zo."

Jikin na Amina ya ci gaba da tsima. Da Bilkisu ta fita sai ta zauna bakin gado tana ba ɗanta mama, tana tunanin yadda za a yi ta tsaya gaban mutane masu ɗimbin yawa ta yi jawabi. Da ta gama sai ta miƙa Abdurrashid ga yarta Rakiya ta fita. Aski ya zo gaban goshi.

Ta iso makarantar firamaren da za a yi bikin a wata farar Marsandi. Nan ta iske su Fatima da sauran membobin Kungiyar Taimakon Bakaro suna ta fama da kammala shirye-shiryen. Ga mata tuli sun hallaro. A gaban ofishin hedimasta ne aka kafa tanti kore da fari don manyan baƙi. Karƙashinsa an jejjera irin kujerun nan masu taushi. Gaban wannan tantin kuma an jejjera kujeru da bencuna don matan da suka zo. Ya zuwa yanzu a fiye da rabin waɗannan ɗin matan suke zazzaune. Amina ta wawwaiga ko'ina ta ga abin da ya samu. Can gefe guda ta ga Lanrobar Ma'aikatar Watsa

Labarai ɗauke da manya-manyan lasifikoki. Su kam aiki ya samu, rana ko ta gobe sai ta faɗa.

"Kar ki damu. Ki natsu abinki," Bilkisu ta ba ta shawara. "Ba da daɗewa ba za ki saba da yin magana gaban taro. Kada wani abu ya firgita ki. Ki dai tsayu a kan ke ce ke! In kina son ki shirya tsaf-tsaf na yau, sami wuri guda ki keɓe don karanta takardar taki, ta zame maki jiki."

Mafi yawan baƙin da aka gayyata sun zo a makare...kamar dai yadda aka saba a wannan ƙasa. Kowa ba ya son wai ya iso ya yi ta zama. Amina dai tana ta fama da karanta rubutaccen jawabinta. Haka kwatsam sai ga Muktar ya fito daga cikin taron. Zuciyarta ta shiga bugawa ɗar-ɗar, jikinta ya ci gaba da rawa. Ta kalle shi tsaf, ta ga lallai yana nan da kyawunsa da ta sani, musamman ma da irin kaftanin shadda da ya sa, wadda ta yi masa kyau. Ta ga kamar ya ɗan rame ne. Hala ba a kulawa da shi ne? Yana daɗa matsowa ta ji akwai ta da ɗaruruwan tambayoyi waɗanda da da hali da ta yi masa, amma tana jin kunya. Sai ma ta shiga mamakin shin ko jama'a sun gane cewa wani abu ya same ta isowar Muktar inda take zaune? Da suka haɗa ido sai ta ji kamar za ta sume ne. Sai ta gyara zama ta sunkuyar da idanunta. Ya ce mata wani abu wanda ba ta ji ba sosai, amma kawai sai ta yi masa murmushi.

"Barka da rana. Yaya kake?" ta yi ƙoƙarin kada ya gane wani abu yana damunta.

"Lafiya lau nake; ke fa?"

"Lafiya ƙalau," ta amsa masa.

"Kar ki damu. Ina kulawa da kaina. Ina fata in ci gaba da karatuna a wata jami'ar nan ba da daɗewa ba."

"Ina roƙon Allah Shi taimake ka. Ka kula ƙwarai. Amma me ya sa ka rame haka?" ta tambaye shi, muryarta tana makyarkyata.

"Ki tuna fa ko da can ni ba mai ƙiba ne ba. Lange-lange wa ne sauro?" ya ce mata, yana ɗan murmushi.

"To, sami kujera ka zauna. Na tabbata za mu sake saduwa nan ba da daɗewa ba," Amina ta ce masa.

"To, sai an jima." Ya juya ya nemi kujera.

Amina ta bi shi da kallo. Tana ta mamakin me ke gudana a bayan wannan kyakkyawar fuska tasa. Can sai ga Bilkisu ta iso gare ta. "Amina, a bisa tsarin furogiram da aka yi, ke ce za ki fara magana bayan an kaɗa taken ƙasar kuma an gabatar da addu'a. Ke dai ki yi imani cewa ba abin da zai gagare ki. Ga kuma wani gargaɗi – yau za ki ji muryaki ta lasifika. Kada ki ruɗe!"

Bayan isowar mijin na Amina da Babban Baƙo da sauran mutanen da aka gayyata na musamman, sai Bilkisu ta iso ga makirofon, ta gwada cewa yana aiki sosai, kana ta yi wa kowa maraba. Daga nan ta nuna wa ma'aikacin Ma'aikatar Watsa Labarai cewa a kaɗa mana taken ƙasa. Kowa ya miƙe tsaye. Da aka gama wannan sai wani wakili na Kungiyar Ɗalibai Musulmi ya zo ya ƙaddamar da addu'ar buɗe taro. Bayan wannan sai Bilkisu ta gayyaci Malama Amina Haruna, wadda ta kafa kuma ta kasance uwar Kungiyar Matan Bakaro, ta zo ta gabatar da jawabinta.

Wannan fa ne lokacin da Amina take jin tsoro. Ta tashi ta taka a hankali zuwa ga makirofon ɗin. Da ta iso wurinsa ta tsaya ta dudduba dama da hauni, ta ga duk ita aka zura wa idanu, kamar ma ba a ko ƙyaftawa. Jikinta ya fara tsima, takardun da ke hannunta suka shiga rawa. Ta dai matsa wa kanta ta yi magana duk da bakinta yana ji a bushe. Ina yawunta ya tafi? Da ta ji muryarta sai abin ya zame kamar ba muryata ba.

"...Babbar bukatarmu dai ita ce mu samar da dama ga matan Bakaro don su gina tattalin arzikinsu, su bayar da gudummawarsu a cikin al'umma kuma su kafa tushe mai kyau na samun ilimi na Addini da na zamani. Sai fa ta hakan ne za su zama masu matsayi na musamman a cikin mutanen wannan gari, masu taimakawa wajen gina al'ummar tamu.

"Mun yi imani cewa irin gudummawar da mata za su bayar a Karamar Hukuma, a Jiha da kuma ƙasa baƙin-ciki abu ne muhimmin gaske game da samar masu 'yanci..." ta ɗaga kanta daga karatun da take yi, ta lura duk abin nan da ake idon kowa yana kanta ne. Zuru ɗin da suka yi mata ya sa ta ji kamar suna kallon tsiraicinta ne...Ta dai sake duƙawa ga abin da take karantawa. Da ta ci gaba da karatun sai jim kaɗan ta lura ta tsallake wani sakin layin. Ta dai ci gaba hakan nan.

"...In muka duba cikin tarihin al'amuran danniya, cutarwa, wariya da ƙasƙanta mata da ake yi za mu lura cewa in har muka tsaya tsayin daka muka yaƙi jahilci da ya addabi mata za mu cim ma nasarar kawar da waɗannan miyagun halaye. Saboda haka ne ma ya zamana abu na farko da za mu runguma shi ne shirin yaƙi da jahilci na mata. Ina son in tuno maku wasu batutuwa biyu da aka samu daga Larabawa: 'Arziki shi ne kaifin basira ba tarin kuɗi ba' da kuma 'Duk ƙasar da matanta ba su da ilimi tamkar tsuntsu mai fiffike guda ne.' In har muna son mu ci gaba, dole mu ilmantar da mata. In mata ba su da ilimi, ka tabbata ita kanta al'ummar za ta kasance cikin duhu, ba duhun rashin wuta ba, wanda muka saba da shi, a'a, mafi munin, duhun jahilci.

"...Muna kira da ƙaƙƙarfar murya zuwa ga gwamnatocin Kananan Hukumomi, na Jiha da ƙasa baƙin-ciki su mayar da hankali sosai da sosai ga waɗannan mas'aloli: Daidaitawa wajen aiki tsakanin maza da mata, cikakken goyon baya ga matan da suke aiki, ko dai suna da aure ko ba su da shi, mara baya ga ilimin 'yammata a duk matakanmu na ilimi, a hana aure da wuri da kuma auren dole, a kafa doka game da wulakanta mata a gidan maza, jensu, musamman ma dai matsalar dukansu, sannan a ƙarshe, samar da aiki ga duk matan da suka cancanta.

"...Muna son a lura da waɗannan aƙidoji:
- In shirinka na shekara ne, ka shuka hatsi.
- In shirinka na shekaru goma ne, ka shuka itace.
- In shirinka na tsawon rayuwa ne baƙin-ciki, ka ilmantar da mutane.

"Mu kam mun yanke shawara kan tsara rayuwar Bakaro. Mun yi niyyar samar da garin Bakaro mafi inganci, wanda a cikinsa mutane za su kasance masu farin-ciki, ga wadatar arziki. Don cim ma wannan buri za mu tsayu a kan ilmantar da matanmu. Idan ba a yi maganin al'amuran da suka addabi mata ba, ba shi yiwuwa a yi maganar matsaloli waɗanda suka shafi Kananan Hukumomi, Jiha ko ƙasa baƙin-ciki ba.

Assalamu alaikum.

11

Labarin ƙaddamar da wannan Kungiyar Matan Bakaro ya cika gari. Kowa yana ta maganarsa. Jam'iyyar hamayya ta yi murna da wannan kyakkyawan sakamako, ta ce lallai haka ake so. An ɗauki matakin da ya dace. Ita kuwa jam'iyyar da ke mulki ba ta yi na'am ba da abubuwan da Amina da Kungiyar Taimakon Bakaro suke bukata. Mijin na Amina, Alhaji Haruna, shi ma ƙin yabawa ya yi da abin da Amina ta ce a jawabinta. Wannan ya haifar da saɓani tsakaninsu, har yake tambayar ta yaya za ta tsaya haka gatsau tana sukan gwamnati? Yaya ta yarda wasu 'yan baranda suke amfani da ita? Saboda ko dai tsoronsa da take ji, ko kuma irin girmama shi da take yi, sai ta kasa kare kanta. Ko da yake ya ɗan girigiza mata irin imanin da take da shi game da ita kanta a kan wannan harka, sai ta yi mamakin yaya zai shiga harkokinta yana mata ƙafar ungulu? Me ya sa wai dole sai ta faɗi abin da shi da wasu mutane suke son su ji?

Bayan Amina ta yi sallama da 'yar'uwarta sai ta nufi firamaren da aka zaɓa don koyar da ajin yaƙi da jahilci. Yau ne za a fara karatu. Mata fiye da talatin sun hallara sun cika aji guda. Sun mimmiƙe ƙafafunsu ƙarkashin 'yan teburan ajin, sun ƙosa a fara karatu. Da Amina da sauran matan da suka zo duk da gani ka san kowa yana cikin halin ƙosawa game da me zai faru. Amina da membobi biyar na Kungiyar Taimakon Bakaro suna tsaye gaban ajin, a gaban matan, suna kallonsu, matan kuma sun zura masu ido. Komai ya yi tsit a ajin. Ana cikin wannan hali sai wani saurayi saye da wando Jins da T-shat ya fito ya ƙaddamar da kansa.

"Sunana Mu'azu Ɗanlami, wanda ke nazarin ilimin siyasa a jami'a. Mun yarda mu bayar da gudummawarmu ga Shirin Ilimi na Bakaro har sai an sami malamai na din-din-din. In mun yi nasarar yin haka a nan sai kuma mu je wasu garuruwan. Ta haka muke fata mata da yawa za su amfana da iliminmu. Za mu yi amfani da Tsarin Koyar da Manya na Alhassan a inda cikin wata shida kacal mutum zai iya karatu da rubutu.

"Kamar yadda kowa ya sani, ilimi abu ne muhimmin gaske a kowace al'umma. Manzo mai tsira da amincin Allah Ya ce, 'Neman ilimi farilla ne a kan kowane Musulmi.' Muna da shiri na musamman ga matan da ba za su sami damar halartar azuzuwanmu ba yanzu. Za mu aika da malamai mata su bi su har gida su koyar da su in Allah Ya yarda."

Bayan Mu'azu ya ɗan dakata sai ya nuna wani saurayi, fuskarsa tana ji fesfes ga ɗan naɗi ya yi, kuma yana saye da jallabiyya fara, ya ce, "Wannan shi ne Musa Al-Ahmad. Shi da wasu ɗalibai biyu daga Kungiyar Ɗalibai Musulmi za su zo su koyar da ku Larabci da kuma ilimin Islama." Daga nan ya bi ɗaiɗai da ɗaiɗai yana ƙaddamar da sauran malaman. "Akwai fannin ilimin da muke fata mu ɗan jima a kansa. Wannan shi ne kiwon lafiya. Rebeka nan ita ce take kula da Shirin Kiwon Lafiya na Bakaro. Nas-nas guda biyu, da unguwanzoma biyu da masu duba kiwon lafiya biyu sun yarda su kula da wannan fannin. Za su koya maku yadda za ku tsabtace kanku da muhallinku. Za su mayar da hankali game da mata masu juna biyu da masu goyo." Yana cikin magana sai Rebeka ta zo gare shi ta raɗa masa wani abu a kunnensa. Ya yi murmushi ya gyaɗa kansa, ya nuna ya yarda da abin ta ce. "Ni nan zan koyar da ku zamantakewar mutane, mu yi nazarin ƙabilu, addinansu da yadda suke gudanar da rayuwarsu. Zan kuma yi magana a kan matsalolin da suke addabar ƙasarmu, nahiyarmu da duniyar baƙin-cikinta."

Mu'azu ya je ga babban allo ya manna ƙatuwar taswirar duniya. Amina ta nufi bayan ajin ta jingina da bango tana kallon sa, sauran malaman kuwa suka yi wa ɗaliban sallama suka fita. Mu'azu ya riƙe doguwar rula ya nuna taswirar ya ce, "Wannan taswirar duniyarmu ke nan. Akwai ƙasashe daban-daban fiye da 180, kowace da kan iyakarta, mutanenta da gwamnatinta. Akwai jinsuna da yawa, da ƙabilu da harsunansu." Ya nuna masu wuraren da suke da mutane, watau inda mutane suke zaune da kuma wuraren da ba mutane. "Ga Afirka nan. Ga ƙasarmu Nijeriya, ga garinmu inda muke yanzu. Kun gani dai ashe mu ma muna cikin uwa duniya ke nan."

"Malam, an ce mana ita duniyar zagayayya ce," in ji wata ɗaliba.

"E, haka ɗin take. Amma wannan taswira ce. Za a koya maku labarin ƙasa a inda za a yi maku cikakken bayani game da wannan. Za kuma a koya maku yadda ake ruwa yana samuwa da kuma lokatai daban-daban na shekara, kamar su hunturu, damina da dai sauransu."

"Malam, ina Makka?" wata gyatuma can a bayan aji ta tambaya.

Mu'azu ya yi murmushi ya ce mata ta zo nan gaban aji ta kalli taswirar sosai. Ya nuna mata Saudi Arebiya, da Makka da Madina. Ta yi masa godiya. "Fatan da nake ta yi shi ne wata ran in je can in yi aikin hajji."

"Allah Shi biya mana bukatunmu na alheri," in ji Mu'azu.

Bayan wajen awa guda wannan aji na farko ya zo ƙarshe.

Daga nan ne fa aka barbazu zuwa sauran azuzuwan. Ko da yake wannan Kungiyar Matan Bakaro ba ta da makaranta ta kanta, ko malamai ko ma kuɗin biyan malaman, masu gudanar da shirin sun dage sai sun ga abin da ya ture ma Buzu naɗi. Wasu mazan sun hana matansu shiga shirin, wasu matan kuwa suna jira ne su ga kamun ludayin da aka samu kafin su ce za su shigo. Ga ita Amina kuwa, ko ba komai an raba ta da zaman kashe wando; rayuwarta ta soma zama abin yabo. Kullum tunaninta dai yadda za a samu Kungiyar ta ci gaba. Abin tamkar ita aka bari da yaye.

Wata ran bayan ƙaddamar da wannan shirin yaƙi da jahilci, Amina tana zaune riƙe da ɗanta sai ga Bilkisu da Fatima sun shigo. Suka nemi a yi masu aikin gafara saboda rashin halartar darasi na farko da aka gudanar. Amma a yanzu sun zo ne da wasu abubuwan taimaka wa malamai wajen koyarwa. Ita Amina ta tanadi ɗaki guda a gidan nata da ake amfani da shi a matsayin hedikwatar Kungiyar Matan Bakaro ɗin. Ta tanadi tebur da kujeru shida kuma kullum ana kawo jaridu da mujallu.

Bilkisu ta koma motarta ta yi magana a hankali da wani saurayi da ke ciki. Ya kawo wasu kwalaye da fosta guda. Ya ɗaga fosta ɗin, da Amina ta gani, kana ya ce, "Sunana Danladi. Ni ɗalibin zane-zane ne kuma abokin Guloriya. Na yi wannan zanen musamman don Kungiyarku ne, kuma ina son in ba ki shi yanzu." Amina ta karɓa daga hannunsa ta dubi zanen tsaf. Yana da kyawun gaske, an zana shi da launuka guda uku – kore, ja da baƙi – ɗauke da hotunan mata suna karatu, wasu kuma suna aiki. A ƙarƙashin hoton an rubuta: *Mata – Ku yi karatu, ku yi aiki kuma ku tsara rayuwarku.* Amina ta yi masa godiya mai tarin yawa. Bilkisu kuma ta buɗe kwalayen ta nuna wa Amina abubuwan da ke cikinsu: Littafan karatu, littafan rubutu, alli da dai sauransu. "Waɗannan duk naki ne," ta ce wa Amina, cike da farin-ciki.

"Kai, muna godiya," in ji Amina, murna ta mamaye ta.

Bayan Fatima da Danladi sun fita sai Amina ta kalli Fatima cikin damuwa. "Me ya same ki ne? Na ga alamar duk kin yi yaushi ne."

"Ina fama da mugun ciwon kai ne."

"Bari in ba ki maganin wannan," Amina ta ce mata.

"A'a, a'a, na gode. Ina jin hutu nake bukata. Mun yi taron majalisar ƙungiyar har kusan asuba. Ban kuma sami isasshen barci ba. Idanu yanzu duk nauyinsu nake ji." Fatima ta buga wata babbar hamma.

"To, ki ɗan kwanta a nan mana. Ni ina ɗakin Talatu."

Fatima ta samu damar yin barcinta mai ɗan tsawo. Da ta fito da gani ta sami wartsakewa sosai, ta zama yadda aka san ta. Ta zagaya gidan tana ta wasa da kowa da kowa.

"Akwai wata alfarma ta musamman da muke so," Fatima ta ce wa Amina a hankali lokacin da take shirin fita. "Muna shirin yin wani ɗan ƙwarya-ƙwaryan taro inda za mu tattauna matsalolin da suka shafi irin gallaza wa mata da ake yi. Za mu gayyaci matan garin, ko da yake ba wai muna ganin mata da yawa za su zo ne ba. Ba mu son mu yi taron a jami'a, saboda haka ko za ki yarda mu zo nan? Fata muke wannan ba zai yamutsa muku wani shiri naku ba."

"Haba ai ba komai. Ku zo mana. Yaushe ne?"

"8 ga watan Maris, Ranar Mata ta Duniya."

"Kai, madalla! Ina maraba da ku kam!" Amina ta ce, tana ta fara'a

"Ga wata shawarar kuma," Fatima ta ci gaba da magana. "Muna iya shirya lacca ta musamman ga 'yan Kungiyar da yamma. Ina iya yin magana a kan matsalolin da suke addabar matan Afirka."

"Ni kam alhamdu lillah. Zan gaya wa matan."

❖

127

Ran 8 ga Maris, Fatima da sauran mata, har da Amina, suka taru a ɗaki guda a nan hedikwatar Kungiyar Matan Bakaro. Fatima tana tsaye tare da wata mata mai rangwamen shekaru a gaban matan. Ita baƙuwar ta yi lulluɓi, ta rufe kanta da fuskarta, kuma ta sunkuyar da kai. Da gani dai tana cikin matsala. Fatima ta ce, "Wannan ita ce Saude, wadda mijinta ya gallaza mata. Ta zo ne mu ji daga bakinta irin muguwar azabar da ke samun ta a irin wannan al'umma tamu da ta ce wai tana da tausayi."

Saude ta fara magana a hankali, muryarta tana makyarkyata. Tana cikin jin tsoro; tana sharɓe lokacin da take ƙoƙarin kawo bayani. Cikin raɗa-raɗa da hawayenta ta ce wa matan, "Tun da na aure shi ban taɓa samun zaman lafiya ba. Dukana yake ba dare ba rana. Ba ya ma neman wani dalili...gare shi ga su nan tuli. Abincina bai yi daɗi ba. Ban tarbe shi da farin-ciki ba da ya dawo, da dai sauransu. Har ma ina tsoron yin komai, don kuwa abin ya zama tamkar in na faɗa ruwa ne ya ce na tayar da ƙura. Mijin nan nawa dukana yake da ko me ya samu, kuma a gaban ɗiyata. Haka mahaifiyata ta yi ta fama. Ita da mu kullum muna cikin firgici," ta ɓarke da kuka.

"Nuna mana raunukanki," Fatima ta roƙe ta, "kada ki ɓoye su." Ta ɗan ƙi ta buɗe lulluɓinta. Bilkisu ta tashi ta je gare ta, ta yaye lulluɓin a hankali, inda kowa ya ga sabbin raunukan da ke fuskarta, leɓɓanta sun kunkumbura ga idanunta sun yi ja. Daga nan Saude ta yarda ta nunnuna masu sauran raunukan da ke jikinta.

"Mata da yawa," in ji Bilkisu, "sukan ɓoye raunukansu ire-iren waɗannan saboda kunya da tsoro. Kulle kuma da ake yi ya sa matan ba sa fita balle a ga irin raunukan da suke fama da su. Ta haka sai gallazawar da ake yi masu ta daɗa samun gindin zama. Wasu matan ma da raunukan suke zama don mazan nasu ba su barin su su fita."

"Za ki koma?" Amina ta tambayi Saude.

"I, ai ba ni da wani wajen zuwa," ta amsa mata.

"Ina roƙon Allah Maɗaukakin Sarki, Mai rahama, Mai jin ƙai, ya ba ki ƙarfin fuskantar wannan mijin naki," Fatima ta ce mata.

Bilkisu ta miƙe tsaye. "Ina tabbatar maki da cewa mijinki ba zai ma san kin zo nan kin yi magana da mu ba. Kuma da zarar wani abin ya faru, kada ki rasa zuwa ki faɗa mana ko kuma Amina a nan." Saude ta ce masu sai an jima, Bilkisu kuma ta raka ta waje.

"Da ganin wannan mata ka ga irin wadda ake gallaza wa. Ni kam na tsallake rijiya da baya da na tsira daga irin hakan. Amma yanzu kam wallahi ji nake kamar hawaye zai zubo mani in na tuna cewa muna cikin al'umma ne da ba ta ɗaga kara game da irin wannan mugun hali," Fatima ta ce.

"Matsalar a nan ita ce mafi yawan mata matsoratan gaske ne, kuma ba su ɗauki kansu tamkar komai ba. Saboda haka sun zama taɓa-luɓus ga masu halin wulakanta matansu," Bilkisu ta ba da tata gudummawar.

"E mana, don ba ki taɓa samun Manjo na soja ya lakaɗa maki kashi ba ko?" Rebeka ta tambaya.

"Har yau dai bai yin ba, ya kuma yi alkawarin hakan ba zai faru ba."

"Ke, kada ki gaskata dabbobin nan da suke saye da inifom," Rebeka ta ce.

"Ko ba komai har yau dai yana da zuciya irin ta mutane."

"Kar Allah Ya sa Muktar ya gwada yin haka. Ko dai mu yi kare jinni-biri jini, ko kuma in daka masa kashi," Rebeka take kurari. "Fata nake kada hakan ya faru ko a mafarki. Shi mai sanyin hali ne, ga shi kyakkyawa a ce kuma za a ba shi kashi. Ni kam shi ne raina! An halitta shi don a so shi ne."

Nan ne fa wata irin guguwar kishi ta zo ta rufe Amina. Yana mata ƙuna ƙwarai a ce wai Rebeka tana son Muktar. Amma kuma nan da nan ta ce ai ya dace da ya kasance tare da wadda ta ce tana son sa. Ita tana murna da duk wani abin da zai sa Muktar farin-ciki.

"Abin da ke akwai shi ne, muddin mace tana son namiji, ko yana dukanta ba ta ganin laifinsa. Me Bora ta ce da aka buge ta da ƙaya? Kaiconmu!" Bilkisu ta ce, ta fashe da dariya.

"Wallahi ni kam ban gane ba," in ji Fatima, tana neman ta dawo da tattaunawar kan hanya, "wai me ya sa mu mata muka zama tamkar ba wani abin da za mu iya yi game da wannan muguwar matsala, har ma kamar muna yin na'am da ita?"

"Duk mazan da suke da irin halin nan ragwaye ne, masu tsoro, waɗanda ba su iya fuskantar mazan ƙwarai in tura ta kai bango. Mu ne suke wa kallon abin tiƙa duk lokacin da suka ga dama." Bilkisu ta yi bayani.

"Kowannenmu fa yana da laifi, kuma dole kowa ya san yadda za a yi maganin abin," Fatima ta faɗi, ta nuna iyakar zancen ke nan. "Wannan mata da muka gani guda ke nan kawai. Allah kaɗai Ya san yawan irinta da ke cikin wannan al'umma waɗanda ba wanda ya ji ɓurum daga gare su. Suna ta fama da azaba shiru kake ji. Aiki mai yawa fa yana gabanmu."

Da La'asar mata da yawa suka iso don su saurari laccar da Fatima za ta yi. Hawwa, Larai da ɗanta suka rufa wa Amina baya zuwa makarantar da za a tarun. Duk da zafin da ake fama da shi, abin farin-ciki ne ganin yadda matan suka fito. Bilkisu da Amina da Fatima suka zauna a bayan tebur, suna kallon fuskokin matan da suke ta fama da zufa. Jim kaɗan Bilkisu ta miƙe ta yi masu barka da zuwa.

"Barkanmu da yamma. Yau mun taru ne don mu yi bukin Ranar Duniya ta Mata a karo na farko a nan Bakaro. A wannan rana a ko'ina cikin duniya mata sukan haɗu su tattauna abubuwan da suke addabar su don su nemi gano yadda za su magance su. Ashe dai kun gani ba mu kaɗai muke ba. Don mu nuna cewa muna fa da 'yan'uwa a waɗansu sassa na duniya da muka haɗa aƙida guda, a yau Fatima za ta yi mana magana ne a kan matsalolin da suka shafi mata a wannan nahiya tamu, watau Afirka. Na tabbata kun san ta sarai, ina kuma fata za ku ji daɗin abin da za ta gaya mana kuma ku amfana da shi." Fatima ta tashi tsaye, ta gyara zaman gyalenta,

131

ta kuma gyara murya. Ko can da ma ita ƙwararriyar mai ba da lacca ce, wadda ta saba da magana gaban jama'a. Gare ta wannan kamar shan ruwa ne. Ta yi murmushi ta fara magana.

"Sau da yawa in muka yi la'akari da tarihin ɗan-Adam, mukan ga cewa ita dai mace a rayuwarsa ana maganar ita kyakkyawa ce mai daɗaɗa masa rai ... ba a maganar irin wahalar da take sha. A wasu al'ummomin mata sun sami 'yancin kansu, wasu kuma suna kamar fursunoni waɗanda aka yi wa ƙuƙumi da aikin gida. A nan Afirka muna sane da yadda mata suka sha wuya lokacin Turawan mulkin mallaka, amma kuma har yanzu muna nan cikin wahalar, ba ta sake zane ba, duk da wai mafiya yawan ƙasashen na Afirka sun sami abin da suke kira mulkin kai. Bugu da ƙari, a dukan al'adun waɗannan ƙasashe, maza ne ke riƙe da ragamar komai da komai, ba a ma son a ji ta bakin matan game da al'amuran da suka shafe su. A wannan ɓangaren namu na Nijeriya, Addinin Musulunci ya zo ya ba mace 'yanci, ya fitar da ita daga cikin ƙangi, amma kuma wasu malaman Addini sun murguɗe wannan da Allah Ya ba mu don su gallaza mana.

"A ƙasashen Afirka da dama a yau ɗin nan, mace ba ta wuce abin jin daɗin namiji ba ta kuma yi ayyukan gida, ko a kama ta a sayar, ko kuma ta zama hanya ce kawai ta samun 'ya'ya. Matan Afirka tamkar bayi ne da yamma, da dare kuma a kwanta da su."

Fatima ta ɗan dakata daga nan. Ta buɗe jakarta ta ɗauko hankici ta share fuskarta, kana ta ci gaba. "In har

132

dai muna son mu kawar da irin wannan danniya da maza suke yi mana, sai fa mun sha wuya, domin kuwa al'ummar ta karɓi cewa ai haka abin yake, shari'a ma ta ce haka, Addini kuma ya albarkaci zancen. Amma kuma da me? Yana yiwuwa haƙarmu ta cim ma ruwa in muka taru, muka haɗa ƙarfi da ƙarfe, muka faɗa ma yaƙin baƙin-ciki. In har dai muna jiran maza su ba mu hakkokinmu ne a ruwan sanyi, lallai kuwa muna jiran gawon shanu ke nan. Ba za mu taɓa samu ba.

"Ina kira ga dukanku, waɗanda suke nan yanzu da ma waɗanda Allah bai ba su damar zuwa ba, ku goyi bayan Kungiyar Matan Bakaro. Ku yi ƙoƙarin zuwa ajujuwan da aka shirya maku don ku bayar da taku gudummawar. Kada ku ɗaga taskira ku ɓoye abubuwan da suke damun ku; ku zo nan 'yan'uwa su ji, su taimaka wajen yin maganinsu. Ku zo mu ji ra'ayoyinku game da abubuwan da ake yi, ku yi tambayoyin da za su haifar da ƙarin bayani. Amina nan da sauran jami'an Kungiyar a shirye suke su tattauna da ku a asirce kuma cikin gaskiya da riƙon amana. Hausawa sukan ce: Matambayi ba ya ɓata...Na san wasu sukan ƙara da cewa wai sai in fa an gaya masa ya ƙiya. Ina godiya da kuka saurare ni. Assalamu alaikum."

Nan take fa wata malamar makaranta mai suna Siddikatu Lawal ta ɗaga hannu ta yi tambaya: Shin yaya za mu yi mu kawar da irin danniyar da maza suka yi mana? Fatima ta ɗan yi magana da Bilkisu kana ta sake miƙewa.

"Kamata ya yi a kalli wannan shirin yaƙi namu tare da ƙoƙarin nema wa ita al'umma ɗin kanta hanyar rayuwa da ta fi dacewa. Muna son canji – ko da gora, kamar yadda wasu samari sukan riƙa cewa. Amma kuma da farko, dole mu matan mu haɗa kanmu don mu yaƙi abubuwa da yawa: A ba mu damar yin aiki kuma a biya mu daidai da yadda ake biyan maza, a daina yi mana auren tilas ko kuma aurar da mu tun muna 'yan yara, a ba mu damar samun ilimi tun daga firamare har zuwa jami'a kuma a daina gallaza mana a gidajen aurenmu... a taƙaice dai, a dubi irin rabon da aka yi wa tattalin arziki, 'yancin zama cikin jama'a da kuma tsoma baki a al'amuran siyasa. Wannan kuwa ba ya samuwa sai fa in an kawar da mugunyar hanyar rayuwar nan ta mulkin mallaka da maza suka mamaye, suka yi ruwa suka yi tsaki, su kaɗai suke damawa."

12

Daya daga cikin shirye-shirye na farko da matan Bakaro suka runguma shi ne Shirin Kiwon Lafiya na Bakaro wanda a cikinsa ne aka sami shirin da aka yi wa suna Shirin Tsabtace Bakaro. Ran Sati da safe ne suka himmatu don kawar da sharar da ke gidajensu da kuma titunansu. Sai bayan sun gama ne fa suka lura sun yi tuwo a tulu: Ina za su yi da sharar da suka tattara? Wasu ɗalibai suka je ga Sakataren Karamar Hukuma, Alhaji Ibrahim, wanda ya ƙi ya ba matan kowane irin taimako, har ma ya ƙara da cewa ai kamata ya yi tun farko su yi tunanin ina za su zubar da sharar da suka tattara waje guda. Tsuntsu kam ya jawo ruwa. Da Amina ta ji wannan ta fusata ƙwarai. Ta yi mamakin yaya za a ce ma'aikacin gwamnati ya ƙi taimakawa ga irin wannan shirin da zai samar da matsuguni mai tsabta? Da yamma ta sadu da Fatima ta gaya mata abin da ya faru. "Ni kam ban zaci zai mana haka ba. Koƙarinmu shi ne mu tsabtace muhallinmu kawai."

Fatima ta ce mata, da ji tana cike da fushi, "Daya daga cikin manyan abubuwan da ke damun mu a ƙasar nan shi ne ana daɗa ba ka babban muƙami, kana daɗa zama ba ɗan goyo ba. Sai ki iske cewa mutumin da aka ba shi kula da rafi, ya je can gaba ya hana ruwan gudu da gangan. Maimakon a hore shi sai ma a ba shi lambar yabo ta ƙasa wai ya iya aiki."

Da sannu barci ya kwashe Fatima da Abdurrashid, ita kuwa Amina ta nutsa cikin karatun wani littafi. Tana cikin wannan hali sai kwaram ga Kulu ta shigo. Suka gaisa raɗa-raɗa kafin Kulu ta ja Amina zuwa waje.

"Muna shirya 'yar ƙwarya-ƙwaryar liyafa yau can da La'asar a gidana. Yi haƙuri ban zo na gaya maki da wuri ba. Abubuwa ne suka kacame mani."

"Ina fa jin lallai ba zan iya zuwa ba," Amina ta amsa mata.

"Ba magana. Me kike yi?"

"Ba komai," Amina ta ce, ta ƙura wa Kulu ido. "Mijinki zai kasance yana wurin?"

"Kwarai kuwa. Af, na mance in gaya maki ya ce yana ban haƙuri game da abin da ya yi. Zai samar da mota da ma'aikata su zo su taimaka wajen kwashe shara."

"In haka ne. to, zan zo," Amina ta ba ta tabbaci.

"Kada ki gayyaci Fatima fa," Kulu ta ce mata cikin raɗa. "Ba wurin zuwanta ne ba. Ba shi yiwuwa ta yi girbi a inda ba ta shuka ba."

Amina ta yi mata murmushi kawai. Tana jin cewa da sannu dai tana daɗa yin nesa da mata irin su Kulu, tana kuma daɗa kusantar su Fatima da matan da take aiki tare da su kullum.

Rayuwar Kulu irin ta a ji daɗi ne, daga duniya sai Kaduna! Ita dai kullum sai ta ƙurashe adaka, ga bargar motoci da ta tara a ƙofar gidanta. Ta tarbi Amina yayin da ta iso gidanta mai ɗakunan kwana har guda goma. Baƙi kaɗan ne suka fara isowa; wannan sai ya ba ta damar ta yi wa Amina bayani. "Maƙasudin wannan taro shi ne don a yi liyafa ga wasu abokaina na kusa da kuma waɗanda muke bizines da su. Kwanan nan zan buɗe otel ɗina ina son kuma su san da zamansa su riƙa amfani da shi."

"To..." in ji Amina, ta yi mata zuru. Da ji abin bai shalle ta ba.

"Abu na biyu, idan an buɗe otel ɗin, ina son ki zama ɗaya daga cikin manajojinsa. Ban gaya maki haka ba tun farko don Fatima tana wurin ne. Kin san shaiɗani da ke tare da ita yana da ƙarfin gaske har ya sa ta ta ce maki kada ki karɓi wannan aiki mai romo na sosai."

"Kin tabbata ina son in zama ɗaya daga cikin masu kula maki da wannan otel?" Amina ta tambaye ta, cike da mamaki.

"Na tabbata har a zuciyata. Ba abin da mijinki yake yi maki banda ɓata maki lokaci, ba aikin fari bare na baƙi."

"Banda wannan, ai ba ni da wata ƙwarewa a kan aikin."

"Kar ki damu. Na ɗauki wani Ba'indiye, Mr. Kumar, wanda zai fara kula da otel ɗin. Ke kuma za ki zama mataimakiyarsa na tsawon shekara guda ko biyu don ki san makamar aikin. Daga nan kuma sai a miƙa maki ragama baƙin-ciki."

Suna cikin wannan tattaunawar ne sai ga wata mata a-daki-maza ta iso. Ta ƙurashe adaka, yatsunta duk zobba, ga abubuwan wuya rambatsau, fuskarta ta ji kayan shafa – jan baki, ja-gira, hoda ga gashi ɗan kanti a kanta. Tana ji kamar wawan sarki. Ta kama hannun Kulu suka koma can gefe guda suka yi ƙusƙusƙus na ɗan lokaci.

"Matar nan da kika gani," Kulu ke gaya wa Amina bayan ta tafi, "ita ce Joy. 'Yar bizines ce nan yadda kika ganta ɗin. Tana da otel-otel da dama. Amma kuma ina tausaya wa karuwan da take ba su hayan ɗakuna."

Abin ya ba Amina al'ajabi. "Me kike nufi?"

"Tana yi masu tsadar gaske. Ni ina fatan in masu arha, in caje su kuɗi ɗan kaɗan."

"Otel ɗin naki ba don mutane masu neman masauki ne ba, kamar yadda aka saba?"

"Na duka biyun ne. Akwai gini biyu ne, ɗaya na kastamomi irin na yau da kullum, ɗayan kuma na mata masu zaman kansu. Kin gani, Amina, fatan da nake yi gefen matan zai sa maza da yawa suka riƙa neman sauka a nan. Ta haka sai ɓangare guda ya mara wa ɗayan baya!"

"Shin, ashe Addini bai hana irin wannan abu ba?"

"Kila. Amma kullum ki riƙa roƙon Allah gafara, sai ya yafe maki. Banda ma haka, mafi yawan Musulmin nan masu hannu da shuni za ki iske sun sai hannun jari a kamfanonin yin giya ko kuma su ma 'yan giyan ne, suna taɓa kwalba. Ba ki san cewa mafi yawan masu ma'amala da karuwai Musulmi ne ba? Musulunci na cewa riba haramun ce. Nuna mani Musulmin da bai yi dumu-dumu cikinta ba. Kin gani, dole ne ki rika tafiya da zamani."

Asabe, Shugabar Kungiyar Matan 'Yan Majalisa ta iso ta gayar da Kulu da fara'a. Amma Amina kuwa, ba abin da ta samu daga gare ta sai zura mata ido da ta yi, tamkar ba ta ma taɓa ganinta ba. Amina ta yi murmushi kawai ta ja jikinta. Can tana tsaye ita kaɗai sai ta hango Alhaji Ibrahim a wancan gefen katafaren ɗakin da suke ciki. Da suka haɗa ido sai ya gyaɗa kansa bayan ya yi mata murmushi. Nan da nan ta juwa ta tafi.

Wata hamshaƙiyar mata ta iso inda Amina take, ta gabatar da kanta. "Barka da yamma. Sunana Ladi Abdullahi. Ni majistare ce."

"Sunana Amina Haruna. Ni ce uwar Kungiyar Matan Bakaro."

"Maigidana yakan ta magana game da ke," in ji Ladi, tana nuna farin-cikin gamuwa da matar da mijinta ke ta maganarta.

"Wane ne maigidan naki?"Amina ta tambaye ta.

"Laccara ne a jami'a kuma yana da sha'awar harkokin Kungiyarku."

"Ba na jin na taɓa haɗuwa da shi," Amina ta ba ta amsa.

"Ya san Fatima da Bilkisu ƙwarai da gaske. Yana jin cewa Kungiya irin taku kamata ya yi ta zama abin koyi ta fannoni da dama. Har ma yana tunanin ya rubuta littafi game da ke."

Isowar Kulu ta sa aka yanke tattaunawar, Ladi ta bar wurin. Wani dogon saurayi saye da kwat da nektaye, mai wani ɗan gashin baki, ya iso ya ɗan duƙa ya gaishe su. Ya yi magana kaɗan da Kulu kana ya yi gaba. "Yana ɗaya daga cikin miloniyoyi masu rangwamen shekaru na garin nan," Kulu ta raɗa wa Amina. Yana da gidaje da yawa ga motoci masu tsada – kuma har yanzu bai yi aure ba. Ɗan bizines ne mai wayon tsiya."

"Me kike nufi?"

"Yana shigo da abubuwan masarufi, ya ɓoye su. Yakan kuma riƙa sake wa shinkafa da gishiri buhuna."

"Don wannan ne kika ce yana da wayon tsiya?"

"Ina! Ai ba nan ya tsaya ba. Ya ƙware wajen tsawwala kuɗin kwangila na ƙarya, ga bayar da cin hanci, cancanza takardu a kawo na ƙarya da dai sauransu. Yana da wani kamfani wanda aka rufe tuni, amma duk da haka yana ta karɓar takardun shigo da kaya da sunan wannan kamfani – ana kuma ba shi. Maimakon ya shigo da kayan aiki da na'urorin da ake bukata sai ya dinga kawo kayayyakin jabu, da motoci masu tsadar gaske da dai sauransu. Har ma ya shiga harkokin sayar da mai. Da shi ake haɗa baki da kamfanonin ƙasashen waje suna satar fita da mai, shi suna ba shi nasa kason. A wasu ƙasashe biyu na waje yake ajiye kuɗinsa, don ganin sun fi ajiye ma mutum kuɗinsa cikin sirri. Wani tushe mai makama ya gaya mani cewa shi da Lukas Ɗanfulani ne za su kula da ma'adinan da ke wannan Jihar."

"Kai, madalla," Amina ta ce, mamaki ya ishe ta, tana ƙoƙarin gane abubuwan da Kulu ke faɗi.

"Da so samu ne da na yi irin wannan aikin, sai dai kuma Bature da mijina ba sa shiri sosai."

Wani ƙato saye da kaftani da jar dara ya iso wajensu ya gaishe su. Amina ta tuna da shi; wani abokin harkar maigidanta ne.

"Ai kin san wannan mutumin ko?" Kulu ta tambaye ta yayin da ya juya baya ya bar su.

"E, amma sanin shanu na yi masa."

"Bari in gaya maki yadda aka yi ya kuɗance. Da shi sitokifa ne a wata ma'aikata ta gwamnati. Ya sayar da kayan da ke ciki kaf kana ya sa ma siton wuta."

Amina ta cika da fushi. Ba ta san lokacin da ta ɗaga murya ba ta ce, "Haba!" har ta mance ta rufe bakinta saboda tsananin ƙin abin da ta ji.

"Ai ba ki ma san wani abin ba. Lokacin da yake shi ne akanta a ma'aikatarsu, ya yi 'yan sace-sacensa na kuɗin hukuma sannan ya ce ya sauka daga aiki. Bayan mako guda sai aka yi gobara mai ban mamaki ta ƙone duk takardun da suka shafi wannan magana a ofishin da ya bari."

"Kai, wannan ya zama almara."

"Ba almara ba ce. Mijina ya gaya mani komai. Ba ma haka ba, cewa ake ai ba shi kaɗai ne a wannan harkar 'wuta' ta shafa ba. A halin yanzu yana cikin masu kuɗin garin nan, kuma an ce yana ma son ya tsaya takarar shiga Majalisa kwanan nan."

Wata mata ta zo ta raɗa ma Kulu wani zance a kunne. Nan take Kulu ɗin ta ce wa Amina ta yi mata haƙuri, daga nan ta je don ta buɗe wannan taron liyafa da ta gayyaci mutane. Amina tana ta daɗa jin cewa nan fa ba wurin zama ne ba; ta ce wa Kulu tana son ta koma gida. Kulu ta roƙe ta don Allah ta haƙura ta gaggana da jama'a. Ita Amina ɗin sai ta koma can kwana guda tana ta kallon mutane suna ta hira abinsu, ita kuwa tana jin ina ma dai ta buɗe ido kawai ta ganta a ɗakinta? Can da ta duba sai suka haɗa ido da Rabi, 'yar ɗakinta a jami'a, tana ta hira da wasu baƙi. Rabi sai ta kau da fuskarta. Yayin da Amina ta yi niyyar ta matsa kusa su gaisa, sai Rabi ta janye jikinta a hankali. Hayaƙin taba da ƙanshin turaruka masu ƙarfin gaske duk suka haɗu suka cakuɗe, har numfashi yana neman ya gagara. Amina ta ji kamar za ta yi haraswa. Ta duba dama kusa da ita sai ta ga Alhaji Ibrahim yana hira da wasu baƙin mata. Nan take ta jirga, amma kuma sai Kulu ta kira ta da hannu.

"Wannan ita ce Ngozi, sabuwar babbar mai haɗa magani a nan Babban Asibiti," Kulu ta ƙaddamar da wata tsohuwa jajakuwa mai ƙiba.

"Yaya Shirin Kiwon Lafiya na Bakaro?" ta tambayi Amina, tana yi mata wani irin kallon raini sama da ƙasa.

"Mun gode Allah," Amina ta ce mata, tana auna kowace kalma da ta faɗi.

"Kai, ina ganin ƙoƙarinki fa na neman haɗa kan matan garin nan."

Amina ta rasa me za ta ce mata game da wannan. Bayan an ɗan tattauna sai Ngozi ta yi gaba.

142

"Ni kam ina son in gwamutsi wannan mata don kuwa ina son nan ba da daɗewa ba in buɗe kilinik a cikin garin nan."

"Kina nufi sai ku riƙa kwashe magungunan daga asibiti zuwa kilinik ɗinki?"

"Haba! Ba haka kai tsaye ba. Zan biya kuɗi mana," Kulu take ba da bayani. "Sai dai kuma an gaya mani cewa tana tsawwala kuɗi."

"Me zai hana ke ki shigo da magungunan da kayan aikin?"

"Harajin da ake ɗora ma kilinik-kilinik masu zaman kansu ba ɗan kaɗan ba ne, saboda haka dole su dogara ga asibitoci irin inda Ngozi take aiki."

"Me zai hana ki biya harajin da aka sa, sannan a ɗora biyan wannan ɗin ga masu amfani da irin naku ƙananan asibitocin?"

"Ke, 'yar'uwa, ai ya fi sauƙi a sami abubuwan da ake so daga asibitocin gwamnati. Ba ruwanki da takardun ƙaƙa-uwarka-ta-haife-ka.

Abin dai ya kawo wa Amina wuya. Tura ta kai bango. Ta roƙi izinin Kulu ta ba ta dama ta kama hanya. Kulu dai ta yarda wannan karon. A nan waje ta yi kiciɓis da wani tsoho saye da fararen tufafi, riƙe da doguwar tazbaha. Ya ba Kulu haƙurin cewa ya iso a makare.

"Wannan kuma shi ne wa?" Amina ta tambaye ta yayin da ya wuce su.

"Shi ne Hakimin Dimbi. Ana masa kirarin 'Kaƙƙarfan Mai Bashi' don 'yan shekaru da yawa ya je

143

ya yi bashin miliyoyi daga banki. Ba yau ba gobe, ƙiri-
ƙiri ya ƙi biya. Da sannu dai sai da bankin nan ya
durƙushe."

Ai fa da wannan Amina ta yi wa Kulu godiya ta
kama hanya. Ta kuma gaya mata cewa aikin nan na otel
ba za ta yi ba. Suka yi sai an jima Amina ta dumfari
motarta.

Amina ta iso gida lokacin da Fatima take wa
Abdurrashid wanka a bahon roba. Yana ta murmushi
abinsa. Amma da aka tsamo shi daga ruwan sai ya fashe
da kuka. Amina ta karɓe shi ta goge masa jiki ta mai da
wa Fatima ta sa masa riga. Daga nan ta gaya wa Fatima
abin da ya gudana a liyafar da ta je. Wannan bai ba
Fatima mamaki ba. "Kaɗan ƙwarai kika ji ko kika gani.
Ni kam na ji abin da ya fi haka muni." Ta cire fin daga
bakinta ta gyara wa Abdurrashid nafkinsa. Daga nan ta
tambayi Amina a tsanake, "Shin in da gasa ake, wa za ki
ba matsayin lambuwan?" Ta miƙa mata Abdurrashid.

"Kulu mana!"

"Saboda me?"

"Don tana kamanta gaskiya," Amina ta amsa mata,
ta fara ba Abdurrashid mama.

"Ko kin sami halin ganawa da wani da ake kira
Alhaji A.B. Dansaƙi?"

"A'a."

"Ya yi Kwamishinan Ilimi na wajen shekaru goma.
'Yan shekarun baya Bature ya saya masa gida a London,
amma shi sai ya ce gidan ya yi masa kaɗan, amma kuma
yana son wurin da gidan yake. Kin san abin da ya yi?"

"Ina fa na sani? Ai sai kin gaya mani."

"Sai ya saye duka gidajen da ke kan wannan layin! Ya kwashe duk kuɗin da aka tanada don ilimantar da yaranmu ya sayi gidaje a layi guda a London. Ba nan ma labarin ya ƙare ba. Ejen-ejen na sayar da gidaje suka damfare shi. Bai karanta ɗan ƙaramin rubutun da aka yi ba a yarjejeniyar cinikin inda aka ce muddin bai zauna a gidajen ba har na tsawon shekara uku za a mayar da gidajen ga masu su. Bai je ganin gidajen da ya saya ba sai bayan shekara uku...'yan sanda kuwa suka yi fatali da shi." Fatima ta girgiza kanta. "Kina da labarin mijin na Kulu? Kin san yadda aka yi ya sami kuɗi? Fiye da shekaru goma shi da Bature suna ta sayar da makamai a ko'ina a ƙasashen Afirka. Da gangan sukan riƙa zuga mutane suna yaƙi da juna don su sami kasuwar sayar da muguwar hajarsu ga mafaɗatan. Da sannun dai suka saɓa da Baturre, sai ya zo yanzu ya raɓe wai shi ne Sakataren Karamar Hukuma. Ina iya kwana ina ba ki labarin mutanen nan da ake cewa wai su ne masu jan ragamar mulkinmu. Kai, ba ni son in ƙara wa kaina takaici."

"Ke kuma yaya labarin mijinki? Ina nufin shi kuma yaya aka yi ya kuɗance?" Amina ta tambaye ta.

"Labarin yana da tsawo da ban sha'awa. Amma zan gajarta. Ya fara ne da yin aiki tare da mahaifina a London a nan embase namu. Da ya dawo gida sai aka tura shi ya shugabancin Hukumar Kula da Filin Jirgin Sama. Ya lura cewa wai ai nan ba wani kuɗin da ake iya samu; da sannu ya yi kutin-kutin da aka sake masa

145

wajen aiki aka kai shi Hukumar Kula da Tashoshin Jiragen Ruwa. Daga nan kuma sai Kamfanin Jirgin Kasa wanda ya shugabanta har na tsawon shekaru goma. A nan fa ya tattaro kan miliyoyin da ya handama ya yi rub-da-ciki a kai. A lokacinsa ne Gwamnati ta yi shirin haɗa 80% na ƙasar nan da hanyoyin jirgi irin na zamani. Aka yi ta turo kuɗi saboda aikin. Amma ki duba a yau, me muke da shi? Ba a dai yi sabbin hanyoyin dogo ɗin ba, na da ɗin ma duk sun lalace saboda rashin kulawa. Shi kam maigidan nawa sai ya samo kuɗi daga Gwamnati da kuma bankunan ƙasashen waje da sunan za a yi aikin shimfiɗa dogo, amma kuma a ƙarshe ba tsuntsu ba tarko. Kusan dukan kuɗin ya shige akant nasa da na maƙarrabansa."

"To, shi kuwa a kan me yake kashe duk wannan kuɗi nasa?"

"Yana da masifar son motoci masu gudun tsiya. Yana da bargarsu a Abuja, Maiduguri, New York da London. In kina son ki ga tarin motar nan da ake Ferari, ki ziyarci gidansa. Bugu da ƙari yana da irin jiragen ruwan nan na masu sukuni a Turai, yana kuma tara zane-zanen da sai wane da wane ke iya saye saboda tsada. Ga shi da caca ba kama hannun yaro kuma kullum yana duba wane hannun jari ne ke gaba don ya saya. Wata ran da dare na tuna masa cewa in ya mutu a farin ƙyalle ne kawai fa za a naɗe shi. Ya fusata ƙwarai da wannan ya ba ni kashi."

Ana wannan hira shi dai Abdurrashid ya yi barcinsa. "Fatima, yanzu nake tuno abin da kikan riƙa faɗa mani game da ire-iren wadannan 6arayi, 'yan damfara, mazambata, ma6aryata na cikin al'ummarmu. Cewa kike dukiyarsu kaf daga sata da fashi suke samunta. Yau ne idona ya bude sosai da sosai game da zancenki," Amina ta ce ma 6awarta.

Fatima ta mi6e tsaye, ta dauki jakarta. "Littafin Baibul ya ce..."

"Kar dai ki ce mani kina karanta Baibul..."Amina ta tari numfashinta.

"A'a, ba zancen ba ke nan. Na dai karanta wasu sassa ne da suka burge ni. Misalin inda ake cewa, 'Duk wanda ke da shi za a sake ba shi, a ba shi da yawan gaske ninkin ba ninkin; amma kuma wanda ba shi da shi za a kar6e masa dan abin da yake da shi din.' Wannan ne ke ba mutane damar su yi handama da babakere?" Fatima ta tambaya.

Bayan sun yi shiru na dan lokaci, can sai Fatima ta tuno da wani abu da ya tsima ta. "Ke, har na mance in gaya maki cewa an gayyace ni in ba da lacca a Bikin Tunawa da Jibril Bala Mohammed. An ce ne in yi magana a kan *Ilimi da Al'umma.* Za a watsa wannan kai tsaye a gidajen talabijin biyu da kuma Gidan Rediyon Jiha. Tsaya ki ji wadanda za su halarci taron: Mataimakin Gwamna, Kwamishinoni shida har da Kwamishinan Ilimi, Cif Joji, Mataimakin Shugaban Jami'a da shugabanni bakwai na ma'aikatun Jihar – a ma bar maganar darurukan dalibai. Wannan wata babbar dama ce na samu, na kuma yi wa kaina alkawarin ba zan 6arar da ita ba. Na tsara abin da zan ce amma na 6i in bayar da takardar ga masu shirya laccar. Ke kina son ki ji abin da na rubuta?"

"Kwarai kuwa. Wa zai ƙi a ba shi kan-ta-fasu?"

Fatima ta ciro dunjin takardu daga jakarta. Ta ajiye su gefe guda. Ta tashi ta je ga firiji ta samo kwalbar ruwa da tambulan. Ta zuba kaɗan ta sha. Ta gyara murya da kuma hularta mangwamare sannan ta fara karatu...Amina kuwa ta ba ta aron kunnuwa.

"Duk wani mai nazarin al'amuran yau da kullum na duniya ya san cewa wasu daga cikin ƙasashen Turai suna yin ruwa da tsaki a cikin sha'anin rayuwarmu. Cikin shekaru talatin ko fiye da haka nan da suka wuce, irin katsalandan da suka dinga yi game da rayuwar tamu ya soma kaiwa fagen wuce *min sharrin,* ya soma zama abu mai haɗarin gaske. Kullum sai daɗa ƙaruwa da muni yake yi. Babu abin da suke togo da shi sai ƙarfinsu na tattalin arziki, siyasa, da kuma na soja. Ta yaya suke samun wannan ƙarfi nasu? Daga ina irin wannan ƙarfin gaske yake? Abin da ya sa suka kasance ƙasashe masu ƙarfi, dalili guda ne kacal: Yadda suka samar da ilimi kuma suka sarrafa shi.

"Muna samun ruwan sama na tsawon fiye da wata bakwai, amma har yau ba a samo dabarar da za mu tanadi wannan ruwa ba, mu tace shi mu yi amfani da shi a ruwan sha mai tsafta ya wadaci kowa. Akwai mu da hasken rana na fiye da awa goma kullum garin Allah Ya waye, amma har yau ba mu sarrafa wannan baiwa da aka yi mana. Mu ke da itatuwa, jijiyoyi da furanni masu amfanin gaske, amma kuma ba a gan mu muna amfani da su don haɗa magunguna masu inganci ba. Muna da ƙasa yalwatacciya mai albarka, ga samari majiya ƙarfi sun kasance suna zaman kashe wando, mun kasa noma mu ciyar da kanmu. Har yau muna shigo da abin da za mu ci. Me ke hana mu gina hanyoyi? Me ke hana mu yin tufafinmu? Me zai hana mu tsara rayuwarmu ta yadda kowa zai sami wadata gwargwado? Tambayoyin ba su da iyaka! In muka duba za mu ga muna da jami'o'i birjik da cibiyoyin nazarin al'amura! Haba jama'a!

"Ba a tsara jami'o'inmu don su samar da ilimi ba. An tanade su ne don su haifar da jahilci, wanda da sannu za a rene shi shi kuma ya girma ya haifar da wani irinsa. Don kuwa in har dai muna son mu samar da ilimi, dole ne mu koyi faɗar gaskiya tun can farko. Ita kimiyya kam ba ta zama da gindinta a inda jama'a suke yin imani game da camfe-camfe ga kuma rayuwa irin ta jita-jita.

"Dole ne mu dogara ga jami'o'inmu da manyan makarantunmu su samar mana da hanyoyin da za mu bi mu magance abubuwan da suke damun mu na yau da kullum. In muna son wannan haƙa ta cim ma ruwa, dole ne 'yan siyasanmu su miƙa wuya don yin na'am da ra'ayoyi irin na zamani. A halin da muke ciki, mafiya yawan masu mulkinmu ba sa ma iya karatu da rubutu a kowane harshe.

"In har dai muna son mu nazarci tsarin da ya haifar da irin su Bature, a nan dole ne mu yi nazarin tarihin yammacin Turai, yadda suke haɗa magungunansu, falsafarsu, nazarinsu game da hazaƙar ɗan-Adam, tarihin adabinsu da kuma, uwa uba, tsarin tattalin arzikin mutanen na Turai.

"Da Hausawa suka dubi al'amarin nan sai suka yi karin magana inda suke cewa, 'Hanjin jimina, akwai na ci, akwai na zubarwa.' Dole ne mu yi la'akari da ra'ayoyin juna ko da ba mu yarda da su ba. Mu koyi yadda za mu lura da irin gudummawar da kowa ke iya bayarwa, mu kuma yaba masu daidai gwargwado. Mu samar da damdamalin da kowannenmu zai sami bayar da iyakacin gudummawarsa mafi kyau a cikin al'umma.

"Ya kamata kowannenmu ya canja ra'ayinsa game da ilimi. Kamata ya yi a ce muna neman kowane irin ilimi, ba lallai sai na Addini kawai ba. Mu koyi yadda za mu zurfafa tunani, mu nazarci yadda za mu ƙirƙiro abubuwa da za su iya sauƙaƙe mana rayuwa. Kada mu tsaya muna cewa wannan hali na jahilci da muke ciki, taɓarɓarewar tattalin arzikinmu da al'adunmu – dukansu Turawan mulkin mallaka suka jawo mana.

"Dole ne mu yi amfani da ilimi don mu yaƙi talaucin da ya mamaye mu, don kuwa duk inda talauci ya yi kanta, ba abin da yake haifarwa sai rashin ci gaba. Wai shin yaya abin ya zama haka bayan kuwa Addininmu da al'adunmu ba su yarda da rashawa da cin hanci ba, zama cikin jahilci, zaman banza da fankamar wofi?

"Muddin dai har kullum mu muna dogara ne a kan ilimin da wasu suka ƙirƙira kuma suka yi wa kwaskwarima, ba kuwa za mu tashi daga kasancewa bayin masu amfani da ilimin nan da basira ba. Daga nan fa kuma zancena ya dawo kan abokina Bature. In dai za mu dogara ne a kan cewa shi ne zai haƙi ma'adinanmu, ya tace su, ya je ya sayar da su, ba shakka mun zama bayinsa ke nan, sai yadda ya yi da mu. Bature yana iya yin yadda ya ga dama da kowannenmu saboda ilimin da yake da shi.

"Dole ne mu koyi wani abu daga Bature. Shi mutum ne mai son ya ga mutane suna nuna hazaƙa a rayuwarsu kuma suna tsaye don samar wa kansu abubuwan biyan bukata. Amma kuma baya ga wannan, da dai duniya kada mu gaskata Bature. Can a zuciyarsa akwai abin da yake ɓoyewa. Shi fa ba shi da wani aboki ko maƙiyi na din-din-din sai fa son zuciyarsa na din-din-din.

"Duk wata al'umma da ka gani ta ci gaba irin yadda ake so, komai yana tafiya daidai wa daida, haka fa ba samuwa ya yi ba sai da irin amfani da ilimi da aka yi gami da darajar da aka ba shi kansa ilimin. Kakanninmu Larabawa sun tsere wa kowa duk faɗin duniya ne saboda fannoni na ilimi da suka samar. Su suka yi nazarin taurari suka babba su sunaye. Amma kuma a yau, mafi yawan Larabawa ba sa ma ko iya karanta taswira mafi sauƙi.

"Jibril Bala Mohammed haziƙin mutum, mai fafitikar neman 'yancin ɗan-Adam kuma malami nagari. Ya yi rayuwarsa kaf yana ta famar a samar da al'umma wadda ta ginu a kan ilimi. Ya taɓa ce mani shi kam burinsa a rayuwarsa shi ne a yi ta neman gane gaskiya da kuma samun ilimi. Mu ci gaba da wannan aƙida da Bala ya tsayu a kai.

"Jahilci ba ya haifar da komai sai bauta, shi kuwa ilimi 'yanci yake samarwa. Ilimi shi ne ƙarfin ɗan-Adam.

"Assalamu alaikum"

"Gaishe ki gwanata!" Amina ta yi mata jinjina.

13

'Yan makwanni nan da suka wuce Amina tana ta jujjuya wani ra'ayi a zuciyarta: In ka ba mutane abinci, za su ci. In ka ba su hanyar samar da abinci, za su ciyar da kansu. Ta yi tunanin wani fili da take da shi da ke zaune haka kawai ba a komai da shi. Ina ma da za a sami mata a koya masu su noma filin su raba abin da suka samu? A sami sauran matan a gani ko su ma suna da filaye irin wannan. Matan su haɗa kai su kafa ƙungiyar manoma mata. Ta haka sai ka iske an haɗa ƙarfi da ƙarfe, masu rauni cikinsu su ma su ba da gudummawa irin tasu. Abin dai duk ana maganar haɗa kai ne. Lalle akwai fa'ida.

"Barka da war haka, madam," Amina ta ji wata murya ta shige cikin tunaninta. Sai ta ga Fatima da Bilkisu sun shigo.

"Wannan naka ne," in ji Bilkisu, yayin da take miƙa wa Abdurrashid wata jaka cike da kayan wasa na kayan yara. "Jiya na je Kano na sayo maka su musamman." Ta duƙa zuwa gare shi, a inda yake kwance, ta ɗauki ɗaya daga cikin kayan wasan ta karkaɗa masa, shi kuma ya miƙo hannu don ya karɓa, yana ta dariya.

"Danbaƙi ya ce in gaishe ki," Fatima ta ce. "Ina tare da shi jiya da daddare."

"Yaya yake?"

"Lafiya ƙalau." Fatima ta kurɓi ruwa daga tambulan.

"Yaya Muktar da Rebeka?"

"Suna nan dai tare, amma kuma..." in ji Bilkisu bayan ta numfasa mai tsawo.

"Amma kuma me?" Amina ta tambaye ta.

"Ita tana son sa, amma kuma ga dukan alamu shi ba ya son ta kamar yadda take son sa," Bilkisu ta ce. "Abin da 'yar wuyar bayyanawa."

"Kwanan nan Rebeka tana wani sanyi-sanyi da ni don tana zaton akwai wani abu tsakanina da shi Muktar ne saboda yakan riƙa zuwa wajena a kai a kai," Fatima ta ce. "Amma kuma 'yan kwanakin nan ya fi yawan zuwa wajenta. Ita dai ta cika kishi ne da jin tsoro na ba gaira ba dalili. Har yanzu shi Muktar bai fa nuna tahƙiƙanin ina ya dumfara ba, wannan ne kuma yake damun Rebeka, yana ci mata tuwo a ƙwarya."

"Ita kuma Rabi yaya take?" Amina ta tambaya.

"Lafiya lau, har ta ma sami Jamila."

"Na gan ta a walimar Kulu amma sai ta kauce mani. So nake mu yi sulhu mu ci gaba da rayuwarmu. Ban ga dalilin rashin kasancewar takobi ba a cikin kube ba."

"Kina da gaskiya. Tsawon ran kwana nawa ne har a ce mutane suna ta faɗa da juna? Zan yi ƙoƙarin in shirya wani mitin tsakaninku, ko da yake in har na san Rabi ba sanin shanu ba, za ta nemi kauce wa saduwa da ke."

"Kai! Zamani mai juyi!" in ji Amina.

Amina ta ba su labarin tunaninta game da ƙungiyar haɗa kai don noma.

"Wannan abu ne mai kyau, sai dai kuma..." Bilkisu ba ta ƙarashe maganarta ba.

"Na yi na'am da shirin, sai dai kuma ni ban hango masa nasara ne ba," in ji Fatima.

"Don me?" Amina ta tambaye ta.

"Kin gani, masu hannu da shuni na garin ba za su zauna haka kawai ba, su ga kina tsara irin wannan abu, wanda zai fitar da mata daga cikin ƙangi. Za su yi duk wata maƙarƙashiya da suke iyawa don su ga cewa al'amarin ya ci tura. Kullum su suna cikin tsoro ne kuma ba su da hangen nesa. Su a ganinsu wannan zai tauye masu arzikinsu ne da kuma irin ƙarfin ikon da suke watayawa a ciki."

"Fatima, ina jin ba ki fahimce ni ba. Ba cewa nake zan tattaro dukan talakawa, da matasa marasa aiki da leburori ba – a'a, mata 'yan kaɗan ake magana. Ni ban ga dalilin da zai hana masu hannu da shuni da su ɗin su haɗa kai ba, a yi rabo kowa ya sami hakkinsa, a sami zaman lafiya na cuɗe-ni-in-cuɗe-ka a cikin al'ummarmu. Dole ne fa mu san da zaman wannan."

Bilkisu ta fashe da dariya. "Amina, shugabanninmu fa ba a shirye suke su raba komai da kowa ba. Mahandama ne!"

"Kuma masu babakere. Amma kuma duk da haka za mu yi iyakar ƙoƙarinmu," Fatima ta tabbatar wa Amina. "Za mu tattauna wannan ya mu ya mu a taronmu. Ni kuma na yi alkawarin zan je Ma'aikatar Gona in kuma yi magana da 'yan yuniyon na 'yan kasuwa. A nan kuma jami'a, zan yi ƙoƙarin in shirya ganawa tsakaninki da malaminmu na fannin kafa ƙungiyoyin taimakon kai da kai don ya yi maki cikakken bayani game da wannan harka."

Ita kuma Bilkisu ta yi alkawarin cewa, "Zan yi magana da mahaifina, in sami kuɗi daga hannunsa don mu gabatar da wannan shawara taki." Bilkisu ta fita zuwa bayi don ta kama ruwa ita kuma Fatima ta fita waje. Can sai ga ta ta shigo tare da Abdullahi.

"Yawwa, yanzu gaya wa Amina abin da ka faɗa mani a waje," Fatima ta ce masa.

Abdullahi ya sunkuyar da kai ya rufe fuskarsa da tafukan hannuwansa. "Yi magana mana, muna jin ka," Amina ta ce.

"Na yarda in auri Fatima," ya ce cikin 'yar ƙaramar murya.

Dukan matan suka fashe da dariya. Fatima ta sake shi, shi kuma ya ruga waje da gudu. Jim kaɗan sai ga shi ya dawo. "Ina da wata tambaya da nake son in yi," ya ce. "Ina son in san ke daga ina kike?"

Fatima ta jawo shi jika ta ce masa, "Kakan kakana daga ƙasar Larabawa yake. Balarabe ne. Ban san tahkiƙanin lokacin da ya zo ba ko kuma da irin wannan ƙarfin, amma kuma dai an ce mani ya sauka ne kusa da bakin tafki tare da wasu abokansa. Shi kakana ma ɗan kasuwa ne kuma riƙaƙƙen malamin Islama. Yana da ilimi ƙwarai, kuma yana da babban laburare kuma yana yawan tafiye-tafiye. Shi kuwa mahaifina, wanda har yanzu yana da rai, ya yi karatunsa ne a Al'Azhar da ke Alƙahira kuma shi ma'aikacin hulɗar jakadanci ne. Na yi yawo tare da shi zuwa ƙasashe da dama na duniya.

"Kakar kakata ma Balarabiya ce. Ita ce ɗiya guda kacal ta ɗaya daga cikin waɗanda suka ya da zango a bakin tafkin nan. Mahaifinta shi ne shugaban mazauna wannan wuri. Ta haifi 'ya'ya goma. Kakata kuwa rabi Balarabiya ce, kuma rabi Shuwa. Iyayenta mutane ne masu tsare Addini. Ta haifi 'ya'ya tara. Ita uwata kuwa Shuwa ce. Mahaifina ya aure ta kafin ya tafi Alƙahira, amma ba su haihu ba sai da suka dawo. Ta sami ɗiya biyar, amma ɗaya Allah Ya yi masa rasuwa. Yayyina guda uku duka suna zaune a Turai inda suke aiki. Duka suna da mata da 'ya'ya. Ni kuma ina da ɗiya guda, kuma har yanzu ina karatu." Fatima ta sa hannu a jakarta ta ciro wasu hotuna ta nuna wa Abdullahi, wanda ya zura masu ido. "Wannan shi ne kakana a gaban makarantarsa ta Isamiyya tare da ɗalibansa. Nan kuma shi ne a gaban laburarensa. Yakan riƙa ce mana, 'Duk gidan da ba littafai kamar ɗaki ne wanda ba taga.' Nan kuma ga kakata a bakin tafki. Wannan kuma shi ne mahaifina a fadar White House a Amerika tare da Shugaban Amerika na da. Nan kuma ga shi a London tare da Firayim Minista na da. Nan kuma ga ni tare da shi a Tokyo yayin da yake miƙa takardunsa na aikin jakadanci a matsayin sabon Ambasada. A nan kuma ga mu a Saudi Arebiya. A taƙaice dai, ni Shuwa-Arab ce! Kabilarmu na nan a bakin Cadi, ko da yake dai yanzu mun bazu ko'ina."

"Ina iyayenki suke yanzu?"

"Suna Maiduguri."

"To, ina 'yarki?"

157

"Tana tare da su."

"Sauran abokanki fa?" Abdullahi ya tambayi Amina.

"Rebeka daga Zuru take. Mahaifinta babban jami'in 'yan sanda ne. Guloriya kuwa daga Zangon Kataf take. Mahaifinta manomi ne. Bilkisu kuwa daga Azare take. Mahaifinta shi ne Mataimakin Gwamna a Jiharsu."

"Yaushe za ki ci gaba da ba ni labaru?" Abdullahi ya tambaya.

"Kwanan nan. Zan ba ka labarin Ali Baba da Ɓarayi Arba'in. Ka ji daɗin labarin Baba Abdullahi na cikin Dare Dubu da Ɗaya?"

"E, wallahi na ji daɗin labarin nan."

"To, ka gane me labarin yake nuna mana?"

"A'a."

"To, ka tambayi babanka ya ba ka bayani," Fatima ta ce masa, tana murmushi.

"Zan kuwa tambaye shi. Na gode ƙwarai da gaske," ya ce ya sake rugawa waje.

"Kya ga yaro kamar ana masa wani? Wata ran na yi magana da Abdullahi," Fatima take cewa. "A lokacin zancen ya ba ni sha'awa ne kawai, amma sai daga baya na lura cewa akwai magana cikin magana. Magana muka yi sama sama haka game da wannan al'umma ta ɗan-Adam. Ce mani ya yi akwai mutanen kirki a duniya akwai na banza. Masu arziki suna da nagarta, matalauta kuma ba su da kyau. Shi a ganinsa masu arziki suna da nagarta don suna ciyar da mabukata, suna zuwa aikin hajji, suna yin salla kullum, ba su sata, suna sa kaya masu kyau kuma suna kai 'ya'yansu makaranta su koyi hali nagari. Su kuwa matalauta, in ji shi, ba su da kyau saboda kullum su ke nan roƙo daga masu arziki, ko kuma su dinga ƙoƙarin yin sata daga gare su kuma ba sa yin abubuwan da masu arziki suke yi. Haka ni ma aka rene ni."

Amina tana karanta jaridu a nan hedikwatar Kungiyar Matan Bakaro sai ga wata mota Boswaja Bitil fara ta shigo. Ta fita waje don ta tarbi baƙin nata – Fatima da wani dattijo saye da shat da baƙin dogon wando. Fatima ta yi murumushi da ta dumfaro Amina. "Ina son in gabatar da Amina Haruna," Fatima ta ce, tamkar tana gabatar da shugaban wata ƙasa ga wani babban baƙo daga ƙasar waje. Ita ma Amina ta karɓe shi baƙon nata da irin wannan sigar dai. "Wannan shi ne Furofesa Idi Abdullahi, laccara a jami'a, kuma masani game da harkokin ƙungiyoyin haɗa kai," Fatima ta bayar da bayani. Furofesa ya gayar da Amina da mutunci. Shi dogo ne, ga ƙiba.

Amina ta shigo da su ɗakin da take karatu, ta daɗa buɗe taga, ta zauna. Shi kuwa furofesa sai ya fara magana kai tsaye, a tsanake, "Na yaba da ƙoƙarinki na kafa ƙungiyar haɗa kai. Fatima ta ba ni bayani game da harkokin Kungiyar Matan Bakaro. A zahiri, na daɗe ina biye da sawun abin da kuke yi. Ana iya amfani da ƙungiya irin wannan don ciyar da al'umma gaba da kuma gyara tattalin arzikinta. Sai dai kuma abin baƙin-ciki a ƙasarmu, muna iya cewa ai mu kam abin da raunin gaske ko ma mu ce tamkar babu irin wannan tsari ne baƙin-ciki. A taƙaice, ana iya gyara al'umma da tsarinta, a sake ma komai kamannu ya daidaita da rayuwar jama'a. Abin da nake nufi a nan shi ne talakawa da marasa aiki suna iya zuwa su haɗa guiwa su yi aiki a gonaki inda kowa zai ba da gudummawarsa gwargwadon ƙarfinsa."

"Ana ma iya gudanar da harkokin cinikayya ta haka," in ji Fatima.

"Gaskiyarki fa, amma kuma shi wannan ya fi wuya," Furofesa ya ce, ya gyara tsayuwa ya ci gaba da bayar da bayani, ba tare da yana tsayawa yana feɗe biri har wutsiya ba game da kalmomin da suke da wuyar fahimta, ko kuma ra'ayoyi baƙi ga masu saurarensa. Yana magana Fatima tana ɗan rubuta abin da ya sawwaƙa. Ita dai Amina da ta dubi su biyun nan sai ta yi tunanin lallai sun dace da juna.

"Dole mu lura cewa nasarar irin wannan ƙungiya ta dangata ne a kan irin aƙidojin da ita kanta gwamnati take gudanarwa. A wasu ƙasashen an yi amfani da wannan tsarin don ciyar da ƙasa gaba cikin gaggawa, aka kuma samu nasarar yin hakan. Amma a nan ƙasarmu kowa ya san irin yadda aka dinga yin watsi da harkokin noma shekara aru-aru. In har muna son mu fitar da kanmu daga irin waɗannan matsaloli da muke ciki na harkokin noma, dole ne mu koma ma ƙungiyoyin haɗa kai. Yin haka ita ce hanya mafi dacewa. Ta hakan za mu hana mutane yin ƙaura daga karkara zuwa birane

160

a kuma yi maganin al'amuran siyasa, tattalin arziki da zamantakewar jama'a da suka addabe mu."

Zuciyar Amina ta tafi yawo. Ita dai abin da take son ta ji daga bakinsa kawai shi ne wai shin wannan tsari nasu yana yiwuwa kuwa? Akwai nasara inda aka dumfara? Ga dukan alamu Furofesa Idi bai ma damu da ko Amina tana fahimar abin da yake faɗi ba.

"Shugaba Abdul Nasar na Misra ya taɓa cewa abin da ke hana ƙungiya irin wannan cim ma burinta shi ne kasancewar wasu mahandama can a ƙauye, waɗanda su kullum a shirye suke su hana ruwa gudu game da duk wani canjin da zai sauƙaƙe wa mutane rayuwarsu. Ina jan kunnenku da cewa taku ƙungiyar tana iya fuskantar wannan ƙalubale. Sai ku zauna da shirinku." Haka Furofesa ya ce, ya zura wa Fatima ido. "Kungiyar haɗa kai tana iya maganin abubuwa da dama. Ana iya tsara talakawa ko kuma su tsara kansu ta tsarin ƙungiyar haɗin kai iri-iri. Yin hakan zai raba su da zama 'yan bangan siyasa da yawon iskanci, su komo suna taimakon kansu da kansu game da tattalin arzikinsu. Kungiyoyin suna daɗa girma, membobinsu suna daɗa samun ƙwarewa..."

"Mu tamu ƙungiyar ta mata ce kawai," Amina ta katse masa hanzari.

"In haka ne," ya ce, gami da ban haƙuri, "babbar matsalarki a nan ita ce yadda za a fara. Ina za ki sami ƙasar gonar da za ku fara amfani da ita?"

"Ai mun riga mun samu wannan. Ina da fili," Amina ta amsa masa.

161

"Ina za ku sami iri, kayan aikin gona irin su taraktoci da dai sauransu?"

"Na yi magana da 'yan yuniyon na Ma'aikatar Gona sun ce za su taimaka mana da duk abubuwan da muke so, har da aiko mana da ƙwararru," Fatima ta ba shi bayani.

"To, ..." Furofesa ya ce. Ga alama dai an burge shi.

"Me kike nufi?" Amina ta tambayi Fatima.

"Cewa suka yi za su zo su gyara mana gonar kyauta, su ba mu iri mai nagarta, masana aikin gona, direbobi... har na tsawon shekara guda. Daga baɗi kuma mun yarda ko dai mu riƙa haya ko mu sayi duka kayan aikin da muke bukata a bisa kuɗi mai rahusa," Fatima ta gaya mata.

"Kun tsara yadda wannan ƙungiya taku za ta tsaya da ƙafafunta?"

"Ina aiki a kan wannan yanzu haka," in ji Amina.

"In haka ne, me kuke jira?" ya tambaya da babbar murya.

"Shawara sahihiya daga jami'ai da kuma samun rajista," Fatima ta amsa masa a ruwan sanyi.

"To, madalla. Ni a shirye nake in taimaka maku game da shawara..." ya tabbatar wa matan nan. Ya ɗauki jakarsa ya saɓa a kafaɗa. "Sai wani jiƙon ke nan," ya yi masu sallama ya fice.

Amina ta bi shi da kallo, ta zura wa ƙofa ido har sai da ta ji tashin motarsa. "Rabu da abu idan shaihin malami ya dafe shi! Ni kam ai ruɗa ni ya yi maimakon ya taimaka mani. Na kuru da Allah Ya sa kina nan kusa.

162

Ni da tuni na ce masa ya taka sayyada. Shin duk ƙwararrun nan haka suke?"

"Ai shi ma da dama-dama. Banda ma haka ai ya fahimci ina muka dumfara, ya ma yarda ya zo ya ga me muke da niyyar yi, kuma ya faɗi maganganu masu amfani. Yawancin malaman nan na jami'a ba su san komai ba, duk ci da mali suke. Su karanta littafai, su je su yi wa ɗalibansu lacca kamar aku ke magana. In sun tashi aiki kuma wasunsu sai zuwa kulob a taɓa kwalba, wasu kuma su yi ta bin 'yammata tamkar karnuka, sai dai su karnukan suna da lokaci amma su kuwa malaman babu," Fatima ta kawo bayani.

Dukansu biyu suka fashe da dariya, daga baya kuma suka dawo kan batun Kungiya. "Ina jin na gano wani abin ƙwarai," in ji Amina.

"Kai, madalla! Kasar nan cike take da abubuwa na ƙwarai. Na ara maki kunnuwana."

"Dukan mata ai sun iya girki."

"A'a, wasu kunu kawai suka iya. Da wannan wata amarya ta surƙaƙi angonta sai da ya ɓara..."

"Don Allah ki saurara. Kunun ma ai yana da rana."

"Ina jin ki."

"A halin yanzu matan mafi yawansu ba sa aikin fari bare na baƙi."

"Haka fa."

"Nan ya kamata mu sa madubinmu na dubarudu."

"Ba ni labari in sha." Fatima ta fara tsima.

"Wasu matan kansu kawai suke wa girki. Abin da nake son mu yi shi ne mu buɗe bizines da zai samar wa matan abin yi kuma ya kare mutuncinsu."

"An fa yi yamma da kare..."

"Za ki gane yanzun nan. Ke dai ki bar ni da birin ki ga abin da zan yi. Abin da nake son a yi shi ne a sami wasu mata su harhaɗo kayan yin burodi, yogat, fura, waina da dai sauransu. Su yi ta shirya abincin a gida suna kawo wa Kungiya. Ba shakka za a biya su ladan aikinsu. Sai kuma a sami wasu matan da za su tsara yadda za a haɗa abincin a riƙa sayarwa...su ma a biya su lada." Amina ta ɗan yi shiru, tamkar ba ta san me za ta ce ba. "Na daɗe ina ta tunanin yaya za mu samu mu ci gaba yayin da ke da ƙawayenki kuka bar garin. Ba da daɗewa ba za ku gama karatunku a nan ku san inda dare ya yi maku. Ni kuwa ina nan, kamar randa a bayan ƙyaure. Abin tunani a nan shi ne yadda za mu ci gaba da gini a kan abin da muka faro yanzu. Ina son matan su shigo kane-kane cikin tsarin baƙin-cikinsa. Muddin ba mu taso muna da kuɗinmu na kanmu ba, za mu kasance irin ƙungiyoyin nan kullum su je nan su je can suna roƙon a agaza masu da kuɗi ko kayan aiki. Shi kuwa mai roƙo ba shi bajinta."

"Maganarki dutse!"

"So nake wannan Kungiya tamu ta tsaya daram a kan ƙafafunta. Kasuwanci tsagwaronsa za mu dumfara inda ko me muka sa hannu a kai muna son riba ne. Muddin ba mu tanadi hanyar samun kuɗi ba, ba yadda za mu iya gudanar da komai cikin sauƙi. Nan da 'yan shekaru masu zuwa a kan hakan zan tsayu. In mun yi nasara game da sayar da wannan abinci, sai kuma mu waiwayi wani abin; in mun yi nasara a wannan gari, sai mu ga yadda abin zai kaya a wancan garin. Ina da niyyar a kowace makaranta mu kafa kiyos kafin ƙarshen shekara mai zuwa. Za mu riƙa sayar wa ɗalibai abinci mai rai da lafiya. Duk riba da aka samu sai a sake zubawa ta haɗu da uwar kuɗi.

"Bugu da ƙari akwai matanmu da yawa masu ilimin maganin gargajiyan da ya haɗa da jijiyoyin itatuwa, ganyensu, ɓawon da ma furannin. Za mu haɗo kansu su tanadar mana magunguna iri-iri a kawo ga wannan Kungiya mu riƙa sayarwa. Su ma za a biya su ladan aikinsu, watau za a bukace su su sayar da abubuwan da suka haɗa ne ga wannan Kungiyar Matan Bakaro. A yanzun haka Larai tana ta magana da su matan game da yin haka ... za su sami kuɗin da da shi ne abin gyara rayuwarsu ya tabbata. Ni kam ban zurafafa tunani a kan yadda za a sami kuɗin farawar ba, amma na tabbata haƙa za ta cim ma ruwa."

"Don Allah, Amina, kada ku yarda ku karɓi kuɗi daga gwamnati ko kuma irin su Bature ko sarakin nan namu. Kuɗinsu na haram ne, kada kuwa ki yarda ki haɗa dukiyarku da irin wannan ɗin. Sai ya gurɓata maku ci gaba. Saƙa da mugun zare ke nan."

"Amma, ai kin taɓa ce mani an yarda a mai da haram *halal.*"

"Na san na ce hakan," Fatima ta amsa, tana murmushi. "Ina ba ku shawara in za ku nemi kuɗi ku ciwo bashi daga banki ne. Ta haka sai kun tsayar da hanyoyi na ƙwarai na sarrafa kuɗi. Dole ne mu nuna wa kanmu da ma sauran jama'a cewa muna iya gudanar da harkokin kasuwanci. Kuma don Allah kada ki mance da mata masu tasowa irin su Larai a harkokin yanke shawarar me za a yi. Su ne manyan goben da ake magana."

"Kwarai kuwa! 'Yan kwanakin nan da suka wuce ni da Larai mun tattauna, abin kuma ya tsima ta. Tana ta hira da matan garin kuma tana son a fara wannan shirin a nan garin ne. Banda ma wannan, ita Larai ɗin da wata malamar sakandare mai suna Binta sun himmatu wajen tara rubutattun waƙoƙi da gajejjerun labarai da matan garin nan suka rubuta. Su biyun suna shirin wani buki na mako guda cur inda za a karanta labarai. Wannan fa ra'ayinsu ne tsagwaronsa. Larai ma ta ƙara da cewa za ta yi magana da Muktar a gani ko zai yiwu a buga waƙoƙin da labaran."

"Kai, madalla!"

"Ko kin san Hadija?"

"A'a. Wace ce ita?"

"Wata yarinya ce da ke neman digirinta na biyu a fannin abinci mai gina jiki. 'Yar Bakaro ce. Kwanakin baya ta zo nan mun tattauna a kan yadda za mu samar da abinci mai gina jiki ta amfani da abubuwan da muke shukawa. A nan take son ta gudanar da bincikenta. Za ta yi aiki tare da Mairo."

❖

Ba wani girgije a sama yayin da matan nan biyu suke dumfarar gidan. Da Amina ta ɗaga kanta hasken rana a rufin kwano ya kashe mata idanu sai da ta rufe su na 'yan daƙiƙoƙi. Ana ƙwallara rana. Batun zafi kuwa ai wannan ba a maganarsa. Mutane kaɗan ke yawo a tituna, waɗanda suka fito kuwa sun lafe a inuwowin manyan itatuwa. Awaki da tumaki da suka sami hali su ma sun matso don shan inuwa, ga kaji tsaye zuru, bakunansu buɗe, idanunsu rufe.

"Kai, wannan zafi fa ya kai inda ya kai!" Amina ta ce, suna tafe a hankali. Sun kusa da gidan sai ga Rebeka, saye da shat mai gajeren hannu kuma mai ruwan bula da siket na irin ƙyallen jins da takalma na fata. Ta ɗaga kwalar shat ɗinta. Ta yi murmushi ta gayar da Amina. "Yanzun nan daga Ma'aikatar Lafiya nake. Jami'ansu sun yarda Sati mai zuwa da safe za su yi mana allurar riga-kafi. Sai dai kuma fa ba kyauta ba."

"Nawa za mu biya?"

"Ai ba yawa. Mun ma riga mun biya."

"Kai, kin kyauta. Ina kika samu kuɗin?"

"Ai ma kuɗin ɗan kaɗan ne, kuma an yi mana rahusa."

"Allurar me za a yi?" Fatima ta tambaya.

"Ba kina wajen mitin ɗin ba?" Rebeka ta tambaye ta. "Da ke muka tattauna. Yaya kuma yanzu za ki zo kina tambaya irin wannan?"

"Don Allah yi mani aikin haƙuri," in ji Fatima.

"Allurar me?" Amina ta sake tambaya.

"'Yan rani."

"Abin ya zo a kan kari," Amina ta ce a hankali.

Amina ba ta san yadda za ta yi ba game da dangantakar da ke daɗa tsami tsakanin Fatima da Rebeka. Tana son ta sulhunta su. Da ta dumfari Rebeka sai ta ji ta tana bankwana, tana cewa, "Sai mun sadu Sati da safe."

"To, sai mun sadu. Na gode," Amina ta amsa mata.

14

Rayuwar ta Amina a yanzu ta zama tamkar ta wani soja wanda yake shirin yaƙi. Za ta tashi da safe, ta yi wanka ta yi wa ɗanta wanka, ta share ɗakinta, ta fita zuwa hedikwatar Kungiya ko dai don ta saurari rediyo ko ta karanta jaridu ko kuma a yi mitin da matan da suka hallara. Da yamma kuma ta je makarantun da ake koyar da mata don ta ga me ke gudana. Abin da kamar wuya, amma ta dage ƙwarai don ta nuna ai ita ma tana iyawa. Ta san wannan hali na tsanani da ake ciki sauƙi zai biyo bayansa muddin aka sami ƙarin malamai kuma matan gari suka daɗa shigowa wajen al'amuran gudanarwa. Ta yi amanna cewa wannan ne gagarumar gudummawarta don kafuwar Kungiyar Matan Bakaro.

Amina ta iske cewa tana daɗa nutsa cikin sha'anin wannan Kungiya tana daɗa shiga cikin harkokin matan garin kane-kane. Wata ran, Alhamis da yamma ta dawo ke nan daga makaranta a gajiye tilis sai ga Larai ta shigo tana kuka. Makon da ya wuce an kwantar da ɗiyarta a asibiti tana fama da ciwon da ba a gano kansa ba. Da hawaye sharaf-sharaf Larai ta ce, "Yau rai ya yi halinsa. Dazun nan ta rasu a asibitin." Amina ta ba ta haƙuri ta kuma yi mata alkawarin taimakawa da duk abubuwan da ake bukata.

Ran Sati kuma da safe Amina tana fitowa gidanta sai ta ga taron mata da yara. Takan so ta ga taro irin wannan. Ta gaggaisa da kowa yayin da ta dumfari inda Rebeka da wasu ma'aikatan kiwon lafiya suke zaune suna jira. Rebeka ta roƙi Amina da cewa ta yi wa mutanen ɗan jawabi. Amina ta ɗan yi tajin-tajin amma dai a ƙarshe ta yi magana 'yar gajeruwa game da muhimmancin yaƙi da ciwon 'yan rani, ba a nan Bakaro ma kawai ba, har a ma Jihar baƙin-ciki. Ta yi godiya ga Kungiyar Taimakon Bakaro saboda irin gagarumar gudummawa da take bayarwa. Wani jami'in kiwon lafiya ya yi magana mai tsawo game da matakan da suka kamata a ɗauka don kare lafiyar kowa da kowa a gidaje, a hana yaɗuwar cututtuka. Yana cikin magana Bilkisu ta tuƙo motarta a hankali zuwa inda mutane suke. Ta ja ta tsaya nan kusa. Fatima da Muktar suka fito daga motar. Ai fa daga nan Amina ta kasa sauraren me jami'in yake cewa. Hankalinta duk ya koma ga Muktar, wanda yake saye da farar kaftani. Amina ta lura ya aje gemu.

Ko can Amina ba ta son allura. Amma kuma yau ga shi dole a yi mata. Ta dai yi ta-maza, ta matso a yi mata ba tare da nuna jin zafi ko tsoro ba. Ta zo ke nan a yi mata sai Muktar ya roƙi jami'an kiwon lafiyar su ɗan dakata masa. Ya gyara kyamararsa ya ce masu su ci gaba. Ya ɗaɗɗauki hotuna. Bayan an gama yi wa Amina sai sauran matan suka shiga layi su ma aka yi masu allurar riga-kafin. Amina ta je wajen ɗaliban. Shi kuma Muktar ya je ya tsaya gabanta, suka zura wa juna ido shiru na ɗan lokaci. Daga nan shi sai ya dubi sauran jama'a, ita kuma ta sunkuyar da kanta. Da ta ɗago kan sai ta tambaye shi, "Yaya al'amura dai?"

"Ina nan lafiya ƙalau, kamar yadda kike iya gani."

"Rebeka tana kulawa da kai ko?"

"To, ga mu dai. Muna dai abota ne. Tana iyakar ƙoƙarinta," ya samu ba ta amsa. "Ke kuma yaya kike da mijinki?"

"Yana nan lafiya. Amma a gidajen 'yan Majalisa yake kwana."

"Yaya kike da matan Kungiya? Akwai wahala ko?"

"Kwarai kuwa!"

"Da kyau. Ina son in yi hira da ke don a buga a jaridarmu. Yanzu."

"A'a, ba yanzu ba. Kila ba za mu yi ba, baƙin-ciki."

"Me ya sa?"

"Ba zan jure ba."

Suka yi shiru na ɗan lokaci. Amina ta ɗaga fuska ta dube shi cikin kunya.

"Muktar, me zai hana ka aske gemunka? Bai dace da kai ba."

"Ina komawa gida zan aske," Muktar ya amsa, cike da mamaki.

"Kuma ka ce ma Ɗanbaƙi shi ma ya aske nasa."

"Aha! Zan ce kin ce haka, amma na san shi ba zai aske nasa ba."

"Saboda me?"

"Yana son gemunsa fiye da yadda yake son Fatima."

Dukansu biyu suka fashe da dariya. Suka koma wajen sauran ɗaliban.

"Ba za mu yarda da wannan bashin ba. Kasarmu Nijeriya ba ta sayarwa ba ce," Amina ta ji Muktar yana cewa da tattaunawar ta yi nisa. "Dole mu matsa ƙaimi. Ba mu yarda su miƙa mu ga bauta irin ta zamani ba."

Fatima ta gwamatso Amina don ta yi mata bayanin me yake gudana. "Gwamnatin Tarayya ce da su waɗannan shugabannin namu 'yan baya-ga-dangi suke son su koma ga IMF don ciwo bashi mu kuma ba mu yarda da haka ba..."

Mairo ta iso nan ta shiga cikin zancen, amma ita sai ta nuna gungun wasu yara can. "Wasu matan sun hana a yi wa maza da samari allurar."

"A yi wa kowa da kowa allura. Maza da samari," Amina ta ba da oda.

Kafin rana tsaka an gama yin allura. Muktar yana takawa zuwa ga motar Bilkisu, ita kuwa Rebeka ta zo ga Amina tana murmushi. Amina ta yi mata godiya game da wannan shiri da aka gama lami lafiya. Rebeka ta ce mata ai su ɗalibai suna tsaye tsayin daka su ga Amina ta ci nasara in Allah Ya so. "Sati mai zuwa ma za a dawo don a yi wa waɗanda ba su samu ba yau," in ji Rebeka, wadda ta garzaya zuwa ga mota.

"Mu'azu Ɗanlami ya cika fom na rajistar Kungiya irin taku, shi kuma Furofesa Idi Abdullahi ya ba da sunansa a matayin mai tsaya maku. Watau, yanzu kam kun sami cikakkiyar rajista. Haƙa ta cim ma ruwa," Fatima take gaya wa Amina. "Mu'azu ya yi magana da wasu ɗaliban aikin gona waɗanda suka yarda su riƙa taimakawa."

172

"Kai, na gode. Ai ni ban san cewa ɗaliban za su iya bayar da goyon baya haka ba."

"Wasunsu suna iyawa. Matsalar dai ita ce suna iya taɓukawa, amma kuma sai an ɗan ingiza su don su sami damar cim ma burinsu. Muddin kuka faro wani abu, daga nan kuna iya kiransu su shigo. Sai su zo a cikin ruwan sanyi."

"Yaya kuke, ke da Rebeka?"

"Lafiya lau! Ko jiya Muktar ya zo jami'ar, muka tattauna, aka yi wa tukka hanci. Ta so ta wuce gona da iri ne. Kishin tsiya gare ta ga rashin ƙwarin guiwa. Ba ta son kowa ya zo kusa da Muktar. Duk sai ta ruɗe. Tana matsanancin sonsa, ba ta lura da yadda duniya take. Kwanan nan ma kina faɗin sunan Muktar sai jikinta ya fara tsima. Sai harka ta tsaya mata cik, ba ta iya mai da hankali a kan komai!"

"To, Guloriya fa?"

"Hm. Ita kam tana da matsala da Ɗanladi. Tana son ta aure shi, amma iyayensa sun kafa doka: Dole ta musulunta, tun da ita Kirista ce."

"A shirye take ta musulunta ɗin?"

"Za ta iya komai ake so saboda tsananin ƙaunar da take masa amma kuma iyayenta ba su yarda ta shiga Musulunci ba, duk da yake ba su damu da ta auri Musulmi ba."

"Kai, abin dai ya cakuɗe!"

"E, amma kuma ni a ganina iyayensa ne suka ƙi kallon abin da idon basira. Ba dole ne sai ta musulunta ba."

"To, ina labarin Rebeka da Muktar?"

"Kin ji wata kwamacalar dangantakata ta Addini! Iyayensa ba su soki al'amarin ba; suna ma ƙaunar Rebeka ƙwarai. Ita da mahaifiyarsa suna shartu. Amma nata iyayen su kam ba su gamsu da ta auri Musulmi ba, ita kuma ta nace shi dai take so. In ba shi ba rijiya. A yanzu haka Rebeka ɗin tana fuskantar matsala saboda iyayen nata sun yi watsi da ita a kan wannan maganar. Shi kuma Muktar, ga dukan alamu bai yi shirin aure ba. Ni na san Muktar ba ƙaunarta yake sosai da sosai ba. Babbar magana ma a nan baƙin-ciki shi ne ita dai Rebeka ɗin gaskiya ba ta dace da shi Muktar ɗin ba."

"Bilkisu fa?"

"Yarinya mai sa'a! Kwanan nan aka yi wa nata saurayin furomoshin kuma za su yi aure nan ba da daɗewa ba"

"Ke da Danbaƙi fa?"

"Muna ƙaunar juna. Na gamu da iyayensa su ma ba su soki lamirin dangantakarmu ba. Ba iyayena ne za su yanke mani shawara ba. Ni kam na manyanta kuma ina iya cin gashin kaina!" Fatima take kurari. "Ni da shi muna nan muna maganar aure. Kila mu zama ango da amarya a farkon watan gobe."

"Kai, na ji daɗin wannan labari. A ina za ku je a ɗaura auren?"

"A gidanmu na Maiduguri, daga nan kuma sai mu milla Lokoja don mu sadu da iyayensa."

"Wallahi ina maki murna kuma ina roƙon Allah Shi ba ku zaman aure lafiya."

174

"Amin. Na gode ƙwarai. Allah Shi karɓi addu'arki."

Can suka ji muryar Alhaji Haruna. Ya shigo ɗauke da Rashid, wanda da gani ya sha kuka har hawaye sun bushe a kumatunsa. "Ni ba a yi mani allurar ba," Alhaji Haruna yake yi masu ba'a.

"Za a sake yi mako mai zuwa ai," in ji Fatima.

"Ni lafiyata lau."

"Masu arziki ma suna kama ciwuwwuka fa, in gaya maka."

"Waɗanne ke nan?"

"Na tabbata kai ma ka sani."

15

Rana tana faɗuwa ke nan Amina da Hawwa suka fita a ƙasa zuwa gidan Kulu, wadda aka ce masu ba ta da lafiya. Da yake lokacin magariba ne ba mutane a kan tituna; yawanci suna masallatai. Nan da can ana ta kunna fitillu. Suna tafe a hankali abinsu a 'yan ƙananan tituna, da sannu suka isa ga masu faɗi. Daga 'yan gidaje kusa-kusa, duk a matse, sai ga su suna fuskantar manyan gidaje da garurrukansu masu tsawo da waya a sama. Kowace ƙofar gidan an shuka furanni masu kyau ana kuma kula da su sosai. Daga nan waje kawai sai mutum ya yi ta tunanin irin kayan alatun da ke bayan garun. Ko iskar ma da mutum ke shaƙa a nan da ji ka san akwai arziki.

Kulu da mijinta suna zaune a ɗaya daga cikin irin gidajen nan ne. Tanƙamemen gida da ƙyaure na ƙarfe abin a-zo-a-gani. Garun kuma yana da irin shukar nan mai hawa sama ta mamaye shi. Da su Amina suka iso kusa da ƙofar, sai suka ji haushin karnuka biyu, irin karnukan nan na 'yan sanda. Suna ji kamar za su ci mutum ɗanye. Aka kunna wata fitila mai hasken gaske, wadda ta sa dole su Amina suka sa hannuwa suka kare fuskokinsu. Karnukan nan suka ci gaba da tsalle zuwa ƙofar. Ana cikin wannan hali sai suka ji muryar Kulu ta wata lasifika da ke haɗe da get ɗin tana cewa, "Don Allah ku jira ni; ina zuwa yanzu."

Bayan 'yan mintoci sai suka ji ana sa mabuɗi a ƙofar, aka buɗe ta a hankali, sai suka ga Kulu. Tana saye da doguwar rigar barci ta siliki. Ta ce masu su shigo. Amina ta ce mata sai ta ɗaure karnukanta tukuna.

"Me ya sa kike jin tsoro?" Kulu ta tambaye ta.

"Ina iya gaskata mutum, amma banda dabba."

"Kina jin zan bar wani abin assha ya same ku a gidana?"

"Ma dawo gobe da yamma lokacin nan masu gadi suna aiki. Mu kwana lafiya," Amina ta ce mata, don ita kam ba ta son su sarƙa da karnuka.

Kulu ta dai ciccije ta ɗaure karnukan cikin sarƙa. Karnukan sun daina kuka, amma suna ta kaɗa bindinansu. Baƙin na Kulu suna shigowa ta mayar da ƙofa ta garƙame, sa'annan ta shiga yi masu bayani, "Akwai ɓarayi da yawa a nan wajen namu. In ba ki yi hankali ba kafin ki ƙyafta ido wani ya laɓaɓo ya shigo." Karnukan sukan riƙa haushi in sun ji wucewar mutane can a waje. Can sai aka ji Hawwa ta yanka ihu, ta ruga da gudu ba zanenta. Ɗaya daga cikin karnukan ya yi tsalle ya fizge mata shi. Kulu ta koma ta karɓe shi daga bakinsa ta miƙa ma Hawwa. "Wai shi nan yana maki wasa ne," in ji Kulu. Suka ci gaba da tafiya shiru a bisa wata 'yar hanya da aka shafe da siminti, ga furen kallo dama da hauni, har zuwa ƙofa ta biyu. A nan ne ma ita Kulu ta tambaye su, "Wai shin ma, me ya hana ku ku zo da mota."

"Tafiyar ce nake jin yi. Me ya sa kika tambaya?"

"Ai da daga ɗakina ma sai in buɗe maku ƙofar, ku zo nan ku yi fakin."

"Yi haƙuri; ni ban san da haka ba," Amina ta ce mata.

Suna shigowa ƙofa ta biyu Kulu ta mayar da ita ta kulle. Daga nan suka dumfari ƙofar falo, irin wadda ake turawa. Suna shiga ta kulle. Su Amina suka cire takalmansu suka zauna a wasu manyan kujeru.

Sun shigo wani makeken falo, rufinsa can sama, ga kujeru masu tsadar gaske ga hotuna masu tsada a bango. Kowane ɓangaren falon akwai kujera ta zaman mutum guda guda biyar – kujeru goma ke nan, masu fuskantar juna. Can waje guda akwai makekiyar kujera mai wajen sa hannuwa, kusa da ita kuma ga irin ɗan ƙaramin teburin nan mai samansa na gilashi. A kansa an ɗora tire na zinari na kashe taba. Iyakondishin biyu suna aikace don kuwa falon ya yi sanyi kamar firiji. Kasa kuwa an rufe ta da darduma mai launuka da yawa ga taushi a ƙafa. A bangunan an rataye manya-manyan hotunan shugabannin ƙasa na da da na yanzu. Ga kuma zane da aka yi babba na Alhaji Ibrahim a kan doki saye da kayan holo yana riƙe da kofi na zinari. Akwai wani matsakaicin hoton na wasu 'yan makaranta saye da fararen kaftanai da fararen huluna; a ƙarƙashin wannan hoton an rubuta Bakaro Old Boys Association, watau Kungiyar Tsoffin 'Yan Makarantar Bakaro.

Kulu ta danna wani botun don ta kira mai mata aiki.

"Yaya jikin naki?" Amina ta tambaye ta.

"Na ji sauƙi kam. Amma 'yan kwanaki da suka wuce lafiyar tawa ta nemi ta kuɓuce mani. Tun lokacin ne nake ta addu'a da karatun Alƙur'ani." Ta nuna masu kwafen Alƙur'ani a buɗe a kan wani bidiyorakoda. "Allah nake roƙo Ya ba ni tsawon rai in sami damar more arzikin da ya mallaka mani."

"Me likita ya ce maki?"

"Bai ce ga zance ga magana ba, illa iyaka ya ce wai ina bukatar hutu mai tsawo." Sai ta matsa kusa da kunnen Amina ta ce mata, "Ya ce ina fama da hawan jini ne. Allah Shi gafarta mana, tun da yake shi kaɗai ne ya san komai."

"Yaya maigidan naki yake?" Amina ta tambaye ta.

"Lafiya lau, amma hidimomi sun masa yawa. Zaɓuɓɓukan Kananan Hukumomi sun ƙarato, yana ta shirin kyamfen don ya ga jam'iyyar ta lashe komai. Yana kuma da niyyar ya shiga takarar sanata idan babban zaɓe ya zo."

Can sai suka ga an buɗe wata ƙofa, Alhaji Ibrahim ya shigo, biye da shi akwai wani tsoho. Alhaji Ibrahim mutum ne siriri mai matsakaicin tsawo. Yana saye da riguna farare swal da farar hula da ta dace da su, kana ga fararen takalma. Ya sami wata kujera mai taushi ya zauna, shi kuma tsohon nan ya zauna a ƙasa kusa da shi. Alhaji Ibrahim ya sanya tazbaharsa a kan teburin nan mai gilashi, ya kunna taba, shi kuma tsohon nan ya yi kumburya da goro.

Amina ta ƙi yarda ta fara gaishe shi. Tana sane da cewa a wata hira da aka yi da shi kwanan nan a rediyo ya fito fili yana zarginta da neman yi wa gwamnati maƙarƙashiya da ayyukan da take yi. Ya kuma yi alkwarin sai ya ga bayan wannan Ƙungiya tasu.

Suka zauna shiru a falon, ba ka jin sautin komai sai na agogon bango. "Barkanku da zuwa," Alhaji Ibrahim ya ce masu, bayan ya busa tabarsa.

"Mun zo ne mu gayar da maiɗakinka," Amina ta ce.

"Ku rabu da ita. Ba wani ciwo take yi ba. Duk da haka dai, na yi murna da kuka sami zuwa. Em...yaya Ƙungiyar taku?" ya tambaye su.

"Lafiya lau."

"Zan so in gan ki a ofishina in kin sami lokaci. Mun sami buhunan shinkafa da muke son mu rarraba ga ƙungiyoyi masu zaman kansu. Ku zo ku karɓi naku kason." Ya danne guntuwar tabar da yake sha. "Bayan kun karɓi shinkafar ina son in yi magana da matan; sai mu sa ranar da za a yi hakan. Amma zan fi son in yi magana da su ɗin lokacin da ake ba da shinkafar..."

"Saboda me?" mamaki ya ishi Amina.

"Zan so in yi magana da su a kan hakkokinsu na 'yan ƙasa da kuma irin fa'idojin da ake samu daga mulkin dimokuraɗiyya irin na yammacin Turai. Daga nan kuma sai a ilimantar da su game da yadda za su jefa ƙuri'a a zaɓukan Kananan Hukumomi masu zuwa."

"Mace tana iya tsayawa zaɓen?" Amina ta tambaye shi.

"Tsarin mulki ya yarda da haka, amma a zahiri ba zai taɓa faruwa ba a nan. Ba na jin kuma zai ma taɓa faruwa, ba wai a wannan zaɓen mai zuwa ba, har ma na

180

gaba. Banda ma wannan, a ita jam'iyyar da ke riƙe da ragamar shugabancin, babu wani gurbi da za a ba mace." Ya yi murmushi, ya bi su da kallo. "Mata sai su jira har lokacin da Allah Ya nufa." Ya gyaɗa kansa kamar sau uku.

Ana cikin haka sai waya ta yi ƙara. Alhaji Ibrahim ya amsa haka sasarai.

"Allahu akbar! Kai alhamdu lillahi," ya ce bayan doguwar tattaunawa. "Motar Sarki dai ta iso."

"Da wa kuke magana?" Kulu ta tambaye shi.

"Sakataren Gwamnati."

"Wace irin mota ce ta Sarkin?"

"Wata limo ce ta musamman daga General Motors ta Amerika."

"Motoci nawa gare shi?" Kulu ta sake tambaya.

"Goma," ya ɗan yi tari.

Daga nan fa sai Alhaji Ibrahim ya rare ya shiga magana. "Amina, ina son ki ga sabuwar motata da ta iso wancan mako. Da na je yi wa Sarki odar tasa sai na saƙa tawa ni ma. Marsandi ce wadda ake buɗe samanta. Tana da daɗin shiga, sai dai kuma ƙasar nan ba mu da hanyoyi masu kyau. Amma kuma tun da ba kullum zan riƙa shigarta ba, na san za ta yi mani shekaru. Kin gan ni nan ba kamar wannan matar tawa ba ne da take canza motocinta kamar yadda take canza rigunanta. Kai! Mata dai ba a iya masu! Shin ko kin san in da a ce Kulu ta sayi mota kuma ta sayi rigar mama, za ta fara canza motar kafin ta canza rigar maman?" Ya fashe da dariya ya ƙara kunna wata tabar sannan ya tambayi Amina,

"Shin wai ba ki iya tambayar mijinki ya saya maki mota maimakon a yi ta tuƙa ki?"

"Yau ma a ƙasa ta zo," Kulu ta ce wa mijinta.

Ya fashe da dariyar ƙeta, ya kuma ba Amina shawarar cewa idan tana son ta motsa jiki ne ta je ta yi rajista a kulob ɗin da ake buga ƙwallon golf.

"Abubuwan da muke yi tare da mata sun ishe ni," Amina ta amsa masa.

"Amina," Alhaji Ibrahim ya ɗora yi mata magana sanyi-sanyi. "Na daɗe ina biye da irin abubuwan da kike yi. A gaskiya, ga shawara da nake son in ba ki. Ki sake tunani. A gaskiya ni kam ba ki burge ni ba game da wannan al'amari na ƙungiyar mata. Amma kuma tun da yake ke ba matata ba ce ba zan iya in ja maki linzami ba."

"Alhaji, na gode da shawarar da ka ba ni. Ni na san abin da nake yi sarai kuma ina son ka fita harkata," Amina ta ce masa.

"Ba zan iya fita harkarki ba kamar yadda kika ce saboda abubuwan da kike yi suna shafar matsayina na Sakataren Karamar Hukuma, kuma ban iya ƙyale ki saboda ni Musulmi ne." Daga nan sai ya dakata. Wannan magana tasa ta sa jikin Amina ya yi sanyi, musamman ma da ta ga shi wannan tsohon da ke zaune a ƙasa yana murmushi kuma yana gyaɗa kansa. Alhaji Ibrahim ya ci gaba da kawo bayani. "Addinin Musulunci yana bukatar cikakken miƙa wuya. Dukanmu dole mu miƙa wuya ga ikon Allah Maɗaukakin Sarki. Shugabanninmu na Addini ba su yi na'am da zuwan

Kungiyar Matan Bakaro ba. Ko da yake na yi iyakar ƙoƙarina in nuna masu cewa muna cikin harkar mulkin dimokuraɗiyya ne, amma duk da haka gani suke Kungiyarku ta saɓa wa abin da aka saba da shi. Ta fita daga sahu.

"Ji nan, Amina, kina auren mai hannu da shuni ne. Me zai hana ki saki ranki tsumma a randa, ki miƙe ƙafafunki ki more wa arzikin da Allah Ya ba shi? Wannan tsulla-tsulla da mata talakawa da kike yi ba zai kai ki ko'ina ba. Ba fa wani abu da za ki yi ki canza masu yanayin rayuwarsu. Haka abin yake, haka kuma zai ci gaba da kasancewa. A wannan al'umma tamu rayuwar da Allah Ya tanadar mana ita muke kai! Kada ki nemi canza abin da Allah Ya riga ya tsara. Allah ne kaɗai ke iya canza abubuwa. Shi ya san abin da ya fi dacewa da mu. Abin da kawai kike iyawa," ya ɗaga yatsa don nuna muhimmancin zancen nasa, "shi ne ki yi ta addu'a don neman shiriyar Allah Ta'ala gami da taimakonSa."

Tsohon da ke zaune a ƙasa ya gyaɗa kansa don ya nuna gamsuwarsa da abin da Alhaji Ibrahim ya ce. Ita kuma Kulu ta miƙe ta ce wa baƙin nata su zo su je ɗakinta. Suna shiga ta kunna masu bidiokaset, ta kuma kunna iyakondishin. "Ina jin lallai ba ku zo nan ɗakin ba tun da aka sake kayan cikinsa."

"Duk waɗannan daga ina suke?"

"Bari mu gani...Labulen dai daga Faranshi suke, su darduman kuwa daga Maroko ne. Gado mai ruwa kuwa daga Amerika ne. Su kuma waɗannan zane-zane da kuke gani duka daga Italiya ne. Sai batun na'urori: dukansu daga Jafan ne."

Kulu ta fita ta bar Amina da Hawwa a ɗakin. Jim kaɗan sai ga wata budurwa mai aiki ta shigo da tire ɗauke da abinci da ruwan sha da cokula da tambuloli masu tsada. Ta ajiye a kan ɗan teburin ta gaishe su. Da za ta fita sai Amina ta tsayar da ita. "Me ya same ki a nan?" ta nuna wani sabon ciwo da ke wuyanta. Ga alama yarinyar tana jin tsoron amsawa, amma sai Amina ta ba ta tabbacin cewa Kulu ba za ta san me aka yi ba. A ƙarshe dai ta yarda ta yi magana, amma tana yin tana ta kallon ƙofa.

"Jiya na yi kuskure na ci naman da ake son a ba karnuka shi ne sai Kulu ta buge ni," tana faɗin haka ta ruga da gudu ta fita ɗakin.

Amina da Hawwa suka kalli juna shiru. Daga nan suka juya suka ci abincin da aka kawo masu. Suna cikin ci ne Kulu ta dawo.

"Kin yanke shawarar fara bizines?" Kulu ta tambayi Amina.

"A'a, da dai sauran lokaci. Ina jin daɗin aikina da matan garin."

"Kar ki ɓata lokacinki, don Allah. Haba! Jirgi fa ba ya jiran kowa. Ki manta da matan nan ki kama bizines abinki, tun ƙarfen yana da zafi a buge shi."

"Ai Kungiyar Matan tamkar jaririya ce; ina son in ga ta girma cikin ƙoshin lafiya."

"Ahaf! Ba za ki amfana da komai ba. Kina ɓata lokacinki ne kawai tare da ƙwarewarki a kan mutanen da da ɗai duniya ba su fahimtar me kike yi, kuma ba su ma san yadda za su ciyar da kansu gaba ba."

"A'a, ba haka abin yake ba. Kungiyar za ta zama mai dogaro da kanta ne, kuma za a riƙa samun riba," Amina ta ce mata, ko da yake ba ta riga ta tabbatar da yadda haka ɗin zai faru ba.

"Ta yaya?"

Amina ta ɗan yi shiru don ko ta samo amsar da za ta gamsar da Kulu. "Mazajenmu suna son mata su jefa ma jam'iyyar da ke mulki ƙuri'a a zaɓukan da ke tafe ko? Ina kuma jin ke da mijinki kuna son ku gina masaƙa ƙo? To, ba sai kawai matan su zo nan su yi maku aiki ba?"

"E, wallahi. Ai ni ban san kina da hangen nesa haka ba," Kulu ta faɗa cike da murna.

"Yaya ɗiyarki?" Amina ta tambaya, don dai a sake abin magana.

"Lafiya lau. Ita fa haziƙa ce."

"Kina son ki ci gaba da haihuwa?"

"E, ina so, amma ba yanzu ba don kuwa harkoki sun mani yawa. Ba na iya haɗa bizines da ɗaukan ciki. Na kusan talaucewa yayin da na sami cikin ɗiyata shekaru biyar da suka wuce."

Kulu ta tashi tana fiton wata waƙa da ta sani, ta shiga rawa, tana kaɗa kai da ɗuwawu. "Kai, zamanin da 'yammata suke 'yammata ya wuce. Yanzu ba su wuce kayan wasan yara ba, ko kuma jakunkunan hannu. Lokacin da nake jami'a na more rawa. Ko yanzu nakan je kulob in ɗan taka." Ta ci gaba da rawa a tsakiyar ɗaki, baƙinta suna kallo.

"Na ce ba? Shin mijina ma yakan yi rawa a kulob ɗin?"

"Kawalliya, ba za ki ji wannan daga bakina ba. Kila wata can ta gaya maki. Sau da yawa yana gefensu na 'yan ƙwallon holo ne. Mijinki ya iya wannan wasa sosai, sai dai kuma dawakinsa sun gaza."

"Ai yana iya samun wasu daga 'yan ƙauyukan da ke kusa da mu."

"Kash! Ke kuwa Amina kin jahilci abin da ake magana!" Kulu ta fashe da dariya. "Dawakin holo daga ƙasashen waje ake shigo da su, musamman ma dai daga Ajentina. Dubban daloli ake biya don sayensu da kuma kawo su nan. Su dawaki ne na musamman kuma suna bukatar abinci na musamman, bargarsu ma ta musamman ce, har da iyakondishin. Suna bukatar ƙwararren likitan dabbobi da zai riƙa duba su."

"Kwallon holo wasa ne mai haɗari, ga tsada. Dubi dai duk kuɗin da ake kashewa wajen sayen dawakin da shigo da su da kulawa da su. Da wannan kuɗin ana iya gina makarantu da samar da abubuwan da mutane suke bukata, ko a ciyar da mayunwata, ko a tufatar da talakawa," Amina ta ce, tamkar tana magana da kanta ne.

"Kin fara maganar siyasa, ni kuwa ba 'yar siyasa ce ba," ta ce wa Amina, kamar da fushi.

Ba da daɗewa ba su Amina suka yi mata sallama suka fita.

Da Amina ta iso gida sai Larai ta ce mata da ba su nan Fatima ta zo ta gaya mata za ta gida gobe don wani

186

abin ya taso. Shi kuwa Abdurrashid yana barci. Amina ta canza kayanta ta yi shirin barci, ta kwanta gefen ɗanta. A cikin duhun nan tunani iri-iri ya dinga ratsa zuciyarta. Ta dubi Kulu da mijinta da irin sigar rayuwarsu. Duniya ta ba su wurin zama.

Sai suna ta sayen motoci daban-daban masu tsadar gaske, dawakai na dubban daloli, su sace kuɗi daga taskar hukuma, bayan ga shi ba magunguna a asibitocinmu. Ga su da gidaje masu tsada, mu kuma makarantu sun yi ƙaranci. Mijin Kulu wai yana gayyatar mu mu zo mu karɓi shinkafa. Kaicon wannan ƙasa mai arziki! Yaya za a yi a ce wannan babbar ƙasa tamu, mai mutane da yawa da isasshen filin noma, a ce wai yau mu ne muke shiga layi don mu karɓi shinkafa, an mayar da mu mabarata? Yaya za a yi Sakataren Karamar Hukuma ya karkata akalar kuɗin da aka ba su ya ce ya sayi mota ta shigarsa shi kaɗai? Yaya za a ce Sarkin Yanka, a wata ƙasa can mai tasowa, yana gasa da masu miliyoyin kuɗi a duniya ta mallakar motocin da suka fi tsada? A yadda ake tafen nan, wata ran ai sai jirgin sama za a saya masa.

Yaya za a ce mutum kamarsa yana da wata madafa ta a-zo-a-gani bayan kuwa ba ya yin komai a rayuwarsa amma ga talakawansa suna mutuwa da yunwa ko ta sanadiyyar cututtuka iri-iri? Tabbas! Akwai wani abin da yake shige wa kowa duhu, akwai wani abin da ba daidai ba.

16

Tsawar da ake ji can nesa alama ce ta isowar damina. 'Yan watannin nan da suka wuce an yi zafi mai tsanani, amma kuma nan ba da daɗewa ba in Allah Ya so za a fara ruwa. Sama sai gizagizai tsaye cak, ga iskar ba ta motsi. Amma in aka sami wannan ruwa na farko, mutane za su amfana: Iskar da gidaje za su yi sanyi, rijiyoyi da rafuka za su sami ruwa, garin baƙin-cikinsa zai sami sabuwar rayuwa mai ni'ima. Ruwa yana da muhimmancin gaske ga al'umma. Rayuwarsu ta ta'allaƙa a kan ruwa ne, wanda suke ma kirarin abokin aiki. Kuma haka ɗin ne.

Farkon daminar ba wani tahƙiƙanin lokaci gare shi ba. Bana ma kamar 'yan shekarun baya ruwan ya makara. Mutane suna ta roƙon Allah ruwa. Bara sakamakon roƙon da Sarki da malamai suka yi wa jama'a sun fita bayan gari saboda yin sallar roƙon ruwa. Abin da aka yi imani game da irin wannan sallar shi ne kafin mutane su koma cikin gari, a sami ruwan sama. Wannan karon sai hakan bai faru ba. Bayan kwanaki biyu wasu ƙungiyoyin Addini suka ba da shawara a je makabarta a ga in da akwai wani kabari buɗe a gyara shi. Cewa suke buɗaɗɗun kaburbura suna korar gizagizan da ke ɗauke da ruwa. An je ga makabarta, ba a dai sami ruwan ba. A kwana ta biyar, masu tsattsauran ra'ayin Addini suka yi zanga-zanga a gari don su nuna ƙyamarsu ga kasancewar karuwai da mashaya giya a cikin al'umma. Suka zazzagaya duk inda ake sayar da giya suka ba mashayan kashi, suka kuma farfasa duk kwalaben da suka yi arba da su. Su kuma karuwai aka bi su har ɗakunansu aka lakaɗa masu ɗan karen duka. A ganin irin waɗannan mutane halayen fitsara da ake ta nunawa da ayyukan batsa su suka hana ruwa zuwa da wuri. Duk da wannan ɗin dai ba a sami ruwan ba. A taƙaice dai, ba a sami ruwan saman ba sai bayan mako biyu da sallar roƙon ruwan.

Amina tana duban waje ta ga gizagizai baƙaƙe suna tsaye a sararin samaniya. Ta yi addu'a. Ko da yake ita a halin da take ciki ba rashin ruwa da zafi ke damun ta ba. Ɗanta yana fama da jiki. Tana tsaye bakin taga tana ta mamakin yaushe ne Alhaji Haruna, maigidan nata, zai iso. Ta yi 'yan kwanaki ba ta sa shi a ido ba. A yanzu kam tana bukatarsa ƙwarai don su je asibiti ko wani kilinik. Ba ta da direba kuma ba ta da 'yancin ta je gidajen 'yan Majalisa ba tare da shi Alhaji ne ya ce ta zo ba.

Yau Jumma'a ce, komai yana tafiyar hawainiya. Damuwar ta Amina ta ƙara yawa da wani direba ya ce mata Alhaji ya ce yana zuwa yau kuma yana son ya yi magana da ita. Jikin na Abdurrashid sai daɗa hauhawa yake yi. Ciwo yana daɗa tsanani. Ya amayo duk maganin da aka ba shi. Yammacin na daɗa kankama garin yana daɗa duhu. Ta roƙi wani direba ya kai su gidajen 'yan Majalisa sai ya ce mata shi motarsa ta yi fanca. Amina ta rasa abin yi, sai ta zauna a ɗakinta da

fatan ko wata shawara ta ƙwarai ta zo mata. Ba ta dai
son ta ɗauki taksi zuwa gidajen 'yan Majlisa. Fatan da
take yi dai kawai shi ne Alhaji ya zo. Can waje wata
goguwa ta kaɗa, iskar ta murtuke, aka shiga bubbuga
tagogi nan gabanta.

"Yaya yake?" Laraba, matar Alhaji ta biyu, ta
tambayi Amina.

"Abin dai tamkar ciwon arne. Allah dai Ya ba da
sauƙi."

"Kin ba shi magani?"

"E, amma duk ya amayo shi. Yanzu Alhaji nake jira
mu je kilinik."

"Ga shi kuma kamar za a yi ruwa.Watakila ba zai zo
ba ke nan. Kullum yakan ce harkoki sun masa yawa."

"Ya Allah, ka turo mani Alhaji yanzu," Amina ta yi
roƙo.

Ita kuwa Laraba shawara ta ba Amina cewa ga wani
magani na musamman ta ba shi Rashid.

"Ina Hawwa?" Amina ta tambaye ta.

"Na aike ta gidan yata."

"Wa zan aika ya sayo mani ƙwayar maganin?"

"Akwai yara waje."

Amina ta kira Ladan mai faskare. "Don Allah ka je
kemis ka sawo mani wannan maganin," ta ba shi kuɗi da
emtin na fakitin da ake bukata. Da ta komo cikin ɗakin
sai ta sa bargo ta rufe yaron nata. Can waje aka buga
tsawa da walƙiya ko'ina sai da ya motsa. Abin ya ba
Amina tsoro, ta karanto wasu ayoyi daga Alƙur'ani Mai
tsarki.

"Amarya, ga ni na dawo," Ladan ya faɗi tun daga bakin ƙofar shigowa gidan.

"To, kawo mani nan," in ji Amina, tana ƙoƙarin riƙe ɗan nata, wanda har yanzu dai yana fama da amai. Ladan ya iso ya miƙa wa Amina ƙwayoyin magani, ya juya zai fita. Sai ta roƙe shi, "Don Allah riƙe mani yaro in shirya ba shi maganin." Ya karɓi yaron da yake kuka, ya sami wuri ya zauna, ita kuma ta sa ruwan ɗimi a ɗan cokali ta jefa ƙwaya guda don ya narke ta samu ta ba yaron. Da ta sa masa maganin mai ɗaci a baki sai ya motsa jikinsa ya fashe da kuka. Duk da tsawar da ake yi sai Amina ta ji muryar Alhaji yana ƙwala wa Jummai kira. Ladan fa ya ruɗe kuma tsoro ya kama shi. Amina ta ce masa kada ya damu, za ta yi wa mijinta bayani.

"Me ke faruwa?" Muryar Alhaji ta keta ɗakin. "Shin me ke faruwa a gidan nawa?"

Amina dai ta ci gaba da ba ɗanta maganin. Ya haɗiye abin da ya sawwaƙa, amma ga alama yana son ya amayar da shi. Ta ba shi ruwan ɗimi, nan da nan ya shanye. Ta miƙe tsaye. "Abdurrashid ba shi da lafiya; ina ba shi magani ne."

"To, wannan yaron me yake yi a kan gadona?" Alhaji ya faɗi cikin fushi, yana nuna Ladan.

"Shi ne ya sayo mani maganin na ce masa ya riƙe mani yaron kafin in shirya in ba shi. Ba zan iya yin duka biyun baƙin-ciki ba. Rashid yana ta kuka kuma yana shessheƙa," ta ba da bayani, ta miƙa hannu ta karɓi Rashid daga hannun Ladan. Nan da nan Ladan ya miƙe tsaye, ya nemi fita, sai Alhaji ya tare shi.

"Me ya sa ka shiga ɗakin matar aure ba da izinin mijinta ba?" Alhaji ya tambaye shi.

"Ta ce in taimaka mata ne, kuma iyakar abin da na yi ke nan," ya ce cikin tsoro.

"Karya kake!" Alhaji ya daka masa tsawa.

"Gaskiya ce," in ji Amina, tana ɗan yi wa Rashid jijjiga.

"Allah ne shaidana. Taimaka mata kawai nake yi..." Share shi da marin da aka yi masa ya katse ma Ladan hanzari. Ya yi baya gada-gada. "Wallahi tallahi taimaka mata kawai na zo yi," ya sake nanatawa.

"Yi ma mutane shiru!" Alhaji ya daka masa tsawa, yana zazzare ido. "Irinku ke raɓewa da sunan Allah don kare miyagun ayyukansu." Ya juya ga Amina, ya yi mata magana gatse-gatse haka, "Na sha jin labarin harkokinki da maza. Yau dai ga shi na kama ki dumu-dumu."

"Alhaji, wallahi tallahi..." Ladan ya ci gaba da magana, amma naushin da Alhaji ya kai masa a ƙirji ya tsinke masa bayani. Nan take ya faɗi, yana wayyo Allah, yana roƙon Alhaji. Shi kuwa Alhaji ya riga ya harzuƙa, ya sa ƙafa ya dinga shurinsa. Da Amina ta ga haka sai ta yi amanna cewa lallai tata fitinar tana nan tafe. Zuciyarta ta shiga bugawa gwanin ban tsoro. Ta ce wa kanta can a zucci ai ba abin da zai faru. Hannunta yana rawa ta dai samu ta kwantar da ɗanta a gado.

"Alhaji, don Allah ka saurare ni. Hawwa ce ba ta nan. Ga Rashid jiki ya yi zafi, ni kuma na ruɗe ina neman taimako. Wannan shi ya sa na roƙe shi ya taimaka mani. Don Allah da Annabi..."

"Ke rufe man baki!" ya daka mata tsawa, yana cizon leɓɓansa. "Na kasa gane wannan al'amari," ya share ta da mari. Tana kallo Ladan da ya ga sarari sai ya yanka da gudu ya fita. Ita kuma ta fashe da kuka. Alhaji Haruna ya sake share ta da mari da ɗaya hannunsa. Ta rufe fuskarta tana ta kuka. Da ƙyar ta kauce wa mari na uku. Ya kai mata nushi a ruwan cikinta, ta duƙa saboda zafi, ta yi baya za ta faɗi. Ya bi ta ya sakar mata bugu biyu ƙwarara a kai. Da ji yana amfani da duka hannuwansa ne. Ta faɗi ƙasa warwas, kanta ya bugi kabad. Can waje kuwa a cikin wannan halin, an fara ruwa ana jin saukarsa a kan kwano, ga tsawa da walƙiya.

"Yau za ki san yadda ake biyayya ga mijinki, mai wannan gidan, da kuma al'adunmu na gargajiya. Banda ma wannan, ki san yadda ya kamata ki girmama Allah Ta'ala. Ina dawowa an jima kaɗan."

"Wallahi ba mu yi komai wanda ba daidai ba," ta faɗi cikin kuka. Ina! Ya riga ya fita.

Ta sa hannu ta shafa inda ta ji ciwo a kanta. Ta lura cewa ga Abdurrashid nan yana ta kuka. Su Talatu da Laraba da Hawwa suka shigo ɗakin suka nemi taimaka mata ta miƙe tsaye.

Can waje kuwa sai ruwa ake ta tsugawa da tsawa ɗaya bayan ɗaya. Alhaji Haruna ya shigo a jiƙe. Yana ganin sauran matan ya ce su fita su ba shi wuri. Suka bar shi da Amina ita kaɗai.

"Kina zaton na biya sadakinki haka kawai ne don ki riƙa gayyatar maza suna zuwa suna ɓata mani gado?" Ya dumfaro inda take. "Me kike so wanda ban ba ki ba? Me ya sa kike wulakanta ni haka bainin jama'a? Me ya sa kike ci mani mutunci? Wannan fa maganar mutunci ne!"

"Wallahi ban yi komai ba kuma ban ci amanarka ba..." Amina take ce masa a tsanaki.

"Karya kike..."

"Alhaji, ga ɗanka fa ba shi da lafiya. Dube shi... direbanka bai gaya maka ba?"

"Ke, yi man shiru! Ina ma nake iya tabbatawa ɗana ne?"

"Kai! Alhaji don Allah kada ka ce haka. Wallahi ɗanka ne. Don Allah ka taimake mu. Don Allah ka taimaka. Jikinsa fa ya yi zafi!" Amina take ta yi masa magiya.

"Wannan ita ce damarki ta ƙarshe. In na sake ji a jikina cewa kina irin wannan mugun hali zan yi watsi da ke, kina barin gidan nan!"

Amina ji take kamar kunnuwanta suna mata ƙarya ne. Ta dube shi cike da mamaki da tsoro, tana ta sharɓar kuka.

"Yau zan koya maki yadda za ki yi wa miji ladabi da biyayya," ya ce mata, ya dumfaro tamkar wani ƙasurgumin ɗan dambe wanda zai kara da ɗan mitsitsi. "Kin ga dorinar nan?" ya zaro ta daga cikin rigarsa, yana wata fankama, "an yi ta ne musamman don mata marasa biyayya kuma masu cin amanar mazansu." Ya kuwa

194

ɗaga dorinar ya shaɗa wa Amina a baya. Zafi ya ratsa ta ta yanka ihu, tana roƙon sa ya ƙyale ta. Ina! Sai shaɗa mata bulalar yake. Ta ruga da gudu don ta kauce ma duka, amma da yake ba gani take sosai ba, ba ta ma gane ina ƙofar take. Ta faɗa wa kabad, ta ji ciwo wajen idonta na hagu. Ta rufe idanunta, tana bangam-bangam ta kuwa buge da madubi ta koma ta faɗi ƙasa. Ta yi ƙoƙarin tashi tsaye sai Alhaji ya damƙe ta a wuya. Daga nan abin da Amina ta sani shi ne Alhaji yana buga mata fuskarta a bango.

Da ta farfaɗo sai ta ga ɗakin cikin duhu, ga ƙofa a buɗe. Ana dai ta tsuga ruwa da iska. Ta nemi ta tashi don ta rufe ƙofar ta kuma sa ma ɗanta bargo, amma sai ƙafafunta suka kasa ɗaukarta, ta sake faɗuwa. Sai ta shiga roƙon Allah, "Ka aiko da wani ya taimake ni." Da sannu dai ta rarrafa zuwa bakin gado amma ta rasa ƙarfin da za ta ɗaga kanta ta hau shi. Hawaye suka sake ɓarko mata. Tana jin ɗan kukan Abdurrashid amma ta kasa kaiwa gare shi. Ga uwa da ɗa suna kuka cikin duhu. Ta rarrafa zuwa bakin ƙofa tana ta ihu a zo a taimaka mata. Ruwa da tsawar da ake yi sun hana a ji muryarta.

Amina ta farka ta ga ashe a ƙasa ta kwana. Muryar Laraba ta tashe ta, inda ta ji ita Laraba ɗin tana ihu tana cewa, "Subhanallahi! Rashid ya mutu!" Amina tana kallo sauran matan suka kwararo zuwa ɗakinta. Duk ta ruɗe! Laraba tana riƙe da yaron tana ihun a yi masu gudummawa. Kuka dai take ta rusawa. Ita kuma Larai ta taimaka wa Amina ta miƙe tsaye...tana kallo da idonta na dama Abdurrashid ya ja numfashinsa na ƙarshe. Sai ta faɗi warwas a kan gado, tana kuka. Talatu ta fita da gawar yaron.

Da Amina ta farka da safe bayan maganin da ta sha sai ta kasa karɓar abin da ya faru. Fata take duka duka mugun mafarki ne kawai. Amma kuma duk da haka ta shiga mamakin wai shin ina ne ta yi kusukure a rayuwarta har ta faɗa cikin wannan mummunan bala'i? Da mata suka zo yi mata gaisuwa sai ta rufe fuskarta ta ce masu don Allah su tafi, in Allah Ya so za ta sami sauƙi. Ta kasa gane me ya sa Alhaji ya ƙi fahimtar yadda abubuwa suke gudana, kuma ya yi abin da ya yi? Ta shiga roƙo, "Ya Allah, Ka raba ni da waɗannan fitinun da rashin tabbas da suka addabe ni a rayuwata. In ma haka ne ya fi, Ka ɗauki raina ta kowane hali in Ka san hakan ne zai fi mani amfani. Ina ranar irin wannan rayuwa tawa cikin tsoro, ba wata taɓukawa da nake iyawa? Ya Allah Ka aiko da soyayya da fahimta ga zukatan mutane."

Akwai busasshen jini a saman idon hagu na Amina, leɓɓanta sun kukkumbura ga idanunta sun yi ja ja wur. Duk jikinta miki. Kanta yana ciwo matsananci. Ta sa hannuwanta biyu ta riƙe kan ta fashe da kuka. A nan tana kukan ba ma ciwon da take fama da shi ne ba, har da cewa a yanzu fa ba ta da uwa ba ta da ɗa. Duk sun mutu. Dalilin kukan kuma ya haɗa da irin mugun bugun da mijinta ya yi mata ya kuma haɗa da kiranta da sunayen banza. Ta kuma fahimci irin raunin da take da shi a gidan nan, ana iya yin duk yadda aka ga dama da ita. Ta kwanta tana ta juyayi, da sanin cewa ita ba ta yi wani laifi ba kuma ba ta ci amanar kowa ba.

Amina ta yi wajen mako biyu tana fama da baƙincikin abin da ya same ta. Ba ta mance abubuwan ban takaicin nan ba. Tana cike da fushi, amma kuma ga jiki da rauni. Ta tuna irin fankamar da ya shigo da ita, ya yi amfani da ƙarfinsa ta muguwar hanya ya wulakanta ta da ɗanta. E, ya sami nasarar mai da ita mace mai biyayya da riƙon amana. Tun wancan mugun dare yau kam ta ɗan sami damar yin murmushi. Ta dubi hoton ɗanta marigayi, amma wannan karon hawaye ba su zo mata ba. Rayuwarsa ta kasance 'yar gajeruwa ce, wata shida kacal, ya mutu a cikin halin ciwo mai tsanani. Ta tuna addu'ar da ta yi bayan Alhaji ya lakaɗa mata kashi, ta roƙi Allah Ya ɗauki ranta. Ran Abdurrashid Allah Ya ɗauka...mu kuma sai mu ci gaba da tamu rayuwar.

Kumburarrun idanunta suna cike da hawaye yayin da ta zo ta tsaya bakin taga. Can waje ga alamun hadari ga iska mai sanyi tana bugowa. Duk da yake zafin da take ji yana daɗa raguwa, abin da Amina take fama da shi yanzu shi ne yadda za ta saba da rashin Abdurrashid, yadda za ta saba da cewa ya mutu. Ashe dai duk abin da aka yi da rayuwa ta ɗan gajeren lokaci ne? Me ya sa muke tsoron mutuwa? Me ya sa mutane suke zama mugaye ne? Shin an halicci ɗan-Adam da miyagun halaye ne? Wa ne ke jawo wa mutane ƙiyayya, wulakanta juna har ma da kisan juna?

Ta sa hannu a hankali ta share hawayenta ta koma ga tunanin ina aka dumfara daga nan. Tabbas babu batun

Alhaji ya sake ta, ba za ta nemi hakan ba. Za ta zauna daram inda take ne. Banda ma haka, in ya sake ta, wa zai aure ta? Mahaifinta ya riga ya bayar da ita, ina za ta je? Ita kam ta zama kamar kwaɗon da aka ɗora wa taiki ne. Yanzu kam za ta himmatu ne ta ba da iyakar ƙarfinta ga shirinsu tare da matan garin nan.

Fatima ta shigo tana ta murmushi. Amina sai ta juyo mata kumburarrun idanunta da fuskar da ta sha bugu. Mamaki ya ishi Fatima har ta kusan fashewa da dariya.

Ba abin da Amina ta ce mata sai, "Rashidu ya mutu."

"Kai? *Inna lillahi wa inna ilaihi raji'un.* Allah Shi gafarta masa."

"Amin. Zauna in ba ki labari. Zancen da tsawo."

Amina ta kwashe labarin duka ta gaya mata. Aka bar Fatima da baki buɗe saboda al'ajabin al'amarin. Ko da Amina ta nuna mata tabbanta, ai kusan ƙin yarda ta yi. Irin yadda takan dubi abubuwa a tsanaki wannan karon ya guje mata. Sai ta ce, "Ai wannan abin Allah wadai ne, kuma laifi babba!" Fatima ta fashe da kuka.

"Kar ki damu," Amina ta ce mata, tana ƙokarin danne nata hawayen. "Ai na ma ji sauƙi yanzu. Haka Allah Kan so abu ya sami mutum. Mutum ba ya wuce abin da aka rubuta masa. Fatima, ni kam na gaji da rayuwa. Ina jin kunyar kaina da halin da na faɗa ciki da yadda ake jujjuya ni. Na yi iyakar ƙokarina in gane me ke gudana amma abin ya faskara. Duk waɗannan tabban ba abin da suke tuna mani sai irin cin mutunci da aka yi mani, yadda aka ƙi ni, yadda aka tozarta ni. Ji nake

198

kamar wata baƙuwa a wannan duniyar; ji nake kamar kowa yana ƙina, na kasa gaskata kowa, cewa nake *kowa!* Komai ya juya mani baya!" Daga nan ta tsaya ta fashe da kuka da babbar murya.

Da Fatima ta ji ƙawarta Amina tana magana irin haka, sai ta share nata hawayen da na Amina ma. Ta yi ƙoƙarin ƙarfafa mata guiwa. "Yi haƙuri. Haka mutum yakan ji bisa ga al'ada idan ya faɗa hali irin wanda kike ciki. Don Allah kada ki bari abin ya sa ki jin tamkar duniya za ta tashi ne."

Suka ji muryar Alhaji yana tahowa. Suka kalli juna.

Ya shigo yana ta murmushi, yana riƙe da jaka.

Fatima ta miƙe, ta ce, "Kin ji, ni zan tafi."

"Ba korarki nake yi ba," Alhaji ya ce, yana dai ta murmushi.

"Ban ce haka ba. Illa iyaka dai ina da waɗansu abubuwan da zan yi ne."

"Na gamu da mahaifinki a taron da muka je Legas."

"Na san ya je."

"Kwanan nan za ki zama lauya."

"Ai sai na je makarantar horar da lauyoyi tukuna," Fatima ta ce, sannan ta ƙura wa Alhaji ido. "Amma dai wallahi ka ba ni kunya game da abin da ka yi wa Amina nan. Haba jama'a? Mata take gare ka, ba baiwa ba. Mutum take kamarka. Ba ka taɓa yi mata mummunan abu mai wulakanci kamar wannan ba. Kana da matsala! Muddin namiji yana jin cewa lakaɗa wa matarsa kashi abu ne karɓaɓɓe, shi kam ba jarumi ne ba, wawa ne kawai kuma mai nuna fin ƙarfi. Kauna ta kamata a nuna wa mata ba a yi mata dukan tsiya ba..."

Alhaji Haruna ya tsayar da ita, "Ke, dakata. Kada ki ci mani mutumci a gidana."

"Da man ina kan hanyata ta fita ne. Illa dai ina son in gaya maka ra'ayina ne game da yadda ba ka da ɗa'a..."

"Fita ki ba ni wuri!"

Fatima ta yi shirin fita, tana ce wa Amina, "Zan dawo ba da daɗewa ba. Kada ki damu ki yi ta kuka. Ina yi maki gaisuwa. Allah Shi gafarta wa Abdurrashid."

Ganin Alhaji Haruna kawai ya sa tsigar jikin Amina tashi. Wata irin ƙiyayya game da shi ta taso mata, ko da yake ba halinta ne ba ta ƙi mutum. Ta yi ƙoƙarin ture wannan tunani, amma abu ya nemi faskara. Ta ce wa kanta duk abin da ya same ta haka Allah Ya so, rubutacce ne daga gare Shi. Amma kuma tana fata cewa idan tafiya ta yi nisa za ta sami halin canza Alhaji Haruna ya zama mutumin kirki. Ta kasa fahimtar yadda zuciyarta take yawo da ita haka nan game da mijinta.

Ga alama dai 'yan kwanakin nan ya ɗan canza. Yakan riƙa kawo mata ziyara amma bai taɓa magana dalla-dalla ba game da abin da ya gudana tsakaninsu. Maganarsa dai ba ta wuce harkokinsa kuma da ji yana ƙoƙarin ya kauce wa magana a kan duk wani abu da zai kawo saɓani. Amina dai takan zauna ne zuru ta ji abin da zai ce. Haka suka dinga wannan kulli-kucciya, da fatan wani abu zai auku wanda zai daidaita tsakaninsu.

Wata rana da tsakar dare Amina tana kwance sai Alhaji Haruna ya buɗe ƙofa a hankali ya shigo ya kuma rufe ta a hankali. Tun bayan faɗarsu sai yau ne fa ya shigo mata ɗaki iwar haka. Amina ta farka, cike da tsoron sanin ga shi ya shigo mata.

Sai ya zauna a bakin gado ya tambaye ta, "Yaya jikin naki?"

"Alhamdu lillahi," ta ce masa tamkar tana raɗa.

Alhaji ya ci gaba da magana, amma ita Amina a zahiri ba fahimtar wannan take ba. Ita tana ta tuna irin abubuwan da suka faru ne. Shi dai surutunsa yake ta yi. Can sai ta ɓarke da kuka.

Harkokin Kungiyar Matan Bakaro suka ci gaba kamar yadda ake so. Lokacin da Amina ba ta nan aka ƙaddamar da Kungiyar, inda wasu mata uku su ma suka bayar da filayensu don yin noma. Ita kuwa Kungiyar Taimakon Bakaro ta ƙaddamar da wani shiri na musamman ne wanda ta sa ma suna *Shirin Karfafa Guiwa*, inda aka sami kuɗi aka sayo tebura da kujeru na azuzuwa, aka kuma sayo littafai da sauran kayan aikin da ake bukata.

Amina ta yi murna da ci gaban da aka samu ya zuwa yanzu, kuma ta ga ya dace a sake gabatar da shirin tsabtace garin Bakaro don kuwa titunan nasu sun fara ƙazamcewa. Wannan karon sai ta yi tunanin ai ya kamata maza ma su bayar da tasu gudummawar. Yara ma ana iya sa su zo da faretani don nome ciyayi nan da

can, su kuma cika 'yan ramuka da duwatsu ko ƙasa.
Mata su share gidajensu da tituna...

17

Hasken rana ya shigo ta taga ya bugi fuskar Amina. Ta yi hamma ta yi miƙa. Da subahin nan mutane kaɗan ke yawo waje. Amina ta sauko daga gado ta je ta wage tagoginta, iska mai sanyi ta shigo ta sa ta ƙara wartsakewa. Ta je ta yi wanka, da ta gama kuma sai harkar kalaci.

Daga baya ta fita zuwa hedikwatar Kungiya. Nan ne fa ta ga gungun maza, mata da yara, ga dukan alamu waɗanda suka amsa kiran da aka yi game da tsabtace garin Bakaro. Ta yi murna ƙwarai da ganin haka. Guloriya tana cikin tarin jama'ar. Ta gayar da Amina da murmushi ta kuma ce mata komai fa ya kammala, kana ta ƙara da cewa, "Rebeka ta je ta kirawo dubagari."

"Me ya same ki," Amina ta raɗa wa Guloriya. "Na ga kin rame ne ƙwarai."

"Labarin yana da tsawo, amma wata ran zan feɗe maki biri."

Can gefe guda Amina ta lura da wasu 'yan makaranta sun baza taswirar Bakaro suna ta nazari. Tattaunawa suke game da wuraren da za a haƙa lambatu da dama har su kai zuwa ga rafi. Shugabansu ya zo gare ta ya ƙaddamar da kansa ya ce shi ne Nasaniel, ɗalibi a fannin tsara garuruwa. Ya ba ta bayani a taƙaice game da me suke yi.

"Abin da kamar wuya ko?"

"E, amma kuma ai da ban sha'awa."

"Su wa za su haka ramin?" Amina ta tambaye shi.

"Waɗancan mazan," ya nuna mata gungun wasu maza riƙe da diga, cebur da barori. Su kam aiki ko na gobe sai ta faɗa.

"Mu ne masu zurfin tunani," wani ya ce.

Duk suka fashe da dariya. "Na san ku ne masu zufin tunani," Amina ta ce masu.

"Kin gani, madam," Nasaniel ya ce, "muna son mu haɗa duk lambatu da muka gina a nan, kuma mu karkatar da ruwan a can." Yana magana yana nuna mata wuraren a taswirar. "Sai dai kuma akwai wasu matsaloli."

"Yaya suke?"

"Rashin kayan aiki isassu. Kamar yadda aka koya mana, abin da ya kamata mu yi a nan shi ne mu haƙa ramukan a ƙarƙashin ƙasa."

"Me zai hana ku bar ruwan ya gudana ta nan, kana ku karkatar da shi a can," Amina ta ce masa, tana nuna wuraren da yatsarta a taswirar.

"Mai filin ya ƙi yarda."

"To, ku yi tunanin abin da ya fi dacewa. Allah Ya ba da sa'a." Da wannan Amina ta bar shi ta dumfari Fatima, wadda yanzun nan ta iso.

"Fitowar da jama'a suka yi ta burge ni," in ji Fatima. "Wannan alama ce ta irin haɗin kan da kika samu daga gare su. Yana kuma nuna ba ke kaɗai kike ba. Mutane suna tare da ke kuma sun gaskata ki. Sun nuna hakan ta fitowa ƙwansu da ƙwarƙwatarsu don su yi duk wani abin alheri da kika ce. Mu kam, da ma kada ki damu; muna ba ki goyon baya ɗari bisa ɗari. Kullum muna tare da ke – ba za mu taɓa juya maki baya ba."

"Na yi murna ƙwarai da fitowar jama'a," Amina ta ce, "kuma na yaba ƙwarai a baki da zucci da abin da kika ce. Ina godiya buhu-buhu!"

"Yaya Faffaɗan Hanci?" Fatima ta tambaye ta.

"Lafiya lau. Kwanan nan zai tafi Makka."

"Ya ba ki haƙuri game da abin da ya yi maki?"

"E...to. Yaya ma zan ce ne? Ya dai amsa cewa abin da ya yi bai dace ba, amma a zahiri ni bai ba ni haƙuri ba." Abin da Amina ta iya faɗi ke nan, ƙwalla ta cika mata idanu, ta sa hannu ta share.

"Wohoho!" Fatima ta faɗi a hankali, tana girgiza kanta don baƙin-ciki. "Duk ɗaya suke."

Suka kalli juna. Amina ta ja numfashi ta kaɗa kanta a hankali. "Kada ki damu. Ba komai. In Allah Ya yarda sauƙi yana nan tafe. Ai abin ma ya wuce...ya zama tarihi."

"Haka fa. Ke dai ki tsaya tsayin daka."

"Me ya sa kuka ƙaddamar da *Shirin Karfafa Guiwa*?"

"Ganin abin da ya same ki, kuma ga rasuwar Rashid, sai muka ce ba za mu yarda Kungiyar Mata ɗin ta mutu ba."

An gama aikin wajen La'asar sakaliya. Amina ta gaji tilis, ko da yake abin da ta yi shi ne sa ido a aikin kowa. Mutanen garin nan tare da ɗalibai sun aikatu wajen haƙa lambatun nan. Sararin sama kuma ya haɗe da hadari, kafin sallar Isha'i ruwa ya fara sauka da ƙarfi. Walƙiya da tsawa suka biyo baya. Iska mai ƙarfi tana kora wannan ruwan yana bugun rufin gidaje kamar ana yaƙi. Haka aka yi ta yi na 'yan sa'o'i daga baya kuma ruwan ya zama yayyafi har zuwa subahi.

Da gari ya waye Amina ko kalaci ma ba ta yi ba ta sa kai ta fita. Hantsi yana ɗagowa ga garin ƙashar. Ta zagaya duk garin Bakaro. Duk inda ta wuce sai jama'a suna ta gaggaishe ta suna ba ta girma, suna yaba mata. Suna daina ko me suke su yi mata godiya. An raba tituna da ramummuka da tarin ruwa, shi kuma ruwan sama an yi masa lambatu sai gudana kawai yake lami lafiya. Garin Bakaro ya tsabtatu fiye da yadda mutum ke iya tsammani. Amina ta yi alfahari da wannan nasara da aka samu.

Alhaji Haruna dai ya tafi Makka. Ita kuma zaune gida, sau da yawa ita kaɗai, tana ta tunani. In ta zauna a ƙofar ɗakinta ganin yara ƙanana ko jirirai yakan dame ta ƙwarai. Da dare in ta hau gado ta kwanta, takan ta yawan kuka. Samun sauƙinta kawai yana ga karatu ne. Ta lura abubuwan takaicin da suka samu wasu mutane su suka hallaro gare ta; wannan ya rage mata nauyin da take ɗauke da shi, ganin abin ba ita kaɗai ya shafa ba. Abin ya zama ruwan dare.

Wata ran ita da Larai sun je ɗaya daga cikin gonakin na mata. Suna ɗan yawonsu tsakanin kuyya sai ta taɓa wani karan dawa wanda ya fi ta tsawo. Lallai matan nan sun yi katari. Shukarsu ta yi kyau; ko ba taki za su sami amfanin gona mai kyau. Ta roƙi Allah Ya raya ta zuwa lokacin da za a yi girbi tun da yabanya ta kai haka.

Da su Amina suka dumfaro gida sai suka gamu da Rebeka. "Mun kawo ma ke da matan wani abin ba-zata," Rebeka ta ce ma Amina.

"Mene ne?" Amina duk ta ƙosa ta sani.

"Muna shirin gabatar da Ranar Kiwon Lafiya a Bakaro ran Sati."

"Kai madalla! Ni me ake son in yi?"

"Ki tattaro kan matan kamar yadda kika saba. Ki tashi haiƙan a kan wannan. Fatima tana gani wannan karon za a bukaci ki yi ruwa ki yi tsaki."

"Ya yi daidai."

"Ah! Na mance in gaya maki Muktar ya sami wani ɗan ƙaramin haɗari."

"Yana ina yanzu?"

"Yana gida yana jinya."

"Don Allah ki ce ina gaishe shi. Allah Shi daɗa karewa."

"Amin. Zan faɗa masa saƙonki," Rebeka ta yi alkawari ta kama hanya.

Ran Sati Amina tare da wasu likitoci, nas-nas, dubagari da ma'aikatan Ma'aikatar Lafiya da Rebeka suka rankaya suka ziyarci kusan kowane gida a garin Bakaro suna bayar da shawara game da kiwon lafiya kuma suna duba marasa lafiya suna ba su magani. Ran Lahadi Amina ta farka duk a gajiye. Bayan ta gama 'yan harkokinta sai ta koma ta naɗe a gado har tsakar rana, lokacin da Bilkisu da Fatima suka zo ganinta. Ta zauna bakin gado ta yi ta atishawa har sau shida. Kawayenta suka fashe mata da dariya. "Ina labarin Rebeka?" ta tambaye su.

"Tana ta barci lokacin da muka taso," in ji Bilkisu.

"Ai an sami babbar nasara," Amina ta ce, tana magana kamar tana raɗa. "An ji jiki kam. Ni nawa jikin har yanzu ba ni ji garau. Na gaji tilis. Ga tafiya ga magana wuni!" ta yi tari ta kuma sake atishawa sau biyu.

"In ba ki yi da gaske ba za ki zama lambuwan wajen atishawa," Bilkisu ta ce mata.

"...kuma a rubuta sunanki a littafin nan mai suna *Guinness Book of Records* ki shiga cikin gungun mashahuran mutane. Amma dai kafin nan, *barka da ratse...*" Fatima ta ce mata.

"*Ratse* sai ka ce wata 'yar bori? Amma dai kin san kowa ya ji jiki ko?" Amina ta ce.

"Kai! Me ya sami yatsarki?" Fatima ta tambayi Amina.

"Na ji ciwo ne yayin da nake ƙoƙarin taimaka wa wata gyatuma yanke ƙumbarta ta ƙafa, wadda ta kasa kaiwa. Na ji tausayin matar. Tana zaune ita kaɗai ne a wata 'yar bukka."

Amina ta fita ta je ta yi wanka, ta dawo ta sake tufafinta. Daga baya an ba ta labarin abin da ya faru ga wasu mata da aka yi masu allura. Tana gama kalaci sai Fatima ta ce mata, "In Allah Ya yarda kwanan nan a jami'a za mu shirya taro a kan harkokin mata. Muna son mu yi magana a kan Kungiyar Matan Bakaro in kin yarje mana, muna yin maganar da yawunki. Mun tsattsara bayanai game da abubuwan da aka yi, muna son mu yi maki 'yan tambayoyi game da shi wannan shiri na kiwon lafiya. Rebeka za ta hallara don amsa tambayoyi."

"Kai, madalla! Kun kyauta fa. Ni kam na yi na'am da wannan," Amina ta ce cike da murna.

"Me kika yi la'akari da shi daga aikin da aka gudanar jiya?" Fatima ta yi mata tambaya ta farko.

Amina ta gyara zama, ta gyara murya. Yanzu ta lura ba ta jin shakkar a ce ta yi magana cikin jama'a. "Da farko dai bari in gaya maku manufofin abin baƙin-ciki," Amina ta ce bayan ta ɗan yi shiru. "Mun ziyarci gidajen nan ne don mu tabbatar da tsabtarsu mu kuma ba jama'a damar ganawa da likitoci kyauta nan take. Mun ziyarci kusan 90% na gidajen, inda muka gana da maza da mata da yara...mun ziyarci sassan da talakawa suke, inda za ki iske cewa kusan ɗaya daga cikin yaran da aka haifa mutuwa suke a cikin shekararsu ta farko. Likitoci sun ce abin da ke haifar da wannan shi ne rashin ilimi na su uwayen da kuma jahiltar kiwon lafiya. Bugu da ƙari ga shan ruwan rijiya ko na rafi wanda ba a tafasa ba kafin a sha ɗin. Wannan shi ke kawo ciwon kwalara da sauran ire-irensu a cikin al'umma.

"Mafi yawan matan suna zaune ne cikin mugun hali na rashin jin daɗi. Sai ki ga mace ta tsofe tun lokacin bai yi ba don tsabagen wahala. Na kuma lura irin wuraren kwanansu marasa kyau ɗin nan suna shafar lafiyarsu. Musamman ma dai yara ƙanana a inda ake fama da cunkoso a ɗakuna. Likitocin namu sun fuskanci

209

ciwuwwukan da suka shafi ƙuna ko dai da wuta ko ruwan zafi ga yara da dai sauran abubuwa irin waɗannan. Wani likitan ma cewa yake saboda inda mutane suke kwana nan kuma suke girki suna fama da shaƙar mummunar iska da irin ciwon da wannan yakan jawo. Abin kuma ya haɗa da rashin isassun tagogi – wani jiƙon ma ba taga ɗin ɗungum."

"Waɗanne matsaloli ne kuka ci karo da su?"

"Shirin namu ya faro ne da tafiyar hawainiya don wasu mazan sun ƙwazzabi likitocin maza da kuma ma'aikatan lafiya maza, wasu kuma suka ce sai mata likitoci ko nas-nas za su duba iyalansu. In kun tuna muna fama da ƙaranci likitoci mata. Kuma ga shi waɗanda suke aiki a cikin shirin nan na yi wa ƙasa hidima, watau NYSC, ba Hausa suke ji ba. Shi ya sa kuka ga har na kusa rasa muryata saboda yawan magana don yi masu fassara."

"Me za ki iya cewa game da lafiyar jama'a a taƙaice?" Bilkisu ta sake tambaya.

"Ana bukatar a ilimantar da mutane ƙwarai da gaske game da kiwon lafiya. Wasu cututtukan ana iya kaucewa daga gare su in da mutane sun san yadda za su yi, amma a rashin haka sai ka ga abin ya kai maƙura, ƙaramin ciwo ya zama babba. Mun yanke shawarar miƙewa tsaye a himmatu wajen ƙara ilimantar da mutane kan kiwon lafiya. Abin takaici shi ne ciwon da ake iya maganinsa a sauƙaƙe, irin su gudawa, sai ka iske an yi sakaci da shi har a kai ga rasa rai, musamman ma dai inda abin ya shafi yara. Kwararrun likitoci sun lura cewa sau da yawa

210

ciwuwwukan da ke addabar mata suna da alaƙa ne da gajiya.

"Sakamakon abin da muka gani jiya, ina cewa lallai ana iya samar da kiwon lafiya nagartacce ga kowa a ruwan sanyi, amma kuma wasunmu ba ma muryoyinsu za su rasa ba," Amina ta fashe da dariya.

"Aha! Saura kaɗan da na mance wani abin kuma..." Amina ta ci gaba. "Mun ce za mu roƙi Gwamnati ta kafa wani kotu na mata zalla waɗanda za su riƙa ziyarar gidaje mako-mako. Ita kuma Karamar Hukuma ta yi mana alkawarin manyan bokitai na zuba shara. Mun kuma kusa kammala shirin sake buɗe disfensaren garin nan wanda aka rufe yau kusan shekara shida ke nan. Wasu mata nas-nas guda biyu sun yarda za su riƙa karɓa-karɓa suna ganin marasa lafiya da yamma. Ga mu kuma da shirinmu na din-din-din inda a gidana za mu tanadi wasu ɗakuna da za mu mayar kilinik na jama'a; a nan za mu yi ƙoƙarin samun namu likitocin da nas-nas."

Amina ta tsotsi tinta wanda ya riga ya yi sanyi. Fatima ta fito da 'yar ƙaramar rakoda don a ji shin komai ya yi daidai na hirar da aka yi da Amina?

Amina ta yi mamaki. "Ashe tun tuni kina ta ɗaukar maganar da nake yi ne?" ta tambaye ta.

"E. Yaya Rebeka? Ta yi rawar gani ko?" Fatima ta tambaya.

"Kwarai kuwa. Sai hamdala. Ai ta yi aiki tuƙuru."

"Takan iya taɓukawa, sai dai ita kullum sai an tuntuɗa ta ne," Fatima ta ce.

"A'a, ban yarda da maganarki ba," Amina ta ce. "Ta yi aiki yadda ake so kuma dole ki yaba mata a kan hakan. Shi fa yabon gwani ai dole yake zama."

"Jiya Rebeka tana ƙoƙarin ta yi mana bayanin yadda kika ci abincin rana. Me ya faru ne?" Bilkisu ta tambaye ta.

"Wata matar talaka ce ta ba mu abinci. Ta gaya mana cewa mijinta ya yi wata da watanni ba shi da lafiya. Sun je ga duk wani mai maganin gargajiya, abu ya ƙi hannu. Sai ta shiga roƙon Allah. Banda ma wannan, ta ce ba su da kuɗin da za su je kilinik mai zaman kansa. Wani dare, ta ce, sai ta duƙa ta yi ta roƙon Allah iyakar iyawarta cewa Allah Ya turo mata wani wanda zai taimake ta ya yi wa mijinta magani kyauta. Da na ce masa za a yi masa magani ba da ya biya ko kwabo ba, ai kusan somewa ta yi.

"Aka duba mijinta tsaf. Likitocin suka ba shi magunguna, ni kuma na ba ta kuɗi. Wani likitan kuma ya yi alkawarin zai dinga ziyartarsa har sai ya warke. Ni zan biya kuɗin magungunan da ake bukata. Da wajen rana tsaka sai ta ba mu abinci, wanda yake ga shi ga kamarsa. Na dai ci ne don in faranta mata rai. Ita kuwa Rebeka kasa ci ta yi saboda ya yi mata yaji da yawa."

"Wannan matar tana cikin Kungiyar Matan Bakaro?" Fatima ta tambaya.

"Ta ce mijinta ya hana ta shiga."

Tattaunawar tasu ta sake damdamali. Bilkisu ta ce wata ƙawarta laccara daga jami'a da ke kusa da su za ta kawo mata ziyara ta tsawon mako guda.

"Wace ce?" Fatima ta tambaye ta.

"Kin san ta ƙwarai. Hajara daga Sashen Adabi. Ita ke kula da harkokin mata a jami'arsu."

"Ashe kuwa za mu ci gaba da yaƙinmu da ba mu ƙare ba," in ji Fatima. "Bara na halarci wani babban taro nasu inda muka sarƙa da ita bisa wani ra'ayi. Za ta iya taimaka mana wajen ilimantar da matanmu."

❖

Can da yamma Kulu ta zo ta yi wa Amina gaisuwa. Lokacin da ɗanta ya rasu ita ba ta ma ƙasar.

"Me ya sa mijinki bai ta fi da ke Saudiya ba?" Kulu ta tambaye ta.

"Ni ce na ce ba za ni ba. In sha Allah zan yi aikin haji lokacin da zuciyata ta natsa."

"Amina, ke dai sakarya ce. Wannan ai babbar dama ce ki je ki sawo abubuwa da dama masu kyau. In ba ki sani ba, Ubangiji ya albarkaci mutanen Saudiya da dukiya mai yawa kuma a can gwalagwalai sun fi arha. Kina iya sayowa ki zo nan ki sayar ki ci ɗan karen riba."

"Ai ya yi alkawarin zai sayo mani abubuwa da dama."

"In ya manta fa? Kin dai san yadda maza suke. Yana da kuɗin gaske, yana facaka da shi. Ki taya shi kashewa mana!" Amina dai ba ta ce mata komai ba. "Kwanan nan ni ma za ni Saudiya ɗin. Zan tafi da ke. Zan kuma tafi da wasu matan ma. Za mu daidaita a kan yawan

213

gwalagwalan da za ku iya ɗauka mani da kuma ladan da za a ba ku in an sayar an yi riba."

Amina ta gyagije ta shirya ta tinkari Kulu. Ba ta ji mamakin kanta ba da ta yi hakan, inda ta ce mata, "Ji nan, Kulu, ya kamata mu fahimci abu guda. Zan je ƙasa Mai tsarki ba don wani abu ba sai don in sauke faralin da aka ɗora mani kawai. Ba za ni wani bizines ne ba, ko kuma in zama 'yar dakon kayanki! In har na tafi Saudiya, to, zan je ne kawai don yin aikin haji."

Amina ta tuno da wani boka da suka je wajensa a garin Dimbi lokacin da abubuwa suka yi ƙamari. A zuciyarta ta ce, "Bari mu koma ga wannan mutum mu gani in maganinsa yana ci har yanzu." Da ta dudduba ta tabbatar Kulu ba ta ganin agogonta da ke hannu, sai ta ce mata, "Agogona na gwal ya ɓace."

Nan take Kulu ta ce mata, "Ai sai mu je wajen bokan nan, ba ma don a gano agogonki ba, har a ba ki maganin da za ki shanye Alhaji yana dawowa. Al'amarin fa sai kin tashi tsaye."

"Wannan ce sabuwar motarki?" Amina ta tambayi Kulu da suka iso ga wata mota da ke waje.

"E, sabuwa gar," Kulu ta ce tana alfahari.

"Wai, amma kujerun da taushi suke," Amina ta ce, yayin da ta zauna.

"Shi ya sa nake son ta," Kulu ta ce, tana ɗaura sitbel nata. "Ke ma ɗaura naki."

Ta tayar da motar suka kama hanya.

"Ina Marsandin?" Amina ta tambaye ta.

"Na aje ta illa ma sha Allah."

"Me ya sa kike ta yawan canza motoci?"

"Ni kuma abin da nake sha'awa ke nan."

Suka ci gaba da tafiya shiru har sai da suka haye wata gada ta katako, suka bi ta kan wata hanya mara kwalta har zuwa gidan bokan. Shi wani ɗan gajere ne siriri da idanunsa cikin kwarmi. Ya tarbe su da murna.

"Kawarki Kulu ta gaskata ni," ya ce wa Amina. "Muna tare da ita fiye da shekaru biyar da suka wuce. Na san me ya kawo ki nan: Kin yi mummunan saɓani da mijinki kuma kin yar da wani abu mai tsada. Ke mace ce mai gaskiya da tsantseni, amma wasu mutane sun dage sai sun sa ki yin baƙin-ciki."

Kulu ta tabbatar masa cewa haka fa abubuwan suke kamar yadda ya faɗi. Da farko dai Amina ta ji tsoro, amma da ya yi 'yan tsatsube-tsatsubensa sai ya ce mata wai a gaskiya agogon nata an sace ne. "Gaya mani," ya ce mata, "banda Alhaji akwai wani namiji da ke shiga ɗakinki?"

"A'a."

"Kai, dakata," ya ce, ya ƙara da wani surkulle can nasa, wanda ba su ji me yake cewa sosai ba, yana yi yana jujjuya zirinsa na wuri masu launuka da yawa. "Ehe! Haba! Yanzu na gane komai ɓaro-ɓaro. Mace ce, mata ta uku. Tana kishin ziyarar da Alhaji yake maki a kai a kai."

Yana magana Amina ta ji kamar ta fashe da dariya. Amma dai ta cije. Ta yi shiru tana ta mamakin ƙarairayin da yake ta giggillawa. Ya ci gaba da tambayarta, "Wane ne kuma ya taɓa sha'awar agogon?"

"Wata mata mai ɗinki da ake kira Sitela."

"To, ita ce ɓarauniyar."

"Amma kuma ai ba ta taɓa shiga ɗakina ba," Amina ta ce masa.

"In kuwa haka ne, to, mata ta uku ce. Koma gida ki ce mata ni, Alhaji Hadi, na ce ita ce ta sace maki agogo. An san ni a duk faɗin Arewa saboda ƙwarewata da gani har hanji." Ya juya ga Kulu, "Na ga dai har yanzu mijinki bai daina bin 'yan makarantan nan ba. Ga wannan ki zuba masa a abincinsa sau biyu," ya miƙa mata wani ƙullin garin magani, "ba shakka zai share su baƙin-ciki ya komo ke kaɗai yake gani da gashi, ya so ki iyakar so."

Kulu ta buɗe jakarta ta duntso Nairori ta miƙa masa.

"Kai madalla. Don Allah a riƙa tuƙi da kulawa. Musamman ma dai a lura da 'yan esfires ɗin nan masu kulli-kurciya tsakanin motoci," ya ba su shawara kafin su fice daga gidan nasa.

"Ina son in gaya wa abokan cinikina cewa kayana sun iso," Kulu ta ce wa Amina yayin da suka dumfari babbar kasuwar garin.

Da suka iso ta ajiye mota ta bar Amina a ciki ta shiga kasuwar. Amina tana zaune ita kaɗai ta fashe da dariya. Sai ta tuno da abin da Fatima ta taɓa gaya mata game da mutanen da wai suna iya gaya maka abin da zai same ka nan gaba. Suna ba ka haɗe-haɗensu, tazbaha iri-iri, layu da turare da shawarwari na banza. Me ya sa mutane suke zuwa gare su ne bayan irin waɗannan bokaye ba su aiki da komai sai jahilcin masu zuwa gare

216

su ɗin, gami da abin da suke jin tsoro da kuma camfe-camfe? Abin dai duk bagu ne.

Kulu ta dawo ga motar. Wani mai bara da sandarsa ta dogarawa ya dumfaro Amina. Za ta ba shi sadaka ke nan sai Kulu ta fizgi mota suka rankaya.

"Ya Sarauniyar tamu, bari in gaya maki wani abu," Kulu ta ce bayan sun jima suna zaune ba magana a kan ƙananan titunan Bakaro. "Ba da daɗewa ba za ki shigo cikin harkokin masaƙarmu. Ki tsaya tsayin daka ki ga kin sami riba mai yawa. Iyakar yadda na lura ba abin da za ki samu daga waɗannan matan da kike ta kai-kawo da su. Ga ki da ƙuruciya, ga ki da kyawu, bai kamata a ce wai ke za ki ɗauki nauyin rayuwarsu a kafaɗunki ba. Dubi dai yadda jama'a suke ta shagalinsu. Kada ki hana ma kanki jin daɗin rayuwa saboda wasu. Kin gani, dole ne ni in zama wani abin nuni a cikin jama'a. Kada ki zama karan kaɗa miya. Ya kamata a san ke wace ce a garin nan.

"Shin ko kin san mutanen kwastan sun damfare ni a Kano? Kullum sai na ba su wani abin hasafi kafin in kwashe kayana. Wannan karon suka ce sai fa na ƙara masu kuɗi a kan abin da na saba ba su. Ni kuwa na yi ƙememe na ƙi yarda. Ai fa da na karɓi kayan sai da suka yi mani yankan baya. Har ogansu wai ya yi na'am da abin da yaransa suka yi mani. Ni ban zaci waɗannan 'yan iskan za su yi mani haka ba. Na san ke in kin shigo bizines za ki nemi ki riƙa tausaya wa mutane. Kar ma ki fara! In kin ji irin wannan ya taso maki, ki ɓoye kamar yadda za ki ɓoye agogonki na gwal daga ɓarayi. Abin

dai da ake ciki shi ne: Ko dai ke ce mai fashi ko kuma
ke ake yi wa fashi. Iyakar zancen ke nan! Na taɓa ba ki
shawarar cewa ki dage ki ga kin kuɗance. Ba fa kama
hannun yaro! Ki kawar da komai ya biyo ta hanyarki, ki
gama da shi, ki je gida ki roƙi Allah gafara. Zai yafe
maki.

"Kina auren mutum mai kuɗin gaske. Shin ma ba
haka ba. Kin san yadda aka yi ya sami filin da kika ba
mata su yi noma? Talakawa ya kora daga nan. Akwai
ɗaruruwan mata kyawawa masu rangwamen shekaru da
ba su ci sa'a irin taki ba. Ke kin dace kin sami wanda ke
da shuni a hannunsa. Ba ki da sauran wahala. Me ne
abin yinki in da zai sake ki? Me za ki nuna wa mutane
banda tsoffin koɗaɗɗun tufafinki? Haba, Amina! Ki fa
tuna gaba.

"Ni nan in mijina ya ce ba ya yi ko yau ne na iya
tsayuwa daram a kan ƙafafuna. Ina da madafa mai ƙarfi.
Mace mai arziki tana iya zaman kanta, ana girmama ta,
ana bauta mata. Naira tana magana. Akwai karon Badar
nan gaba. In kika lura da wannan gwamnatin farar hula
tana samar da Bature dare ɗaya, ko'ina sai mutane masu
miliyoyin kuɗi kike gani. Ga abinci birjik – da rabo
gwanda wasoso. Rago ba shi gabata! Gara ki san abin da
kika raruma tun dare bai yi ba."

Amina dai shiru ta yi har suka iso ƙofar gidansu,
Kulu ta tsayar da mota. Maroƙa suka buga ganguna suna
wa Amina kirari, ita kuwa ta yi watsi da su. "Kaskoki!"
ta ce wa kanta yayin da ta shige gida. Yaya za a yi mu ci
gaba in har kullum akwai mutane irin waɗannan suna

218

yawo suna faɗin ƙarya duk inda suka je? Za mu yi ta fama da talauci da rashin dogaro da kai muddin ƙattin nan abin da suka mayar sana'a ke nan.

"Amarya, wace ce na ga take faɗa da Fatima jiya?" Abdullahi ya tambayi Amina can daga baya.

"Ba faɗa suke ba, suna tattaunawa ne."

"Amma suna ɗaga murya."

"Amma ai ka san matar taka tana son yawan magana. Wa ka fi so a cikin ƙawayen nawa?"

"Guloriya, amma fa kada ki gaya mata."

"Me ya sa kake son ta?"

"Tana ji shiru-shiru. Ba ta cika magana ba."

"To, zan ce ta jira ka."

"A'a."

"Lokacin da ka girma, zan nema maka yarinya kyakkyawa, mai kirki."

"Wadda ba ta magana da yawa."

"Na ji!"

Abdullahi ya buga fedar kekensa ya yi gaba. Amina kuma ta shirya don ta tafi hedikwatar Kungiya inda aka shirya Hajara za ta yi magana. Matan sun hallara amma su ɗaliban ne ba su iso ba tukuna. Matan sun karkasu gungu-gungu suna ta hira, can gefe guda kuma ga wasu suna rawa a ƙarƙashin kulawar Larai.

"Ina da wata 'yar gajeruwar waƙa," in ji Larai, wadda take tsaye tsakiyar taron. "Sunan waƙar *Talakar Tamata*." Ta sa waƙar sauran matan suna amsa mata.

Talaka na jin yunwa
Ba mai ciyar da ita

Ruwa zai ci talaka
Ba mai ceto ta
Talaka tana shan wahala
Ba wanda ya damu
Talaka tana kuka
Ba wanda yake kallo
Talaka na son taimako
Babu mai taimakawa
Talaka ta mace
Babu mai mata kuka
Ya Tamatar Talaka!

A ƙarshe dai ɗaliban suka iso suka zazzauna ita kuma Hajara ta fara laccarta kai tsaye a kan *Al'ada da Al'umma*. Hajara gajeruwa ce, siririya da zanen kabilarsu a kuncinta na hagu. Ta ɗora magana a hankali ba kamar yadda ta yi ba lokacin da suke muhawara da Fatima.

"Shekaru da dama da suka wuce, rubutattun waƙoƙinmu, da su waƙoƙin baka da kaɗe-kaɗenmu duka nuni suke ga yadda mutanenmu suka rayu. Ko da yake har yanzu akwai mawaƙan da ba sa zuwa nan da can suna wa mutane yabo, jama'a ba sa mara masu baya saboda haka da sannu suna ɓacewa...yawan kwaɗayi da kwarzanta mutum sun canza kusan komai namu banda launin jikinmu

"Yaya za a ce sarakunanmu na gargajiya su ne za su 'kare al'adunmu'? Mene na gargajiya game da su baya ga alkyabbunsu ma daga ƙasashen waje ake shigo da su?

Su maƙaryata ne kurum! So suke mu kalli gobe da idanun jiya. Ba abin da suke yi sai shiga zungura-zunguran motoci, sai ƙwallon holo ko na golf, ga ƙwace filayen talakawa, gami da gallaza wa talakawa da harajin tsiya, kuma su ne ke sayar da mafiya kyawun filaye ga baƙi daga ƙasashen waje. A ƙarshe, muna iya cewa ba su bin wasu al'adu namu.

"Kuskure ne ma babba a ce masu *shugabanni*. Ba waɗanda suka dace da wannan suna sai fa masu hangen nesa, waɗanda suka san ina suka dumfara. Namu ɗin nan makafi ne. Duk da irin ci gaban da aka samu da kimiyya da fasaha su ɗin nan dai masu mara wa jahilci baya ne. Suna jin daɗin kallon yadda mutanensu suke ta wadaƙa cikin duhu da kuma kasancewa tamkar karan kaɗa miya.

"Ya 'yan'uwana mata! Kada ku yarda su ruɗe ku! A wasu sassa na duniya irin waɗannan shugabannin gargajiya suna mara wa mutanensu baya sosai da sosai, suna ƙoƙarin biya masu bukatunsu gwargwadon iko, su sa ido a kan al'amuran da suka shafi ci gabansu gami da taimaka masu su ga suna tafiya daidai zamani. Har ma suna gina masu makarantu da wasu wuraren samun ilimin sana'a da makamantansu. Namu shugabannin gargajiya ɗin akasin waɗannan ne. Game da ilimi, su hana ruwa gudu suke, su yi ta danne mu da dokoki da al'adu na zamani marasa amfani.

"Mata su ne tahƙiƙanin masu kare al'adunmu, ba waɗannan da kuka kira sarakunan gargajiya ba, mazambata. Mu muke haihuwar ɗiya, mu rene su, mu koya masu halaye nagari mu kuma ba su ilimi. Ta haka ne muke tabbatar da al'adunmu da al'ummominmu ba su mutu ba.

"Assalamu alaikum." Hajara ta kammala laccarta.

Bilkisu ta yi wa Hajara godiya saboda wannan lacca tata mai amfani. Da gani kuma Fatima ta ƙosa ta yi magana. Bilkisu ta yi ƙoƙarin ta hana ta, amma ina! Fatima ta miƙe ta ce, "Akwai karin maganar da ke cewa, 'Abin da ka shuka, shi za ka girba.' Karkatattun shugabanni da muke da su sun biyo bayan yadda muke yin na'am ne ga waɗannan al'adu da ra'ayoyin mutan da. Duk abin da ake ciki dai shi ne ba ma son canjin da zai ciyar da mu gaba. In da ba haka ba da yanzu mun wuce inda muke, mun zama abin koyi. Wanda yake da ilimi shi yake da ƙarfin iko. Dukan al'ummomin da kuka sani ba shantakewa kawai suka yi ba; sai da suka yi amfani da iliminsu, suka riƙa samar da abubuwan da suke bukata. Yaya kuwa za a yi mu ci gaba in mu ke nan kullum sai mu yi salla, mu yi barci, muna jiran wani abin al'amara ya auku, mu gan mu da Aljannar duniya? In har dai muna son ci gaba dole mu yi nazarin miyagun al'adunmu masu hidimar mayar da mu baya har kullum. Ba wai cewa nake komai ya taɓarɓare baƙin-ciki ba! Amma kuma dole mu zargi duk wata al'ada da take mara baya ga zaman banza, zaman kashe wando da yarda da jahilci. Ba dai da wannan ne za mu dumfari zamunna masu zuwa ba. Duk wata al'ada da ta kasance makauniya, kurma kuma bebiya ga bukatun mutanenta ba al'adar kirki ba ce. Dole ne al'adunmu su kasance suna tafiya daidai da zamani, in kuwa ba haka, to, mun fa halaka!"

Bilkisu ta yi iyakar ƙoƙarinta ta hana muhawara tsakanin Fatima da Hajara, amma su biyun nan har suka bar wurin taron sa-in-sa suke ta yi.

18

Bayan wasu 'yan makwanni, Alhaji Haruna ya shigo ɗakin Amina da yamma fuskarsa cike da fara'a. "Kai, na gaji. Yau an murtuka muhawara a Majalisa. Mun tattauna ne a kan ƙarin kuɗin da Gwamnati za ta kashe."Amina dai ba ta ce masa komai ba. "Ina son in gina sabon wayahawus."

"Don me kake son gina wani wayahawus?"

"Abin ya fi ƙarfin ɗan ƙaramin sito. Ina son in shigo da shinkafa, man girki, gishiri da taki. Akwai riba ƙwarai a cikinsu."

"Kana iya buɗe gonaki ka ɗauki mutanen da za su shuka maka shinkafa, ko kuma kana iya kafa masana'antar yin taki."

"Ta haka sai a kai shekaru goma ban sami riba ba; kila ma zamanin ya fi haka tsawo. Kowa ma shigo da komai yake. In kika shuka shinkafa a gida ba za a saye ta ba," yake ba Amina bayani. "Na ji an ce kin yi lacca a jami'a."

"E, na yi."

"Game da Addini ne?"

"A'a. Kungiyar Ɗaliban Bakaro ne suka gayyace ni in yi magana game da Kungiyarmu."

"Ina ɗaliban suke samun kuɗin da suke ɓarnatarwa a kan ƙungiya?"

"Kowane ɗalibin Bakaro yana ba mu wani abu, ita kuma kanta Kungiyar tasu takan ba mu kayan aiki."

"Kin faɗi sunana da irin gudummawar da nake bayarwa?"

"A'a, saboda kowa ya riga ya san haka."

"Ai da kin tuna masu don in daɗa farin jini a wajen jama'a a kuma daɗa share mani fagen siyasar da nake son in taka rawa. Kin san ina son in yi takarar kujerar sanata a zaɓe mai zuwa."

"Laccar ta shafi zancen matan Bakaro ne."

Da gani ga dukan alamu Alhaji Haruna ya ƙosa ya fita. "Abokin bizines ɗina yana zuwa yau daga Amerika," ya gaya mata. "Zai sauka a otel ɗin Kulu. Dole in je mu gana yau."

Can wajen hantsi Amina ta fito ta iske gungu-gungu na mata zaune a barandar hedikwatar Kungiya. A rana ga wasu tukwane manya da ƙanana an shanya. A cikin inuwa wasu matan suna ta kitso wasu kuma suna saƙa. Amina ta shige ɗakin da suke amfani da shi a matsayin shago na Kungiya, inda ta iske Larai tana ma wasu 'yan makaranta bayani game da yadda ake gudanar da shagon.

Cewa take, "Mukan sayi abubuwan da matan suka yi mu biya su kuɗi hannu, wuri na gugan wuri, mu kuma mu kawo nan muna sayarwa. Ribar da muka samu sai mu kai banki don mu sami abin sayen wasu kayayyakin nan gaba. Haka za mu dinga yi muna saye daga masu sana'antawa muna sayarwa ga mutane da arha."

Amina ta yi murmushi, ta yi godiya ga Allah cewa haƙa ta cim ma ruwa. A yanzu kam tana murna da irin da damar da ta samu na yi wa al'umma aiki, tana bayar da tata gudummawa kuma rayuwarta ta daidaita, sai godiya ga Jalla. Ayyukan da matan suka ƙirƙira kuma suke gudana sun ba ta sha'awa. A ƙarshe ta koma ofis ta yi karatu na wajen awa guda. Tana cikin wannan hali sai ga Alhaji Haruna tare da wani Bature sun shigo. "Wannan shi ne Mr. Tom Whitehead, abokin hulɗata daga Amerika." Ya miƙa ma Amina hannu su gaisa, ta ce masa Addininta ya hanata yin haka. Shi dogo ne, siriri da ɗan gajeren gashi, yana saye da baƙar kwat da nektaye, yana ɗauke da baƙar jaka. Bayan Alhaji Haruna ya ƙaddamar da Amina sai ya ƙara da cewa, "Ita nake fata za ta kula mana da masaƙa ta kuma samo mana matan da za su yi aiki a ciki. Ni zan tanadi fili da kayan aiki na cikin gida da kuɗi, kai kuma ka taho mana da jari daga waje, na'urorin da ake bukata da kuma ƙwararru." Daga nan sai Alhaji Haruna ya fita ya bar su don ya je ya yi magana da matan da ke waje.

"In zauna?" Mr. Whitehead ya tambayi Amina.

"Kwarai kuwa," ta nuna masa kujera, ita ma ta sami guda ta zauna.

"Na yaba da tsarinki na gudanar da harkokin matan nan."

"Har yanzu dai muna cikin halin gwaji ne."

"Ina sha'awar yin harkokin kasuwanci da 'yan Nijeriya. Ina samun kyakkyawan haɗin kai daga mijinki. Ina da harkokina na bizines da yawa a ƙasashen Afirka da dama."

"Waɗanne iri ne?"

"Duk abin da na samu ina yi. Kwanan nan na je Ghana inda na sayi waɗansu otel-otel. A nan ɗin ma ina shirya wa gwamnatin binciken sararin samaniya. Ni ke samar da ruwan sha mai tsabta ga Shugaban Kasar Kenya kuma ina samar da makamai ga mafiya yawan ƙasashen Afirka. Fitattu daga cikinsu sun haɗa da Saliyo, Liberiya da Zaire. Ina fitar da lu'u-lu'u zuwa Turai da Amerika. Bizines ɗina ya danganta ga ina ne nake. Bugu da ƙari ina shirya samun bashi daga ƙasashen waje, musamman ma dai yammacin Turai. Wani lokaci kuma nakan shirya yadda za a sami taimako na kuɗi daga can ɗin. Kin dai ga, na zama mai ciniki goma ke nan."

"Kai, kana shagalinka."

"Wannan littafin ma da kike karantawa yana da ban sha'awa."

"Yana buɗe wa mutum ƙwaƙwalwarsa, ya ƙara masa ilimi!" ta amsa masa.

"Madam, ƙasar Turai ba ta durƙufar da Afirka ba, kamar yadda marubucin wannan littafin yake cewa. Ba ma wannan ba, a zahiri abin da Turai ta yi wa Afirka shi ne ciyar da ita gaba. Turawa ne suka kawo wayewar kai, suka shigo da Kiristanci, suka gina maku hanyoyi, tashoshin ruwa, gadoji, suka shimfiɗa maku layin dogo, jiragen ƙasa suna ta kaiwa da komowa da dai sauransu, abubuwan da da ba ku da sun samu." Ya ci gaba dai da kawo misalai don wai ya nuna gaskiyar zancensa. Amina tana ta jin ya kamata fa ta ce wani abu. Da ya ɗan samu ya dakata, sai ta fara magana a hankali.

"Ba shakka Turai ta dakusar da Afirka. Su ƙasashen yammacin Turai ne suka sassace arzikinmu, suka ƙwazzabe mu tun can farko. Ko can bauta da aka sa mu ciki bai taɓa amfanar mu ba!"

Mr. Whitehead ya ja kansa baya kamar an shafe shi da tafi. Ya ƙyaƙƙyafta ido. Mamaki ya ishe shi. Amina sai kawai ta ci gaba da bayani, "Su Turawan mulkin mallakan da kake magana ai sun gina dukan abubuwan da ka faɗi da gumin mutanenmu ne, ba kuma sun gina ɗin wai don suna ƙaunar mu ne ba, sai don abin da za su samu da zai ƙara ba su tattalin arziki mai gwaɓi. Shin an gina asibitocin da makarantun don mutanen Afirka ɗin ne? Ka dubi abin da ka ce sun yi da abin da suka kwashe suka fita da shi. Ni kam na tsaya a kan sun cuce mu, sun tafka mana sata, kuma sun dankwafar da mu. Wata ran za a sake rubuta tarihin Afirka yadda ya dace. Wannan littafi," ta ɗaga littafin Walter Rodney mai suna *How Europe Underdeveloped Africa*, watau, *Yadda Turai ta Dankwafar da Afirka,* "farkon zancen ke nan."

Bakin na shi ya buɗe, har ma kamar ya mance yadda ake rufewa. "Ji nan!" Amina ta ci gaba da magana gaba-gaɗi. "Lokacin mulkin mallaka, Turawa sun mallake mu kuma sun ci da guminmu kai tsaye. Yanzu mun shigo cikin tsarin sabon mulkin mallaka inda 'yan baranda irinka, masu wakiltar manyan kamfanonin ƙasashen waje, suke zazzagaya Afirka, da ɗan jarinku cikin cokali da tsofaffin na'urori da wani abu wai shi ƙwarewa. In kun 'zuba jari' sai ku kwashi garaɓasar riba ta miyagun hanyoyi. Kuna haɗa baki da mutanenmu jahilai, masu kwaɗayi, marasa kishin Afirka ku zambaci ƙasa ku sace arzikinmu. Shugabanninku suna nan sun ɓuɓɓuya a Turai da Amerika suna bayar da umurni ga shugabannin Afirka marasa kishin ƙasarsu da kuma 'yan bizines mazambata da ma sojoji marasa tausayi 'yan bindiga-daɗi suna kai gwauro su kai mari kamar karnuka don su kakkare harkokin masu jan ragamarsu ɗin. Mene ne ladansu game da duk wannan? Dan abin da suka ci suka rage ake jefo masu daga ƙazamar riba da suka wawura, wadda aka samu da gumi da jinin mutanen Afirka."

Mr. Whitehead yana ji kamar maciji ya sare shi. "Madam," ya ce wa Amina, da ji cikin fushi, "maƙasudinmu na zuba jari a nan shi ne mu taimaka tattalin arzikinku ya ci gaba."

"Kana zaton zan yarda da wannan abin da ka ce? Don kawai mijina yana haɗa baki da kai ba shi ne zai sa in na'am da wannan zance naka ba. Wuru-wurunku ya fito fili. Ku yi mana fashi ba makami da rana tsaka ku ce wai kuna taimakon mu. Idan ku 'yan damfarar nan da gaske kuke kuna son ku taimake mu, me zai hana ku shigo da kayan aiki? Me ya sa har kullum ku ke nan sai ku shigo da abubuwan da aka yi? Me zai hana ku koya mana ƙera kayan aikin da muke bukata? Me ya sa kuke son fita da albarkatun ƙasarmu maimakon ku sarrafa su a nan? Me ya sa ba ku son masana'antunmu na gida su haɓaka? Me ya sa ba ku zuwa ku gina cibiyoyin bincike ku kuma ba da kuɗin gudanar da su? Me ya sa kuke goyon bayan shugabanninmu marasa kishin ƙasa don dai kawai suna taimaka maku wajen sace arzikinmu? Me ya sa kuke shigo da makamai bayan kuwa kun sani cewa za a yi amfani da su a kashe mutanen da ba su ji ba ba su gani ba? Me ya sa kuke fita da lu'u-lu'u daga ƙasashen da yaƙi ya mamaye, kamar dai Liberiya? Watau, me ya sa kuke mara wa yaƙi da yamutsi a ko'ina cikin Afirka? Me ya sa kuke goyon bayan miyagun gwamnatoci masu danne talakawansu ga yawan tayar da husuma a nan Afirka?

"Kuna shirya basussuka da kuka san ba za a iya biyansu ba. Basussukan da suke ɗauke da ruwan gaske waɗanda za ka iske mafi yawan ƙasashen Afirka suna shirya rabin bajet ɗinsu don biyan bashin ne tare da ruwansa..."

"Shugabannin naku masu girma su suka sa hannu a kan basussukan. Ba wanda ya matsa masu..." Mr. Whitehead ya katse mata magana.

"Kwarai kuwa ba wanda ya matsa masu! Me za ka yi da mutane jahilai masu kwaɗayi – ko dai cikin farin kaya ko cikin kaki – ka same su suna jan ragamar mulki ka ce masu su sa hannu a takardu? Sa hannu za su yi mana! In ma ka ce su *dangwala* ne, dangwalawar za su yi. Shugabannin nan namu da kake gani a shirye suke su yi hulɗar cinikayya da Sheɗan har su sayar da uwayensu. Na tabbata za ka so a ba ka damar ka zama ejan na wannan harkar!"

"Ba ruwana da ke," ya ce mata, da gani abin ya ishe shi.

"E, na san da haka. Da man ba ni na gayyace ka ba. Amma dai kada ma ka yi zaton za ka zo nan ka faɗi abin da ka ga dama ka ce ba za a ba ka amsar da ta dace ba. Tun da ka ce 'kule!' ai kuwa ce maka 'cas!' ya zama dole. Akwai bambanci tsakanin ni da mijina."

Alhaji Haruna ya sake shigowa.

"Na ga kina da sha'awar karanta littafai kuma kina gaskata duk abin da kika gani a cikinsu," Mr. Whitehead ya ce, yana hidimar buɗe jakarsa. Ya ɗauko wani littafin mai suna *USA and Africa: Partners in Progress,* watau, *Amerika da Afirka: Abokai cikin Ci gaba.* "Ina fata za ki ji daɗin karanta wannan," ya ce yayin da yake miƙa mata.

"Na gode. Sai an jima," Amina ta ce masa da ta karɓi littafin.

Da Alhaji Haruna da Mr. Whitehead suka fita sai ta yi murmushi kawai, tana cike da murna. Murna take ta yi nasara ta a-zo-a-gani a yaƙinta na farko wajen nuna hazaƙa. Irin kunya da jin tsoro da take fama da su sun gushe kuma ta haƙiƙance cewa daga yau ba wani mai sake taka ta ya tsira in dai wajen ka faɗa in faɗa ne.

Da La'asar sakaliya sai ga Alhaji Haruna ya dawo, da gani wani abu ya same shi da bai ji daɗi ba.

"Yaya mitin ɗin naku na 'yan bizines?" Amina ta yi ƙoƙarin sakaya yadda take ji sarai a zuciyarta.

231

"Ya ce wai shi kam ba shi da sha'awar zancen," Alhaji Haruna ya ce, muryasa cike da baƙin-ciki. "Ya ce babu tsaro a mafiya yawan ƙasashen Afirka."

"Gaskiya fa!" in ji Amina, tana jin daɗin zancen. "Gurɓataciyyar harkar siyasa tana korar masu zuwa zuba jari daga ƙasashen waje."

"Amma kuma ai ƙasarmu ƙasa ce da take a shirye ta yi maraba da masu zuba jari daga ƙasashen waje. Ba mu cikin yaƙi. Shugaban Kasarmu yana ta roƙon irin waɗannan mutane su shigo da jarinsu yana kuma tabbatar masu cewa za a ba su kariya mai ƙarfi."

"Banda wannan, shi abokin naka na bizines ya ba da wani dalilin?"

"A'a! Illa iyaka dai wai yana tsoron gaba ne, bai san yadda kamfanin zai ƙare ba."

Amina ta numfasa. Tun lokacin da Alhaji ya lakaɗa mata kashi, gami da mutuwar ɗanta, daga nan Amina ta ƙeƙashe, ta tafasa ba ta tarar ƙauri, ta zamana ba ta tsoron shi Alhajin. Ta yanke shawarar ta yi masa magana kai tsaye. "Alhaji, bari in gaya maka gaskiya. Ba mu bukatar wasu su zo daga ƙasashen waje wai da sunan sun zo zuba jari a nan. Abin da muke bukata a zahiri shi ne yadda za mu sarrafa kuɗinmu da sauran albarkatun ƙasa da Allah Ya ba mu. Na san kana da damman kuɗi da ka shisshirya a kanta a ɗakinka na nan gidajen 'yan Majalisa. Na san gare ku wannan ya zama kamar wani abin wasa ku zauna kawai kuna kallon kuɗin. Hakan kuwa shi ne gundarin abin da bai kamata a yi da kuɗi ba. In har dai ana son kuɗi ya zame wani abu sai kuwa ya zazzagaya hannun jama'a. Muddin aka danƙare shi waje ɗaya, ya zamana ba shi da wata rana.

"Ga shawarata da zan ba ka: Ka zuba jari da kuɗin nan. Ka kafa masana'antu, ka yi amfani da kuɗin ka sayo na'urori, ka kuma ɗauki ma'aikata. Ta haka ka ga kuɗin ya zama mai amfani ke nan. Mutane za su yi aiki, sun sami abin dogaro a rayuwarsu, sun huta gararambar neman aiki. Za su kasance mutane masu mutunci," Amina ta ɗan dakata da fatan mijinta zai ce wani abu, amma da ya tsaya yana kallonta kamar ya ga aljana, sai ta san maganar ta shige shi, mamaki ya ishe shi. "Ka gayyato wasu 'yan'uwanka 'yan Nijeriya ƙwararru, ku zauna ku tattauna yadda za ku yi da kuɗinku don ku amfani jama'a."

"Saboda me?" ya tambaye ta, da gani abin ya dame shi. "Ba ni da ilimin wannan. Banda ma haka, kusan duk wani ɗan Nijeriya ɗan 419 ne. Ke, ni fa akwai ni ma da Bature wanda zai yi mani duk wani tunani da ake bukata."

"Shi Bature har kullum zai yi abin da zai amfane shi ne a ƙarshe, ba kai ba. Ka lura da wannan."

"Na gaskata Bature gaba ɗaya!"

Amina ta fara jin takaicin hanƙoron da take yi. Amma duk da haka ba ta yi ƙasa a guiwa ba, ta ci gaba a tsanake, "Ni ga abin da nake da shi a zuci. Ka kafa kamfanoni kamar biyu ko uku, ka buɗe gonaki da kamfanonin sufuri a nan garin Bakaro da farko. Kila ma ka ƙara da kamfanin yin abincin gwangwani. A horar da mutanen da za su yi aiki a kamfanonin. Da albashin da ake biyan su za su riƙa sayen kayan da ake yi daga kamfanonin ko kuma su biya kuɗin irin ayyukan da ake samarwa. Game da 'ya'yansu kuwa, watau su ma'aikatan, ka buɗe masu makaranta mai kyau inda za su zo su sami ingantaccen ilimi, nan gaba kuma su zama su ne ƙwararrun ma'aikatan da za ka riƙa ɗauka. In ka gina gidaje masu saukin kuɗi ma'aikatanka za su karɓa haya. Kuɗi zai shigo, ba da daɗewa ba uwar kuɗi ta dawo, ga kuma riba. Kowa dai ya amfana ke nan. Ita kuma Jiha za ta sami rabonta don kuwa ma'akatanka za su biya haraji, ita kuma makaranta za ta sami kuɗin da za ta biya malamanta. Ma'aikatanka kuma za su sami kuɗin biyan bukatunsu su kuma kasance cike da murna. Kai kuma arzikinka ya daɗa bunƙasa.

"Ta haka za ka zama abin koyi ga sauran irinka. Idanun jama'a na daɗa buɗewa ana daɗa tanadar masu abubuwan biyan bukata. Wasu masu kuɗin za su himmatu su samar da abin bukata inda kai ba ka kai ba. Tare da wasu masu kafa masana'antu za ku haɗu ku matsa wa Gwamnati ta samar da wasu abubuwan da ake bukata don samun nasara kamar su wutar lantarki, hanyoyi masu rai da lafiya, ruwa, layoyin tarho da dai sauransu. Da haka tattalin arzikinmu zai bunƙasa fiye da yadda ake zato. A ƙarshe, za mu samar wa kanmu halin zama da kowa zai kasance cikin walwala da farin-ciki."

"Ji nan, Amina. Wai shin ina kika samo duk waɗannan?"

"Ina karanta 'yan littafai, amma mafi yawan abubuwan da na faɗi tunanina ne; Allah Ya yi mani buɗi."

"Ke, mafi yawan abubuwan da ake faɗi a littafai duk bogi ne; ba sa aiki. Duk abubuwan nan da kika faɗi ba za su yi aiki a nan ba."

"Ka dai gwada mana! Me Hausawa suka ce game da gwadawa? Sai an gwada ɗin ne akan san na ƙwarai. Ko da ba ka gaskata sauran 'yan'uwanka 'yan Nijeriya ba, ai dai ka gaskata matarka ko? Ni zan kula da bizines ɗin. Zan ma rubuta maka yadda nake jin ya kamata a yi, watau abin nan da akan kira Shawarar Kafa Kamfani. Zan haɗa wannan nan ba da daɗewa ba."

"Ba ni bukatar shawararki."

"Me ye matsalar?"

"Bature ba zai yarda ba. Ya fi son in kai kuɗina ƙasashen waje a ajiye mani."

"A can ɗin ne kuɗinka zai yi daidai yadda na yi maka bayani, amma ba a ƙasarku ba, a Turai."

"Na gaskata Bature."

19

Watanni suka shuɗe. Damina ta zo ta ƙare, rani ya shigo. Can wajen ƙarshen Satumba Kungiyar Matan ta shirya Makon Wayar da Kai. Amina tana ta fama da yin laccoci a tarurruka ko dai a jami'a ko a cikin gari a nan hedikwatar Kungiyar. An bubbuga fostoci da 'yan ƙananan littafai a kan ilimi, kiwon lafiya da Addini ana ta ba su matan. Kungiyar Taimakon Bakaro ta yi taro inda ta tattauna al'amuran Kungiyar Matan Bakaro, aka yi nazarin ina aka fito da kuma ina aka dumfara.

"Me za mu yi da amfanin gonar da aka samu?" Amina ta tambayi Fatima yayin da suka zauna a ɗakin Amina ɗin.

"A karkasa shi gwargwadon aikin da kowace mace ta yi," Fatima ta ba da shawara.

"Wannan bai dace ba. A yi wa kowa adalci."

"A sayar a sa kuɗin a banki," Fatima ta kawo wata shawarar.

"A'a, a haka ba za su yi cikakken more wa abin da suka yi ba," Amina ta ce mata.

"To, a rarraba komai tsakaninsu gwargwadon yawan iyalansu."

"Mun noma abubuwa daban-daban," Amina ta ba ta bayani. "Mun sami kayan lambu mun sayar a kan kuɗi mai sauƙi. Can inda muka girbe masara mun sayar wa kanmu ne kamar haka ɗin ma."

"Shaƙuwarki da matan, da kuma yadda kike hulɗa da su za ki fi ni saninsu. Ki yi duk yadda kika ga ya dace," Fatima ta ce wa Amina, ganin duk shawarar da ta ba da ba ta samu shiga ba.

"Mun ɗunka wa kowace memba zane da riga. Mun yi anko," Amina ta ce.

"Har da ke ma?"

"Kwarai kuwa! Ni ma ina cikin matan ai."

"Wai! Dubi dai yadda lokaci yake tafiya. Kwanan nan za mu cika shekara guda da kafa wannan Kungiya..."

"A lokacin abin kamar ba zai yiwu ba."

"...kamar dai mafarki."

"Kwanan nan Alhaji Ibrahim zai yi amarya," Mairo take bayar da labari.

"Kai! Wa?" Amina ta tambaya cike da mamaki.

"E, shi dai mijin na Kulu. Matarsa ta fari ta gaya mani. An ce ya yi wa wata yarinya 'yar sakandare ciki ne, ubanta kuma ya ce bai yarda sai ya aure ta. Uban nata Kwamishina ne a Jihar."

"Ina labarin ita Kulu?"

"Har yanzu ban san me take ji game da wannan ɗin ba."

"Wai! Kadagi!"

"Na ce ba, me ke faruwa ne yau?" Mairo ta yi tambaya.

"Muna murnar samun amfanin gona mai albarka ne. Za mu dafa abinci mu ci tare, mu yi rawa da waƙa kana mu kalli finafinai. Za mu kuma ɗauki hoto tare, saboda haka ki gaya wa matan su sa sabbin rigunansu na Kungiya."

"Zan yi hakan."

Lokacin da Amina take jira ya iso yau. 'Yan'uwanta mata za su more wa guminsu. Ta yi kwalliya da rigar Kungiya ta fita zuwa hedikwata. Zuciyarta ta yi fari kwal da ta ga dukan matan saye da nasu rigunan Kungiyar, suna kuma cike da murna kamar yadda ake iya gani a fuskokinsu. Suka shirya aka ɗauke su hoto, Amina tana zaune a tsakiyar sahu na gaba da sahu biyu na mata tsaye bayanta, wasu kuma sun tsuguna a gabanta. Ana ɗaukar hoton Bilkisu ta iso a motarta. Fatima, Rebeka, Mu'azu da Muktar suka fito daga motar. Matan suka yi masu tafi suna murnar isowarsu. Nan da nan su waɗannan 'yan makarantan suka tsuguna gaban Amina aka ɗauke su hoto. Muktar shi bai yi hakan ba, sai ya tsaya can gefe guda.

Da gama ɗaukar hoto na biyun sai matan suka duƙufa wajen girki. Cikin baza kolin da aka yi akwai tukwane, rinannun kaya da saƙaƙƙu, suwaitoci da dai sauran kayan hannu – dukansu a kan kuɗi mai sauƙi.

Amina ta ce wa mai ɗaukar hoton, "Ina son ka yi ta ɗaukar hotunan matan da 'yan makaranta yayin da suke girki ko rawa ko hira don mu samu mu haɗa albam na wannan mashahurin buki namu."

"Bari in ɗauke ki ke kaɗai," mai ɗaukar hoton ya ce wa Amina.

Ta ɗan gyaggyara tsayuwarta da ɗaurin fatalarta. Ta ɗan karkata kai ta ƙyallara ido gefen dama sai suka yi arba da Muktar. Ta yi murmushi, shi kuwa mai hoto ya yi aikinsa.

Maza ma sun hallara wajen bukin. Makaɗa da mawaƙa na garin su ma sun zo; ba su yarda a bar su a baya ba. Da aka gama cin abinci sai suka shiga kaɗe-kaɗe da bushe-bushe, matan suna ta raye-raye wasu kuma suna ta hira ana ta barkwanci. Nan Larai ta yi fice wajen rawa da waƙa. Amina ta bi taron da kallo, zuciyarta cike da annushuwa. Can da aka sa wata waƙar da ta burge Amina, sai ta haɗa fuska da Fatima, ta kuwa riƙo hannunta suka shiga tsakiyar fage, suka cire takalmansu. Nan take suka cashe rawa, matan na tafa masu.

Dare ya kama sauran jama'an gari suka hallara. Buki ya yi buki. Matan suna sharholiyarsu. Amina ta yi shirin haɗa furojekta don a nuna wa jama'a finafinai. Ta ɗan dakata don a samu kowa ya yi shiru sannan ta kunna aka fara. Amma ita ba ta kallon take ba. Ta ɗaga kai sama ta ga farin wata ya cika yana haske ta cikin giragizai, da su ɗin suka kau sai haske mai yawa ya game wurin taron. Sai ƙarar tsanyoyi ake ji nan da can, wata mujiya kuma can sama ta yi kuka ta wuce, nan kusa kuma ga su maƙesu suna wucewa haskensu kawai ake gani.

Kowa ya nutsa cikin kallo ita kuwa Amina sai ta sakar ma zuciyarta talala. Ta tuno rayuwarta tun daga

239

ƙuruciyarta, shiga firamare da yadda ake ta matsawa ta je makarantar ita kuwa ba ta so, kullum sai an bi ta da gudu, ga irin gudummawar da mahaifiyarta ta ba ta game da makarantar, ta kuma tuno da abokan zuwanta makarantar na wancan zamanin. Daga nan kuma sai zuwa sakandare, yayyinta da mahaifiyarta, ɗan gajeren zaman da ta yi a jami'a, gamuwa da irin su Fatima yayin da suke rajista a rana ta farko har suka yarda su haɗa ɗaki; aurenta da mutuwar ɗanta; Kungiyar Mata da shirye-shiryen yaƙi da jahilci da kiwon lafiya da ƙungiyoyin haɗa kai har ya zuwa ga shi ana more wa wannan haɗin kai da aka samu daga matan. Ita dai ba ta san me ya faru ba, sai ta ji hawaye masu ɗimi suna gudana a kumatunta; murnarta ta kai matuƙa, zuciyarta cike da godiya ga Allah Maɗaukakin Sarki da Ya nuna mata wannan rana.

Wata rana da yamma Amina tana barci sai Alhaji Haruna ya shigo ɗakin nata kamar an jeho shi. Ya rufe ƙofar kuma ya kulle, ya tsaya a tsakiyar ɗaki yana numfarfashi. Amina ta buɗe ido ta gan shi yana shirin zama a wata babbar kujera nan gefe guda. Da gani dai yana cike da tsoro kuma lallai wani abu ya sha masa kai.

"Kina da abinci?" ya tambaye ta.

"A'a, amma ina iya shirya maka yanzun nan..."

240

"Kar ma ki damu. Ba yunwar nake ji da yawa ba."
Ya zura mata ido kamar ba ta a wurin, daga nan ya
sunkuyar da kansa ya shiga tattaka dardumar da ƙafarsa.

"Me ne ya faru?" Amina ta tambaye shi sau biyu ko
uku bai ma ba ta amsa ba.

Ta yi mamakin wai shin me ne ya faru haka? Ko
kuma an zagaya gari ne ana yi da ita? Ko kuma shi
Baturen nan ya gaya masa hirar da suka yi abin ya
harzuƙa Alhaji? Ko kuma an yi masa 419 ne, an damfare
shi? Kowa a gidan dai lafiya lau yake, shi kuma yana
nan a memba na Majalisar Jiha har ma a yanzu shi ne
muƙaddashin Sifika.

"Subhanallah!" ya ce bayan ɗan lokaci. "Me ya sa
sai yanzu?" Ya zura wa Amina ido. "Me ya sa mutane
ba sa jin tsoron Allah? Me ya sa mutane ba sa godiya da
abin da Allah Ya ba su? Me ya sa waɗansu mutane suke
son su ga bayanmu? Me ya sa mutane suke ƙin mu?
Saboda me?"

"Me ya faru?" Amina ta sake tambaya.

"Zan gaya maki," ya taso ya zauna kusa da ita a
bakin gado. "Amma duk abin da za ki ji yanzu ki bar shi
a zuciyarki. Abin na sirri ne. Mu kuma rufa wa juna
asiri."

"Na yarda."

Yana dai ta numfarfashi ga shi ya yi gumi
kasharɓun. Ya fita hayyacinsa. Yana girgiza kansa cike
da baƙin-ciki ya raɗa mata, "Mun sami labarin cewa
wasu matasan sojoji suna shirin hamɓare wannan
gwamnatin farar hula." Ya sa hannun riga ya share zufa

241

daga goshinsa. Can a waje ana iya jin takun mutane sun shigo cikin gida. Idanun Alhaji suka zura wa ƙofar ɗakin ido; zuciyarsa tana bugawa a ƙirjinsa. Kafafun suka wuce ta gaban ɗakin. "An ce suna shirin wannan hari ne ranar Bukin Samun Mulkin Kai yayin da ake faratin sojoji," Alhaji ya ce, duk jikinsa yana rawa.

"Kai me ya sa duk ka damu?" Amina ta tambaye shi a tsanake.

"Saboda me kuwa ba zan damu ba? Yanzu ni ne Muƙaddashin Sifika. Shi Sifikan ya yi tafiya London don a duba lafiyarsa, mataimakinsa kuma ya ɗauki amarya sun tafi hutu Dubai."

"Sa ranka a inuwa ka yi imani da Allah," Amina ta nemi ta sanyaya masa zuciya. Ta ce masa ya cire babbar rigarsa ya huta. Saboda da damuwa bai ma kula da abin da ta ce ba.

"Me ya sa mutanen nan suke gaba da wannan jaririyar dimokuraɗiyya da muka samu bayan duk shekarun nan na mulkin soja? Me suke so ne? Shin me zai hana su zauna a barikokin soja da suka gina wa kansu? Me ya sa soja suke wa siyasa katsalandan ne?" ya yi ta tambayar Amina, ba tare da yana jiran amsa ba.

"Ba ni jin duk wani mai hankali zai yi juyin mulki yanzu; lokacin bai dace ba."

"Cewa kike za su dakata sai nan gaba?" Ya ƙura mata ido.

"Shekara uku kawai aka samu na mulkin farar hula ba su kai a ..."

"Don Allah yi mana shiru! Ba ki san komai game da siyasa ba," ya fara sintiri a ɗakin. Mutanen kudu ne. Baƙin-ciki suke wai ba nasu ne yake Firesiden ba. Wannan shi ya sa har kullum suke ta sukar shi Shugaban Kasar namu kuma suna son kakkarya dimokuraɗiyya da muke riƙe da ita."

"Yana yiwuwa 'yan Arewa su shirya juyin mulkin."

"A'a, Firesiden ɗin ɗan Arewa ne," ya ce mata.

"Amma ai ba duka 'yan Arewan suke ƙaunar sa ba. A taƙaice ma, mafi yawan 'yan Arewan ba su amfana da gwamnatinsa ba, shi ya sa suke sukar sa."

"Me kike nufi?"

"Misali, ni nan a gaskiya ba na son yadda yake gudanar da mulkinsa, in da kuwa da hali ka tabbata zan goyi bayan duk wata ƙungiya da za ta kawar da shi da gwamnatinsa baƙin-ciki."

"Kina hauka ne? Ji nan! Firesiden ɗin nan ba wanda ya fi shi tsoron Allah. Ba ma kawai shi mutum ne mai riƙon Addini ba, yana da riƙon aiki da amana. Mu kam ai sai mu ce mun taki sa'a da muka sami shugaba kamarsa..."

Nan ya kawo da zancensa sai suka ji takun mutane na ƙaratowa ɗakin daga nan kuma aka ƙwanƙwasa ƙofar. Alhaji fa ya ruga zuwa taga, amma an sa irin ƙarafan nan. Ya wawwaiga cikin ɗakin duk a ruɗe. "Don Allah kada ki buɗe ƙofar," ya ce mata a cikin raɗa, muryarsa ƙasa-ƙasa ƙwarai. Ya buɗe babban kabad na sa kaya ya shige ciki ya ɓuya. "Ba na nan," ya ce. Amina ta rufe kabad ɗin ta je ta buɗe ƙofar ɗakinta.

243

"Don Allah yi haƙuri Amarya, an ce mani yana nan ne," in ji direbansa.

"Wa ke neman sa?" ta tambaya.

"Wasu mutane suna jiran sa a ofishinsa."

"Ai ba shi nan. Amma zan miƙa saƙon," ta ce kana ta rufe ƙofar.

Alhaji ya fito daga maɓoyarsa, ya yi gumi kasharɓun, yana ta numfarfashi. Amina ta yi ƙoƙarin gaske ta danne dariyar da take ji. "Ni dai ba na son in je wajen faretin ne," in ji Alhaji, yayin da yake kunna fanka. Ya cire botun na rigarsa. "Ban damu da in rasa matsayina ba, amma ba na son in rasa raina."

"Kila fa a ce dole sai ka halarci taron."

"Abu mai sauƙi. Sai in kama ciwo yau...mulkin mutane a ƙasar nan kamar ɗaukar Dala ba gammo ne. Ba na zargin masu hannu da shuninmu da suke kwashe kuɗinsu kaf su kai ƙasashen waje su ma su je su tare su yi zamansu lami lafiya. A nan ƙasar ai ko bugun jini ma kawai ya isa ya kashe shugaba." Da ya cire 'yar cikinsa sai Amina ta lura ƙirjinsa ya burtso ba kamar yadda aka sani ba. Ya lura akwai ta da alamar tambaya, sai ya ce mata, "Ah, ina saye da riga maganin harsashi ne."

"Riga maganin harsashi?" Amina ta tambaye shi, da ji ba ta yarda da abin da kunnuwanta suka ba ta ba.

"Ssssh! Tun yanzu muka fara sa ta don mu saba," ya ba ta bayani. "Taya Allah kiwo ya fi Allah na nan. Ya ma ce tashi in taimake ka."

"Mene abin yi idan aka jefo bom ko gurnet ko kuma aka yiwo harbi da tankokin yaƙi?"

"Haba! Na tabbata ba za su yi haka ba. Zan gamsu da juyin mulkin da ba a zubar da jini ba...mu sai mu ci gaba da harkokinmu kamar yadda muka saba...wai me zai sa su shirya juyin..."

A nan ne fa aka katse masa hanzari da ƙatuwar ƙwanƙwasa kofa. Aka ji muryar namiji ana cewa da ƙarfi, "Alhaji, ana neman ka da gaggawa!" Nan take shi Alhajin ya sake shigewa maɓoyarsa.

"Wa ke magana?" Amina ta tambaya.

"Madam, ba mu da lokaci. Don Allah ki turo mana shi. Lokacin tafiya ya yi. Kuma dole mu tafi tare."

Alhaji ya gane muryar mai maganar. Sai ya fito ya ce masa, "Ina za mu?"

"Iyafot. Sifika yana isowa an jima kaɗan nan."

Alhaji ya yi sauri ya sa kayansa ya ruga waje.

Amina ta yi ta dariya har da faɗowa daga gado. Don dariya har hawaye suka zubo mata. "Gungun sojoji za su yi juyin mulki, a sami sabbin shugabanni, su kuwa tsoffin a zarge su da laifuka iri-iri amma a sake su. A dawo da wasunsu cikin sabon tsarin gudanar da mulkin. Su kuwa talakawa da da aka danne, sai su shiga murna, wai gari ya waye. Za a yi ta yi masu alkawura barkatai na za a ba su Aljannar duniya...a ƙarshe ba abin da zai faru, angulu za ta zauna dam a gidanta na tsamiya. Masu mulkin za su ci gaba da satar kuɗin gwamnati ba kunya ba tsoro. Wannan wace irin ƙasa muke ciki, inda za ka sami jahilin soja, da ɗan iliminsa cikin cokali, ya addabi kowa har sai ya haye gadon mulki? A zahiri ba wani abin da zai faru sai sake hotunan masu mulki a ofisoshinmu, ita kam tana nan ba ta sake zane ba. Abu dai ga shi nan kamar tatsuniya!"

Ba a daɗe ba Fatima ta iso, Amina kuma ta kwashe labarin kaf ta gaya mata.

"Yaushe za su yi hakan?"

"Nan da kwana biyu. Ranar Indifenda."

"A halin da muke ciki a wannan ƙasa tamu in dai batun mulki ne ga shi nan an kasa a faifai, mai so duka sai ya ɗauka duk lokacin da ya ga dama."

Ranar Indifenda ta zo ta wuce, ba a yi juyin mulki ba. Ayyukan Kungiyar Matan Bakaro suka ci gaba kamar yadda aka saba, aka ƙaƙƙara fannonin ilimin da ake yi a aji, wasu ɗaliban na jami'a suka miƙa sunayensu a matsayin malamai. Mata sun ƙaru a harkokin saƙa, ɗunki, rini da dai sauran sana'o'in hannu. Can a jami'a kuwa Kungiyar Ɗalibai ta yi zaɓe an sami sabbin shugabanni. Bangaren Fatima ne suka sami galaba su kuma ɗin sun yi alkawarin ci gaba da mara wa Kungiyar Matan. An ƙara yawan ɗaliban da ke cikin Kungiyar Taimakon Bakaro. Bilkisu ta miƙa ragamar shugabanci ga Laila, sabuwar Mataimakiyar Shugaba.

Lokacin da shirin yaƙi da jahilci na Kungiya ya cika shekara guda sai jami'a ta ɗauki nauyin tsara jarrabawa. Aka ba da sakamakon, aka rarraba wa kowace mace satifiket, waɗanda suka samu kyauta kuma aka babba su. Darektan wannan sashe a jami'ar shi ne ya zama

Babban Baƙo a ranar bayar da kyauttukan. Ya yaba da abin da Kungiyar ta yi ya kuma ce nan ba da daɗewa ba jami'ar za ta karɓe shirin gaba ɗayansa. Za a ba Amina muƙamin jami'ar da ke kulawa da shirin, za a biya ta albashi, za kuma a bukaci ta kafa irin wannan shirin a duk sassan na wannan gari.

Wata rana haka kwatsam sai Amina ta faɗa ciwo. Aka ruga da ita kilinik daga baya aka mayar da ita asibiti inda ta yi mako guda. Tana warkewa, ƙarfi ya dawo, sai ta halarto hedikwatar Kungiya. Matan suka yi murna da ganinta.

"Me ya kai ki ƙasa haka warwas?" Larai ta tambaye ta a ofis.

"Na yi ɓari ne," Amina ta amsa mata, bayan ta ɗan numfasa.

"Kash! Allah Ya ba da mai amfani," Larai ta ce mata.

"Amin. Ai yanzu sarai nake ji. Jiki ya samu. Amma kuma zan ɗan dakata kafin in sake shiga layi."

Larai ta sunkuyar da kanta, ta fita tana murmushi. Amina tana cikin karanta mujalla sai aka ji wata mota ta tsaya da jan burki da ƙarfi.

"Salamu alaikum," aka ji muryar namiji.

"Alaikumussalam, bisimilla."

"Barka da war haka, madam.," cewar wani dattijon da ya shigo, saye da sut na safari mai ruwan bula. "Sunana Dr. Idris Ɗandodo, laccara a nan Jami'a kuma mai ba da shawara na musamman ga Majalisar Ɗinkin

Duniya." Ya miƙa mata wasiƙa. "Majalisar ta roƙe ni in rubuta rahoto game da Kungiyar taku."

Amina ta ce masa ya zauna. Ta karanta wasiƙar. "Madam, ina son in yi hira da ke in kuma ɗauki hotuna. Na riga na yi hira da mata talatin da wasu malamai. Na halarci waɗansu daga cikin shirye-shiryenku na koyarwa na kuma ziyarci gonakinku. Na kuma yi magana da wasu mutanen gari. Bilkisu da Fatima da Guloriya sun taimaka mani ƙwarai da gaske."

"To, madalla. Na ce ba, Dr. Idris...yaya aka yi Majalisar Ɗinkin Duniya ta san da mu?"

"Ai ba wani abin da yake ɓoyayye a wannan sarari na Subhana,"ya ce yana murmushi, ya nuna sama. "Ya zuwa yanzu abin da kuka yi ai ya ƙasaita."

Mamaki ya rufe Amina. Yana ta shirin fara hirar da ita, nan kuwa ita tana cike da mamakin yadda aka yi Majalisar Ɗinkin Duniya ta san da Kungiyarsu a nan Bakaro. Ta yi murna ƙwarai da ta ga sananta da na Kungiyar rubuce dara-dara a wasiƙar Majalisar. Dr. Idris ya sa rakoda ya ɗauki ra'ayin Amina a kan ayyukanta.

Da aka tambaye ta game da shirinsu na yaƙi da jahilci, sai Amina ta ce, "A nan ba a mayar da ilimi wani abu da ke sahun gaba ba kuma in ka duba za ka ga mafi yawan maza ba su mayar da ilimin mata a bakin komai ba. Masu ra'ayin riƙau a yanzu haka suna nan sun miƙe tsaye da yi mana zagon ƙasa. Mu dai muna iyakacin ƙoƙarinmu ne mu ilimantar da kowace mace a nan Bakaro, musamman ma dai irin matan nan da tun can farko ba a ba su damar samun ilimin ba. Tsarin Ilimin

248

Manya na Al Hassan ya yi mana amfani ƙwarai. Ilimi ai kamar ruwa da iska ne a rayuwar ɗan-Adam. Da gangan masu mulkinmu suka jefa mu mata cikin kwandon jahilci, amma kuma daga bana, in Allah Ya yarda ina iya cewa mun karya ƙashin bayan jahilci a tskanin matan Bakaro."

Daga nan sai Amina ta kawo masa bayani game da shirin haɗin kan matan. "Muna da nufin mu faɗaɗa wannan shiri namu inda za mu shigo da maza marasa aikin yi da kuma su kansu talakawa. Abin ban takaici ne a ce har yau an bar talaka da 'yar fatanyarsa yana ta kartar ƙasa. Wannan ƙasa tamu tana bukatar tsarin haɗin kan mutane don su taimaki juna, musamman ma dai wajen ciyar da kansu. Gwamnati tana ta hanƙoron shigo da takin zamani da shinkafa, su zo talaka ya kasa saye saboda tsada. Har yanzu filayen noma na hannun masu kuɗi ne, 'yan tsirarunsu da su. Maimakon masu mulkinmu su tsayu a kan dirarren shirin yalwata ƙasa da abinci ta hanyar noma, sai su yi ta hidimar neman hanyoyin da za su kuɗance dare ɗaya.

"Wata babbar matsalar kuma ita ce kiwon lafiya. A nan ma a Bakaro muna ta ƙoƙari mu ga mun kawar da 'yan ƙananan cututtukan da ke addabar mutane. Mu kuma koya masu yadda za su kiyayye muhallinsu. A asibitocinmu babu magunguna, ita gwamnatin kuwa ba a ma san inda ta sa gaba ba game da wayar da kan jama'a kan kiwon lafiya. Asibitocin namu a yanzu sun zama tamkar wuraren da mutane suke zuwa kawai don su mutu. Mu muna fata mu samar da kilinik cike da ma'aikata nagari da kayan aiki isassu nan da shekara biyu.

"Ina muka dumfara? Muna da niyyar mu kakkafa ire-iren wannan Kungiya a kowane sashe na garin nan, kana mu wuce zuwa ga Jihar ɓakin-ciki. Za mu kuma shiga cikin harkar samar da abincin gwangwani da na kwali. Akwai mu da mata masu yawa da ba su da aikin yi, saboda haka muna jin za mu ɗan jirga daga noma mu kai ga kamfanin yin abincin gwangwani. Muna kuma son mu buɗe laburare musamman don mata da yara sannan mu samar da jarida wadda za ta riƙa fitowa mako mako don a samar da damdamalin muhawara da kuma sanar da juna me ake ciki. Wata daga cikinmu ta samo sabuwar hanyar tattara ruwa mai tsafta. Mu'azu Ɗanlami da sauran ɗalibai suna nan suna nazarin wannan; in an yi nasara za mu baza sakamakon don kowa ya samu. Kamar yadda ka sani, a garin nan ruwan sha mai kyau shi ne babban abin da muke fama da shi.

"Ni kam na gamsu da shirye-shiryen da muke gudanarwa. Ina matuƙar godiya ga ƙawata Fatima game da shawara da taimakon da take bayarwa. Haka ma nake gode wa duk sauran membobin wannan Kungiya ta Matan Bakaro.

"Na san ba mu iya canza komai haka kawai dare guda, amma abin da na lura da shi shi ne lallai maje sama ya taka faifai biyu, ba ma guda ba. In Allah Ya so nasara tamu ce."

Wata ran da La'asar Amina da Fatima da Guloriya da Laila suka ƙurashe adaka suka halarci bukin Bilkisu. "Kina ji wata daban yau da ba ki saye da hularki mangwamare," Amina ta ce wa Fatima yayin da suka dumfari gidan Alhaji Umar Usman. Akwai mutane birjik a ƙofar gidan. Su Amina dai suka shige cikin gida suka sadu da sauran mata.

"Muna maki murna," Amina ta ce, tana murmushi da ta iske Bilkisu zaune.

"Na yi farin-ciki ƙwarai da kuka sami damar zuwa," in ji Bilkisu, da gani ga fuskar amarya.

"Kina da baƙi da yawa da za ki yi masu maraba. Mu yi magana daga baya."

"To, madalla. Allah Shi kai mu lokacin."

"Wallahi ina mata murna," in ji Laila, lokacin da suka dumfari gindin wani itace mai inuwa liflif. "Ban taɓa ganinta cikin harka irin haka ba."

Daga bisani shi kansa angon, Laftanan-Kanar Abubakar Usman, ya shigo filin tsakar gidan. Da ya dumfaro inda matan suke sai Amina ta kalle shi sosai. Yana saye da gilashi mai duhu, kuma fuskarsa na ji haka nan dai da ita. Ya taho kai tsaye zuwa wajen Amina. "Allah dai Ya nufe ni da saduwa da ke yau. Ina murna. Na gode da kika sami damar zuwa," ya ce da muryarsa babba.

"Ina maku murna, kuma ina fata auren naku ya yi tsawon zamani, kuma Allah Ya albarkace ku da 'ya'ya nagari."

"Amin. Na daɗe da jin labarinki. Daya daga cikin abokaina cewa yake ke mai son kawo sauyi ce da ke aikinta a ruwan sanyi."

"Kai! Haka ya ce?" in ji Amina, mamaki ya mamaye ta.

Laftanan-Kanar Abubakar Usman ya gode wa sauran matan ya yi masu sallama ya fice.

Da Amina ta dawo gida ta sami damar tattaunawa da Fatima game da shirin da ya ƙunshi yadda za a ciyar da Kungiyar gaba. Fatima ta ɗan yi shiru kana ta ce, da ji zuciyarta cike da yabo, "Amina, muna maki godiya ƙwarai da gaske da kika yadda da kafa Kungiyar tun can farko. Mutane da dama, cikinsu har da ni, mun koyi abubuwa masu yawa daga yin hakan. Al'amarin ya ba mu ƙarfin guiwa."

"Ni ke da godiyata ta musamman da kuka ba ni damar ganin abin yadda ya kasance ɗin nan kuma ke da sauran matan kuka ba ni goyon baya na ƙwarai. Shigowata cikin tsarin ya faranta mani rai ainun. Nakan cika in batse da farin-ciki da jin daɗi in na dubi irin sakamakon da aka samu, nasarar da ke gaban kowa ya gani kuma ga shi ana yaba ma 'yar gudummawar da na ba da tare da ku. Na ƙaru ƙwarai da ilimi da ƙwarewa kuma idona ya buɗe game da rayuwa ita kanta. Bugu da ƙari, yanzu na daɗa fahimtar ni ko wace ce."

"Af, na mance in gaya maki," Fatima ta ce. "Dr. Idris Dandodo ya miƙa wa Majalisar Dunkin Duniya rahotonsa. Muna fata Majalisar ta ba ki Satifiket Na Girmamawa."

Amina ta yi ɗan murmushi irin na mai jin kunya. "Na daɗe ina son in gaya maki wani abu, amma na kasa gane yadda zan yi." Da gani wani abu ya ɗan daburce wa Amina, amma kallon da Fatima ta yi mata kamar cewa take, "Ina sauraren ki."

"'Yan watannin nan da suka wuce ni na san wasu 'yan canje-canje masu kyau suna gudana a zuciyata. Mafi yawan abubuwan da kike ta gaya mani yanzu nake daɗa fahimtarsu ɓaro-ɓaro. In kuma na duddubi inda nake sai in riƙa kallon komai da wani idon basira na musamman. A taƙaice dai, yadda nake kallon rayuwata baƙin-ciki ya sauya. Ina jin ke ma kin taɓa ratsa irin wannan kogin can wani lokaci a rayuwarki ko...?"

Wannan magana ta ruɗa Fatima har ta rasa ta cewa. "Hm, ina jin na san me kike ƙoƙarin cewa."

"Yadda na ɗauki rayuwa yana canzawa. Na soma kallon komai da idon basira, ina tsara komai nawa gwargwadon muhimmancinsa..."

"Wannan shi ne wasu suke kira bayyanar mutum ta biyu – watau wani mutum wanda komai nasa ya kammala, hikima ta mamaye shi," in ji Fatima.

"Ina jin lallai mutuwar ɗana ce ta mayar da ni wata mata sabuwa," Amina ta ci gaba da bayar da bayani a tsanake. "Ba shakka na koyi abubuwa da dama daga gare ki da kuma sauran ƙawayenki da abokanki. Halin

253

Alhaji ma ya sa ni kallon zaman aure ta wata sabuwar fahimta. Amma duk da haka ɗin dai rasuwar Rashid ce ta canza mani yadda nake kallon harkar rayuwa."

"Na san rasuwar nan tasa ta girgiza ki ba ɗan kaɗan ba," Fatima ta ce cikin murya tattausa.

"Kin gani," Amina ta ci gaba dai, "ina ganin akwai abubuwa da dama a rayuwata da suke bukatar a yi wa tukka hanci. Ta wani ɓangaren kuma ina jin na fa iso mararraba, ya kamata in san ina na dosa nan ba da daɗewa ba."

Fatima ta numfasa da ƙarfi. "Kullum muna kan mararraba ne. Muhimmin abu dai shi ne mu ɗauki hanyar da ta fi dacewa. Ina roƙon Allah Maɗaukakin Sarki Ya zaɓa maki irin wannan hanya taki."

Matan nan biyu suka kalli juna suka yi murmushi kawai. Can a zuci kuwa Amina ta ce "Amin."

"Yaya azuzuwan ke tafiya?" Fatima ta yi tambaya.

"Mun tsayar da komai saboda watan azumi ya kama."

"Wannan ba dalili ne ba."

"Ki fa dubi abin da idon basira. Mafi yawan mata ayyuka sukan cakuɗe masu. Bugu da ƙari, halin da ƙasa take ciki game da rikicin siyasa da na Addini ya kai intaha. Makon da ya wuce an yi arangama inda fiye da mutum goma suka rasa rayukansu. Jiya Hawwa ta tsallake rijiya da baya inda wasu ƙungiyoyi biyu suka kara aka kusa rutsawa da ita. Bai kamata mu sa matanmu fuskantar danja haka kawai ba, bayan kuwa muna iya kaucewa. Ina amfanin baɗi ba rai?" Daga nan sai Amina ta sauya abin da ake magana a kai. "Ko kin san me ya sa Leftanan-Kanar Abubakar Usman ya kira ni mai son kawo sauyi da ke aikinta a ruwan sanyi?"

"Ban sani ba. Ni ma ai kira na yake da cewa ni ce mace mafi hatsari a duk fadin duniya. Kin gani, kada ma mu damu ko kadan. Banda ma haka, ai mafi yawan sojojin nan ba su ma san me suke fadi ba. Amma kuma ta wani bangaren fa akwai abin damuwa."

"Saboda me?"

"Shi Leftanan-Kanar Abubakar din daga gidan sarauta yake, mutanen da suke da ra'ayin rikau; ba su son canji a cikin al'umma. A cikin sojojin ma suna masa lakani da cewa shi ne Yariman Duhu saboda mugunyar hanya da ya gama da wadanda suka soke mulkin soja shekaru da dama da suka wuce. A zahiri cewa ake yana cikin wadanda suka shirya yin juyin mulkin soja, amma sai ya lababa ya yi wa 'yan'uwansa zamba cikin aminci, ya bi dare ya karkashe su, ba wanda ya kai labari. An ce ya shahara wajen rashin raga wa kowa, kuma kullum cikin dare yake yin barnarsa. Ya sami lakaninsa ne yayin da yake mukaddashin Kantoman Soja a wannan Jihar."

"Me ya yi?"

"Yana kama ragamar mulki abin da ya fara yi shi ne ya rufe jami'a wai don ya ji dalibai suna son su yi zanga-zanga. Wasu malaman jami'ar suka ce masa abin da ya ji ba daidai ne ba. Akwai kuskure a rahoton da aka ba shi. Ya kama malaman ya kulle kuma ya tabbatar ba a biya su albashi ba yayin da suke kullen. Cewa yake iyalansu ma su ji a jika. Daga nan kuma sai gogan namu ya rufe wasu makarantun sakandare da cewa wai Gwamnati ba ta da kuɗi isasshe na gudanar da su. Ya hana ma Ma'aikatar Ilimi kuɗi, saboda haka sai muka iske malamai da yawa ba a biya su albashi ba har na wajen shekara guda." Fatima ta ɗan dakata a nan. "Ni kam na sha ganin mutane maƙiyan masu hazaƙa, amma shi dai wannan sojan yana cikin mutum goma na farko."

Amina ta canza abin tattaunawa. "Kwanan nan wata yarinya wadda take cike da damuwa ta zo gare ni neman taimako. Ta ce watanni da suka wuce an yi mata fyaɗe ga shi yanzu tana da ciki. Tana talla ne sai wani saurayi ya ɗauke mata 'yar jakarta da ta sa kuɗi ya ruga da gudu ya shige wani gini. Ta bi shi don ta karɓo jakarta. Nan fa aka yi ta. Ya yi mata fin ƙarfi ya yi mata fyaɗe. Da sannu na gano yaron; ubansa wani ɗan sanda ne. Na dai kai abu ga kotu. Mu abin da muke so shi yaron ya amsa ya yi hakan ya kuma ɗauki alkawarin zai kula da yarinyar. Amma kuma abin mamaki da ban takaici sai alkalin ya ce wai ai ita yarinyar ce ke da laifi: ta sa 'yan ƙananan tufafi masu jan hankali, ta yi tafiya irin ta jawo hankalin maza har ta ja hankalin yaron, wai kuma ai ba ta yi ihu ba lokacin da yake yi mata fyaɗen. Bai ba ta damar ta faɗi abin da ya faru ba, amma shi yaron aka ce masa wai ya kare kansa. A ƙarshe dai alkali ya saki yaron da cewa ai ma ba shaidu. Da na ɗaga murya cewa ni ban gamsu da wannan hukunci ba, sai alkalin ya ce in na sake magana zai sa a yi mani bulala. Ita yarinyar nan take aka yi mata bulala shida wai ta yi laifin sa kaya mai zolayar maza. Ni kam ai an bar ni da mamaki ne game da abin da na ji na kuma gani."

"Kin ga abin da suke kira adalci ko?"

"Cikinta ya kai wata shida. Abin da nake ji mata tsoro shi ne 6ari."

"Yanzu ina take?"

"Tana tare da Larai a nan gidana. Mahaifinta ya kore ta daga gida cewa shi ba zai zauna da wadda take dauke da cikin shege ba. Ta 6ata sunan gidan."

"Kaico! Ke kina ta hakilon samun adalci, ha'inci yana bin ki."

"Ai ni kuma sai zargin kai ya mamaye ni. Na rasa inda zan sa kaina saboda takaici. Abin sai ya zama tamkar da gangan na kai ta inda za a wulakanta ta, a ci mata mutunci, a hore ta. Har yanzu ba na ko iya kallonta ido da ido. Wane za6i nake da shi ko can?" Amina ta tambayi kawarta, tunaninta duk a dagule.

"Amina," Fatima ta nemi ta sanyaya mata rai, "kin yi duk abin da wani mutumin kirki zai yi. Nan gaba za ki yi ta fuskantar ire-iren wadannan al'amura don kuwa ke mace ce wadda take gwagwarmayar kwato wa sauran mata hakkinsu."

Amina ta zura wa Fatima ido na dan lokaci, daga nan ta yanke shawarar gaya mata wani abu da ya dade yana ci mata tuwo a kwarya. "Fatima, mu taru mu rubuta dan littafi kunshe da hanyoyin da in an bi su za a kyautata wa talakawa a wannan Jiha. Ni ina rubuta wani abu game da yadda za a kakkafa kungiyoyin gama kai; ke kuma ki kawo taki gudummawar game da irin sauyin da ake so a fagen ilimi; Rebeka kuma ta ba mu abin da ya shafi kiwon lafiya. In mun harhaɗa sai mu kira ɗan littafin *Manifaston Bakaro*, wanda da shi ne za a ilimantar da mutane game da yadda za su sauya rayuwarsu zuwa hali nagari. Muna iya aikawa da kwafe zuwa ga jami'an Gwamnati, sarakuna, masu shari'a da kuma kafofin watsa labaru."

"Wannan abu ne mai kyawun gaske," Fatima ta ce; shirin ya burge ta gaya. "Amma kuma a yanzu muna ta shirin fuskantar jarrabawa ne da ke tafe; sai dai duk da haka bari in yi magana da sauran."

20

Bayan watan azumin Ramalana ayyukan Kungiyar Matan Bakaro sun kankama ka'in da na'in. Amina da 'yan ɗaliban nan sun yarda su himmatu kan tsara manifaston da ta yi magana a kai. Nata ɓangaren rubutun dai shi ne game da ƙungiyoyin haɗa kai. Wannan shirin ya ba ta damar ta rubuta abubuwan da take ta tunaninsu na zamani mai tsawo. Yin hakan ya ba ta sha'awa. Ta karanta littafai da dama don ta daɗa fahimtar matsalar wanda kuma da hakan ne take daɗa yi wa tunaninta kwaskwarima, tana rubutawa. Wata ran da La'asar sakaliya tana dudduba abin da ta rubuta sai ga Alhaji Haruna ya shigo. Ya ce mata, "Kwanan nan fa na ga kin yi kane-kane ne da aiki."

"E, muna ƙoƙarin mu harhaɗa shawarwarinmu ne game da yadda za a ciyar da Jihar gaba."

"Me kike nufi?" Alhaji ya tambaye ta, ko da yake a gaskiya irin fahimtar Amina ta daina ba shi mamaki, ya kuma fara girmama ra'ayoyinta.

"Bayanin yana da tsawo. Amma muna da niyyar mu aika da kwafe-kwafe ga Majalisar Jiha," ta tabbatar masa. Ya gamsu da wannan gajeren bayanin, da ma can yana da wani abin da ya sha masa kai a halin yanzu.

"Kwanan nan za a naɗa mani sarauta," Alhaji ya gaya mata.

"Ashe za mu sami amarya ke nan a gidan ko?" Amina ta ce, tamkar tana magana da kanta ne.

"A'a, a'a! Ba ni da wannan shirin. Amma kuma in Allah Ya so... Me zai faru in na yi aure?"

"Za mu zauna tare in har dai ina nan a matarka," Amina ta motsa kafaɗunta.

"Haba! Kina nan a matata mana..." Alhaji ya tabbatar mata.

"Sarautar me, ko kuma mai kula da me, ko ina?"

"Gabashin Bakaro."

"Ai ba kowa a nan."

"Nan gaba mutane za su bayyana wurin," ya ce mata a taƙaice ya kuma fice

Daga bisani da Fatima da Bilkisu da Laila suka zo wa Amina da abubuwan da suka rubuta da za a sa a manifaston da ake magana. Bilkisu ta fara da miƙa abin da ya sawwaƙa da cewa, "Ga abin da muka rubuta game da siyasa, kiwon lafiya, harkokin ilimi da kuma canjen-canjen zamantakewar jama'a. Ba mu gama yi masa kwaskwarima ba. Ki karanta kana mu nutsa ciki tare mu ga me ya ƙunsa."

"Ni na rubuta yadda za a gudanar da canje-canjen," in ji Laila, tana alfahari da abin da ta yi.

"Ba mu da lokaci da yawa. Ki karanta mana a taƙaice abubuwan da kika yi magana a kai," Fatima ta ba Amina shawara.

Amina ta lalubo nata takardun ta fara magana game da me ta ce, ta kawo kanunsu. Ta yi kira ne ga Gwamnati ta kakkafa ƙungiyoyin haɗa kai a kowane sashe na Jihar, ƙungiyoyin nan su haɗa da mata; a kuma kakkafa bankunan al'umma a riƙa bayar da basussuka masu yawa da sauƙin karɓa ga talakawa, ƙananan manoma da masu ƙananan masana'antu; Gwamnati ta kafa doka wadda za ta mallaka wa talaka filin da yake nomawa; a yi maganin kwararowar hamada kuma ƙasar da aka ceta daga wannan bala'in a bayar da ita ga marasa filayen noma; a sayar da takin zamani da iri ko dai ga talaka kai tsaye ko kuma ga ƙungiyoyin haɗa kai a kan kuɗi mai sauƙi; Gwamnati ta sa ido a kan sayar da hatsin da aka girbe don hana kimshewa; duk filayen da aka ƙwace ma talakawa ba bisa hakki ba a maido masu. Ta ɗaga kai don ta yi ƙarin bayani. "Don Allah ku yi haƙuri. Abin dai kamar hatsin bara ne. Zan natsa in gyaggyara abubuwan da nake son in faɗi. A yanzu kam na fi mai da hankali a kan aikin noma ne ta hanyar haɗin kai."

"Ba yadda za a yi su yarda da shawarwarin da muka bayar. Jefawa za su yi a kwandon shara. Na haƙiƙance haka za su yi," Fatima ta ce.

"Saboda me?"

"Wannan ai tamkar kina cewa su je su kashe kansu ne. Ina hasashen cewa mijin nan naki zai kasance cikin waɗanda za su sa ƙafa su shure abin da muka ba su."

"Kin dai san gogan naki sarai," Bilkisu ta ƙara tata gudummawar.

"Ba ina cewa a yi juyin juya hali ne ba, canji kawai – ba kuma da gora ba," Amina ta ce. Ta ƙi yarda a doke mata guiwa baya ga irin nasarar da aka samu game da

261

haɗa wannan manifasto. Ta zurfafa tunaninta, kuma ta harhaɗo abin da ta yi imani da shi, ga haske tana gani ba a ce mata ba haka abin yake ba. Allah hana!

Bayan mako biyu sai Kungiyar Taimakon Bakaro ta ƙaddamar da *Manifaston Bakaro: Hanyoyin Kawo Canji*. Aka aika da kwafe-kwafe zuwa ga Gwamnan Jihar, Kwamishinoni, 'Yan Majalisa, Sakatarorin Kananan Hukumomi, Mai Martaba Sarki, Joji-Joji na Jihar, ƙungiyoyin watsa labarai da manyan ma'aikata. Aka shirya babban taron ƙara wa juna ilimi inda aka bukaci Amina ta kare nata sashen manifaston. Tattaunwar ta yi ƙarfi kuma ta yi ban sha'awa – hirar abin ma har tituna. Wasu kam ba su yi na'am da abin da ya gudana ba, amma kuma ga ita Amina cewar an ma tattauna bainin jama'a ya faranta mata rai. Ta nan fa ta gane ashe mutanen Bakaro ba su jahilci al'amuran siyasa ba kamar yadda take zato da. Ta hakan ne kuma ta gane cewa kowa yana da nasa ra'ayin.

Ta lura cewa mutane lallai suna son canji sai dai kawai ba su san yadda za su sami wannan ɗin ba. Wani abin da ya addabi jama'a shi ne a ce yau gari ya waye mata sun zama daidai da maza. Kai, wasu matan ma goyon bayan mazan suka yi a kan hakan. Amina ta kasa gane yadda aka yi matan suka kasance a kan wannan matsayi. Abin ya sha mata kai.

262

"Mun sami kwafen manifastonku," Alhaji Haruna ya ce wa Amina wata ran da daddare.

"Mene ne ra'ayinku?" Amina ta tambaye shi tana murmushi.

"Ba mu tattauna ba tukuna," Alhaji Haruna ya ce, ya zauna a kan kujera. "Ai ni ma a nan Majalisar ina ƙaddamar da wani bil game da mata. Yana magana ne a kan irin gudummawa ta al'ada da aka san mata suke iya bayarwa. Lauyoyin Majalisar suna nan suna dudduba diraf ɗin."

"Da ka ce ba ruwanka da irin wannan. Wa ya gaya maka abin da za a rubuta a bil ɗin?"

"Tattaunawa na yi da mutane da dama."

"Za a gayyaci mata lokacin da za a yi muhawarar?" Amina ta tambaye shi.

"Wace muhawara? Ina! Ai 'yan Majalisa ne kawai za su yi muhawara a kan bil ɗin!"

"Mu ma muna bukatar mu tofa albarkacin bakinmu a kan abin da ya shafe mu," Amina ta yi ƙoƙarin ba shi bayani. "Ba shi yiwuwa ku yi doka a kan mata ba tare da a ƙalla mace guda tana wurin ba don ba da ra'ayi a kan matsalar. Don Allah ku duba fa – dimokuraɗiyyar nan da ake magana ita ce ku saurari mutanen da kuke mulkinsu, ba ku hana su tattaunawa tare da ku ba!" Ga Amina, tana sane ko can ba wani abu ake tambayar mata ra'ayinsu ba.

"Ji nan, Amina. Na gaji da jin surutunki. Mu kwana lafiya!" Da wannan Alhaji Hauna ya fice ɗakin.

Amina ta tashi tsaye zumbur yayin da Fatima ta shigo ɗakinta, da gani wani abu yana ci mata tuwo a ƙwarya. "Me ya faru?" Amina ta tambaye ta cikin ƙosawa.

"Abubuwa da dama sun taɓarɓare: An soke Kungiyar Dalibai, biyu daga cikin membobinta an ɗage su daga jami'ar har na tsawon shekara guda – shugaban Kungiyar, Peter Akin, da mataimakiyarsa, Laila. Kin tuna da matar da ake yi wa shari'a a kan yin zina a nan Funtua?"

"Kwarai kuwa!"

"An yanke mata hukuncin a jefe ta."

"Kina ba'a ne ko?"

"Bil ɗin da mijinki ya gabatar a Majalisa ya soki al'amuran mata ne gaba ɗaya. Kaɗan muka sami labari game da abin da ya ƙunsa. Sifika ya ce wa 'yan Majalisar kada su nuna wa kowace mace abin da wannan bil ya ƙunsa har sai ya zama doka da aka zartar."

"Ke ta yaya kika sami wannan labarin?"

"Wani lajisleta ya gaya mana. Tun da shi ya nuna rashin goyon bayansa game da abin ƙwace kwafensa ma aka yi tun a Majalisar!"

Da Fatima ta fara faɗin abubuwan da ya gaya mata sai zuciyar Amina ta soma tafasa...

" – Dole dukan mata da 'yammata su sa hijabi in sun fita waje.

- Wani kashi kaɗan na mata ne kaɗai za a ba damar shiga makarantu.
- An haramta ma mata talla a tituna.
- Dole dukan ƙungiyoyin mata su nemi sake yin rajista.
- Dukan ƙungiyoyin da aka sake yi wa rajista za su kasance ƙarƙashin kulawar ma'aikatan Gwamnati da malaman Addini.
- Matan da suke da sana'o'insu a gida za a sa masu haraji.
- Matan da ba su da aure ba za a yarda su yi aiki a Gwamnati ba.
- Matan da ba su da aure da suke zaune a gidajen Gwamnati za a kore su.
- In matan da ba su da aure suka yi ciki za a yi masu shari'ar zina.
- An soke hutun zuwa haihuwa ga matan aure.
- Mata masu aiki ba za su sake samun kariya daga kora ba.
- Za a kakkafa ƙungiyoyin 'yan sintiri a ko'ina cikin Jihar don su kula da yadda mata suke sa kaya.
- Za a ba kotuna dama su hori matan da suka yi shigar da ba ta dace ba.
- Daga yau mata ba su da damar su mallaki fili.
- Duk matar da ta haihu ba tare da tana da miji ba za a yi mata shari'ar haihuwar shege."

Amina ta yi ta sauraren Fatima baki buɗe. Mamaki ya mamaye ta. "Kai! Yaya za su yi haka? An far mana da

265

yaƙi ta baya. Turar kam ta kai bango. Ba mu iya zama haka kawai muna kallon wannan yana gudana."

"Yaushe kike iya tattaro kan matan su yi arangama da wannan ƙalubale?" Fatima ta tambaye ta.

"Gobe," Amina ta amsa mata ba da wata tantama ba. "Lokacin namu ƙurarren gaske ne."

"Haka ne. Ni ma zan yi magana da su," Fatima ta yi murmushi. "Wannan kam mu aka ƙalubalanta. Dole ne mu tsaya tsayin daka, ba gudu ba ja da baya. Sai gobe ke nan – ki yi shirin yaƙin Badar!"

Shagargari da yamma su Fatima da Bilkisu da Laila da Amina suka taka a hankali zuwa inda mata fiye da ɗari suke tsaitsaye suna jiran su. Fatima ta hau wata 'yar baranda nan gaba gare su ta fara magana a kan bil da aka gabatar ga Majalisar Jiha.

"Wannan wata munaƙisha ce ta musamman kuma hanya ce ta yi mana maƙarƙashiya inda ake son a tilasta mana karɓar wani yanayin rayuwa da ya tashi aiki. Hakkin da Allah Maɗaukakin Sarki Ya miƙa wa uwa an sace mana shi: hakkin kula da 'ya'yanmu. Kamar yadda aka tsara a wannan doka ta Majalisa, a yanzu wai wannan hakkin ya koma hannun maza. Ko can mata a wannan sashe na ƙasar an hana su samun ilmin zamani. Yanzu kuma ga baƙin-ciki ma inda aka tura su kacokan shi ne su dawwama cikin rashin sani da kantar jahilci."

Jijiyoyin wuyan Fatima sun tattashi, zufa tana kwarara a fuskarta amma ba ta ko ƙoƙarin sharewa. "Su waɗannan da wai ake kiran su 'yan Majalisa, dukansu munafukai ne! Cewa suke duk matar da ta haihu ba tare

da ta yi aure ba za a yi mata shari'ar yin cikin shege...
Shin wa ya kwanta da ita? Ko kuwa mace tana iya yi wa
kanta ciki ne? Me zai sa a yi wa mata horo shi kuwa
namijin yana yawo a gari abinsa? Da gani wannan
Gwamnatin ba za ta yi mana komai ba. Dole ne mu
tsaya tsayin daka mu ƙwato ma kanmu hakkinmu! Ko da
wasa ba za mu miƙa wuya ba!"

A ganin Fatima batun a je ana roƙo ko magiya bai
taso ba ko kaɗan. Abin da ta yi imani da shi guda ne: da
dokar da tsarin mulkin da masu gudanar da mulkin ba
abin da ya cancance su sai bugu tsagwaronsa a filin
mahangurɓa! "A dake su ba sani ba sabo! A maƙure su!
A buge su bugu mai tsanani kuma cikin saurin gaske
don su ruɗe baƙin-ciki! Su rasa gabas balle yamma! A
yi masu dukan kawo-wuƙa! Wannan ita ce kaɗai hanyar
da ta dace. In har muna son mu kawar da waɗannan
matsaloli dole mu haɗa da waɗannan masu mulkinmu!
Duk wanda ya ce mana 'Kule'..."
"Sai mu ce masa 'Cas!" matan suka amsa mata.

Amina ta dubi Fatma kawai, ta yi murmushi. Tana
mamakin ta ina take samun ƙarfin zuciya irin wannan,
gami da shirin taren aradu da ka, haka. Taro dai ya tashi
kowace mace ta kama hanya tana tafe da irin tunaninta
da kuma irin hukuncin da ta yanke a zuciya. Shin sun
kuwa san irin zurfin da matsalar take da shi? Babu
yadda za a yi mutum ya gane wannan ɗin. Suna kan
hanyar ta komawa cikin gida kamar yadda suka fito sai
Fatima ta waiwayi Amina, fuska cike da bayani na
daban, ta ce mata, "Dole in koma jami'a yanzun nan don

muna da wani taro muhimmi yau da dare. Gobe kuma za
ni Birnin Tarayya don sauraron ƙarar da aka kai Babbar
Kotu. Abin ya kasance yaƙi ne ta ko'ina!" Ta ɗan
dakata. "Amina, ƙalubalen da ke gaban ni da ke ba ɗan
kaɗan ba ne. Kuma dole mu fuskance shi. Babu gudu,
babu ja da baya. Tun da sun ce mana 'Kule!' mu kuwa
ba makawa sai mu ce masu 'Cas!'"

Amina ta fahimci abin da Fatima take nufi, amma ji
take ana bukatar lokaci. "Fatima, mu ɗan dakata matan
nan su daɗa fahimtar me muka faɗa masu tukuna,"
Amina ta ba da shawara.

Ita dai Fatima ta tsaya kai da fata. "Ji nan, Amina, a
kowace darga duk wanda ya fara ja da baya ya amsa an
ka da shi ke nan...ko da yake na san kina iya cewa ai ja
da baya ga rago...Amma a nan ba zancen ba ke nan. Su
suka fara far mana, saboda haka ba shi yiwuwa mu karɓi
abin salin alin. In muka yi haka za su ci gaba da yi mana
illa mummuna musamman ga mu mata na yanzu da
kuma 'yan'uwanmu na nan gaba. Waɗannan
shagwaɓaɓɓun yaran da ɗai duniya ba su iya zama a yi
sa-in-sa da su."

A ra'ayin Amina dai, da ta yi tunanin taron da aka yi
da kuma tattaunawarta da Fatima, gani take abin da ake
bukata ba fito-na-fito ne ba irin yadda Fatima take so,
a'a, abin da ake so a nan shi ne shugabanci nagari. Sa-
in-sa ba zai kai kowa gaci ba. In aka duba a natse ita
Gwamnati tana da duk hanyoyin da za ta iya amfani da
su, gami da ƙarfin iko, don cim ma burinta. Karo da
karo da ita ba magana ce ta ƙwarai ba. In dai har ana son

a ja ɗamara domin babban yaƙin da ke tafe, dole ne a sami wata dabara ta musamman.

Shagargari sai Amina ta yanke shawarar neman ganawa da 'yan Majalisar a kan mataki na farko don ta ga ko tana iya jawo hankalinsu su ƙi yarda da bil ɗin ya zama doka. Ta ce ma Larai da Hawwa su raka ta. Suna kan hanyar ita kuwa Amina ta yi yaƙinin mutanen nan za su saurare ta su kuma fahimci inda aka dumfara. Da suka iso Majalisar wanda ya tarbe su shi ne Alhaji Isa, Ciyaman na Kwamitin Kula da Harkokin Jama'a, Matasa da Al'adu. Wani ɗan gajere ne tutturna, kuma mai shirin faɗa a ido.

"To, me kuke so?" ya tambaye su kai tsaye.

"Mun zo ne mu roƙe ku ku ba mu damar yin magana da ku kafin wannan bil ɗin nan da ya shafi mata ya zama doka," Amina ta ce cikin ladabi da biyayya.

"Ku je ku yi magana da mazanku don su zo su yi magana da yawunku," ya mai da masu magana.

"Amma kuma ai dokar mu mata ta shafa shi ya sa muke son a saurare mu a ji me za mu ce," ta mayar masa da magana.

"Amma ai mata ba su da wani abin da yake damun su," ya faɗi, yana dariya. Wannan maganar tasa ba ta shalli Amina ba.

"Muna son a janye bil ɗin..." ta ce masa kai tsaye.

"Ai mijinki ne ya kawo bil ɗin," ya ce mata, yana nuna ta da yatsa. "Me ya hana ki gaya masa ra'ayinki game da wannan yayin da kuke gado? In ba ki sani ba, ai har ma an zartar da bil ɗin ya zama doka. Kowa ya goyi bayan hakan banda mutum guda kacal. Mu kam muna maraba da wannan doka don kuwa zai dawo da mutunci da kuma samuwar bin doka a wannan Jiha tamu. A yanzu haka Gwamnan Jihar ya sa hannu a dokar..."

"Kana nufin ba za a ba ni damar in yi magana da membobin Majalisa ba?"

"*La Ilaha illal Lahu!*" Alhaji Isa ya ce, yana dariyar ƙeta. "Wai shin wace irin duniya muke ciki? Shin mafarki kike? Ko kuwa hauka? Wai shin ke ma wace ce? Kina son ki magana da su onarabul? Shin ke ba ki girmama manya ne?"

"Ji nan!" Amina ta katse masa hanzari. "Ba shi yiwuwa ku zartar da dokar da ta shafi mata ba tare da matan sun ce komai ba."

Wannan zancen ya girgiza malamin nan. "Wannan hauka ce tsagwaronta! Ba a taɓa yarda da haka. Amina, ke kam cikakkiyar mahaukaciya ce." Ya girgiza kansa ya ƙura mata ido. "A ce mace tana magana kai tsaye da onarabul memba na Majalisa kamar tana magana da sa'arta. Kina jin wai don kina da ilimi kina iya gaya wa namiji ga abin da zai yi? Ina da mata huɗu a gida – mata huɗu masu ladabi da biyayya, kuma mata abin girmamawa, ba kamarki ba!"

"Ni fa ba na zo nan don in yi maganar matanka ne ba. Lokaci fa yana ƙurewa!" Amina ta nuna masa.

"Mu ma ba mu da lokaci. Koƙari muke mu kafa doka wacce za ta hana samar da giya da sayar da ita da shanta a Jihar. Kuma muna son mu tattauna batun sa sunan babban abokinmu Bature a ɗaya daga cikin manyan titunanmu. Daga nan za mu tafi hutun wata guda abinmu."

Abin ya rurfa Amina. Ta yi ƙoƙarin yi masa bayani. "Ji nan! Ba wannan ne muhimmi ba a yanzu! Mutane suna bukatar abinci, ruwan famfo mai tsabta, wutar lantarki, matsuguni da abubuwan more rayuwa. Don Allah ku zartar da dokokin da za su sa mutane su tashi haiƙan su nemi na kansu, su zama masu amfani ga juna, su tsayu kan neman ilimi, su kama sana'o'i nagari."

"Yi mani shiru!" ya daka mata tsawa, ya kuma kira masu gadi ya ce su fitar da matan nan daga harabar Majalisar.

Amina da ƙawayenta suna fita sai suka nufi Gidan Gwamnati, inda shi Gwamna yake. Duk da irin wannan muguwar karɓa da Alhaji Isa ya yi masu, har yanzu ita tana da imanin cewa suna iya hana wannan doka fitowa. In har dai mutum ya nace, ai haƙarsa za ta cim ma ruwa.

A nan aka ce masu ai Gwamna ya riga ya sa hannu a kan dokar. Amina ta ce ko yana yiwuwa su ga Cif Jojin Jihar?

"A'a, ba zai yiwu ba," in ji jami'in da ta tambaya.

Amina da ƙawayenta suka bar Gidan Gwamnati cikin takaici, amma duk da haka ba su ya da faɗar ba. Suka nufi fadar Sarki. Ga alama dai shugabannin namu suna wata duniya ce tasu ta daban, irin ta mafarki, ba su san me talakawansu suke ciki ba kuma ba su damuwa da me suke bukata don kyautata rayuwarsu.

Duk da Sarkin ya san matsayin mijin na Amina, abin da ya ce masu bayan ya saurare su a tsanake shi ne,

271

"Don Allah ku koma gidajenku ku zauna cikin lumana. Mazanku su ne shugabannin gidajenku. Girmama maza tamkar girmama Ubangiji ne."

Amina fa ta dawo gida a kan ta ruɗe gaba ɗaya. Ta iske wasu mata suna jiran ta, ta ce masu su shigo ciki. Ta kunna rediyo suka sha labaru. Cewa ake "Wasu mata marasa godiya daga Bakaro, waɗanda wata mai ilimin boko ta shugabanta, sun yi zanga-zanga a titunan garin kuma suka je suka dagula taron Majalisar Jihar. An ce matan sun nuna rashin amincewarsu ne game da wata doka da wannan Majalisa da aka zaɓa ta hanyar dimokuraɗiyya ta zartar, suka kuma dinga maganar wai a ba su wani abu wai shi 'yanci da kuma hakkokinsu. Wani wanda ya gane ma idonsa, ya ce shugaban matan ta ci kwalar wani onarabul memba na Majalisar Jihar.

"Onarabul Sifika na Majalisar, Alhaji Baƙo, ya faɗi cewa an naɗa kwamiti na musamman don ya binciki musabbabin wannan abin kunya. Ya ƙara da cewa wannan doka da aka yi, an yi ta ne da nufi nagari don a hana halayya ta fitsara da rashin ɗa'a a mata, ya kuma ƙarfafa cewa abubuwan da dokar ta ƙunsa sun dace da al'adunmu na gargajiya da kuma ƙa'idojin Addininmu.

"Onarabul Sifikan ya yi kira ga mata cewa kada su yarda a yi masu sakiyar da ba ruwa; su zauna a gidajen aurensu cikin lumana. Ya ce duk matar da take jin ba ta gamsu da wannan doka ba, to, ta garzaya kotu don a nema mata hakkinta, amma kuma ya nuna cewa wannan fa ita ce illar da ke akwai game da ilmantar da ɗiya mata. A wani labarin kuma, Gwamnan Jihar ya soke

Kungiyar Matan Bakaro an kuma wargaza Kungiyar Haɗin Kai ta Matan Bakaro gami da dakatar da ajiyarsu da take banki da kuma ƙwace duk kadarorinsu. Daga yau kuma an haramta duk wasu tarurruka na mata ko jerin gwano nasu, ko kuma zanga-zanga. Wakilanmu sun yi ƙoƙarin gaske don su sami zantawa da shugaban matan, Hajiya Amina Haruna, amma abin ya ci tura."

Daga nan ne Amina ta kashe rediyon ta ɗan yi zuru na lokaci ƙanƙani. Sauran matan kuma suka ƙura mata ido suna jiran su ji me za ta ce. Ta ɗaga kanta ta yi musu murmushi. "A rayuwar kowannenmu akan ci karo da wani lokacin da mutum yana da zaɓi biyu ne kawai a gabansa: ko a mutu, ko a yi rai; ko a yi faɗa ko a yi saranda. Mu kam mun kawo wannan lokacin. Ku kintsa don mu yi taro nan ba da daɗewa ba don mu san mene abin yi."

Ran Jumma'a Amina ta kira taro a gidanta yayin nan dukan maza sun tafi masallaci. Mata da yawa ba su zo ba, amma duk da haka ta yi magana da waɗanda suka hallara ɗin aka yanke shawarar cewa ta yi duk iyakar ƙoƙarin da za ta iya ta ga an soke waɗannan dokoki. Matan suka ce su kam suna goyon bayanta ɗari bisa ɗari.

"Ko can mun riga mun saba da wahala," in ji Larai. "Matar da ke durƙushe bai kamata ta ji tsoron faɗuwa ba. In ka yi gaba za ka mutu, in ka yi baya za ka mutu. Saboda haka ai gara ma ka yi gaba ɗin."

Nan da 'yan kwanaki Babbar Salla za ta iso, mutane za su fita wajen gari zuwa filin Sallar Idi. Amina da sauran mata 'yan'uwanta suka yi tunanin yin amfani da wannan dama don biyan bukatunsu.

"Shin kin kuwa san me kike yi? Wa ke da gidan nan, ni ko ke?" Alhaji Haruna yake daka wa Amina tsawa. "Me ya sa kika tozarta ni yayin da ba na nan? Lalle ni za a zarga saboda cikakken 'yancin da na baki. Kin kuwa wuce gona da iri. In kina son a zauna lafiya lau, ki manta da wannan Kungiyar Matan Bakaro." Ya daɗa matso kusa da ita, da gani yana cikin damuwa, har Amina ta ji tsoron zai iya kai mata bugu. Amma kuma da gani shi Alhaji Haruna dai a ruɗe yake. Ya rasa ta inda zai ɓullo ma abin, ya shawo kan matarsa ta rabu da matan nan. Ya rorroƙe ta, ta ce a'a, ya yi mata alkawura na alheri waɗanda ta shusshure. "Shin ko kin san ƙafar ungulu kike yi wa bizines ɗina da kuma matsayina a Majalisa? Shin ko kin san saura ƙiris da an tumɓuke ni daga kujerata ta Shugaban Masu Rinjaye lokacin da ba na nan? Ko kin san watakila ba zan sami sarautar gargajiyar da aka yi mani alkawari ba saboda mummunan halinki?"

"Waɗannan matsalolinka ne, kai suka shafa, ba ni ba," Amina ta ce, ta kaɗa kafaɗunta.

"Ni na shigo da wannan bil da zuciya ɗaya ne," ya yi ƙoƙarin kawo bayani.

"Alhaji," Amina ta ce, tana matso kusa da shi. "Shin ko ka san mutane da dama a Jihar nan, musamman ma dai mata, suna fama da matsananciyar wahala? Ba abin da wadannan dokoki naku za su kawo wa mutanen da wai kuke wakilta sai ƙarin wahalar."

"Amma kuma ai ni ba abin da zan iya yi," Alhaji ya yi ƙoƙarin kare kansa, ya taka tudun laifinsa ya hango na wani.

"Yanzu kai sonka ne ka ƙara masu wahala?"

"Gaskiya na san mutane suna shan wuya, amma ni ban san me ko wa ya haifar masu da wannan mugun hali da suke ciki ba. Ni kuma ban san yadda za a raba su da shiga ukun da suka yi ba."

"Ai mun rubuto muna ba da hanyoyin da za a bi haƙa ta cim ma ruwa."

"Shawarwarinku duk na bogi ne. Ba ku san komai ba game da gudanar da mulki."

"Ni 'yar ƙasa ce kuma ina da 'yancin a saurare ni. Ina da ƙwarewa ta aiki da mutane da yawa, ina kuma da ilmin yadda za a yi a kawar da talauci. Me ya sa ku shugabanni ba ku son ku saurari jama'a ne?" Amina ta tambaye shi ga da ga, ta ƙura masa ido.

Alhaji Haruna ya daburce. Ya gama sabawa da matarsa ta yi masa magana irin haka, amma abin da yake fama da shi yanzu shi ne ya nuna mata wane ne shugaba a gidan nasa. Shi ne fa yake riƙe da linzamin. "Gaya mani," ya ce mata cikin fushi, "wace jam'iyya ce ko kuma wani mutum ne ke saka ku cikin irin wannan fitina?"

"Duk wasu fitinun da muke fama da su yanzu kai da sauran mutane irinka kuka jawo mana su."

Da Alhaji ya ga dai Amina ta tsaya kai da fata a kan wannan magana, sai ya ɓuge da roƙonta, "Don Allah ki rabu da wannan hanya mai haɗari."

"Ba fa zan bari ba bayan an ci rabin tafiyar. Ni kam dole sai na kai ƙarshen wannan abin. Idan haɗa kai da mata marasa galihu shi ne bin hanya mai haɗari, to, ni kuwa har gobe a shirye nake in dawwama a kan wannan hanyar."

"In kuwa haka ne sai dai ki bar gidan nan," Alhaji Haruna ya ce, da fatan wannan ɗin zai firgita Amina.

"A shirye nake in yi hakan, amma kuma sai bayan an sauka bukukuwan Sallar Idi," Amina ta ce masa a ruwan sanyi. Abin da ta ce ya ba shi tsoro, amma sai ya dake ya ƙi nuna hakan.

"To, na ji," ya ce mata, ya gyaɗa kansa.

Amma ita matar tasa tana da wani abin da ba ta gaya masa ba tukuna. Za ta ba shi mamaki. "Ina da ciki," ta ce masa yayin da ya tasar ma fita. Nan take fa ya ja birki, ya waiwayo ya dube ta, yana ƙoƙarin fahimtar gundarin abin da ta ce. Ya san an ka da shi. Ya sunkuyar da kansa ya sa ƙafa ya fita shiru. Amina ta yi nasara. Wace irin mace ya ɗauke ta? Yana zaton haka kawai aka sa mata suna Amina? Nan ba da daɗewa ba zai san dalilin da aka sa mata sunan wannan jarumar Sarauniya, wadda ta dinga yaƙi saboda mutanenta.

Tana kwance a gado sai ta yi tunanin wani tsari na musamman wanda ta haƙiƙance in Allah Ya yarda za a yi nasara in aka bi shi. Da farko dai tana son ta gana da Mairo. Ta kira Hawwa da Larai ta ce su zo su raka ta zuwa gidan Mairo ɗin. A cikin tsarin nata shi ne ta yi kwalliya tsaf, ta sa irin takalman nan masu tsini kamar bisan inci uku. Ta sami ƙarin tsawo ke nan.

"Komai dai ya fito fili ɓaro-ɓaro ke nan," Larai ta ce mata. Su ukun nan suka rarratsa ta tituna da kwararon nan masu wari cikin duhu. Ba kowa a waje. Da farko Mairo ba ta ma gane Amina ba saboda lulluɓin da ta yi. Amina ta yi mata bayanin shirin da kuma irin rawar da ake son ta taka a ciki. Sun kusa kammala bayaninsu ke nan sai mijin Mairo ya dumfaro ɗakin. Mairo ta yi wuf ta fita ta tarbe shi ta ce masa, wani mutum yana nan kusa da masallacin Alhaji Haruna yana son ganinsa.

"Kada ki yarda kowa ya shigo gidan nan yau, musamman ma dai hatsabibiyar matar nan Amina," ya gargaɗe ta.

"Matar ƙwarai ce," Mairo ta ce masa.

"Maganar banza! Ita kanta ita ce fitinatu. Mutum ba ya iya canza abin da Allah Ya riga ya ƙaddara. Laifin ma duk na Alhaji ne. Tun can farko bai kamata ya aure ta ba. Matan nan masu ilimi fitina gare su kuma zama da su akwai hatsarin gaske. Don haka ne nake goyon bayan dokar da take hana ba 'yammata ilimin boko. Ilimantar da mata ɓata lokaci da kuɗi ne kawai. Dubi dai yadda Amina take ƙalubalantar dokokin Allah Maɗaukakin Sarki."

"A'a, mu abin da muke suka shi ne dokokin da Majalisar Jiha ta zartar."

"Su wane ne 'mu'?"

"Matan Bakaro."

"Kina cikinsu?"

"Ni ba mace ba ce?"

"Ni dai abin da na sani ita fitinanniya ce kuma ba ta riƙe da Addini."

"A'a, ita Musulma ce ta ƙwarai, tana salla kullum, kuma tana azumi..."

"Ban yarda da wannan ba. Duk waɗanda suka sami ilimin nan na boko ba Musulmi ne ba," ya ce, kuma da wannan ya bar gidan.

Da za su koma gida su ukun nan suka yi ta sauri. Sau biyu Amina tana yin tuntuɓe. Ba ta saba da sa takalma masu tsinin dugadugai ba. Alhaji Haruna yana tsaye a ƙofar gida tare da wasu maza biyu. Amina ta gyara lulluɓinta, ta rufe fuskarta ruf.

"Su wane ne waɗannan?" Alhaji Haruna ya tambaya da suka nemi shiga gidan. Hawwa da Larai suka bayyana kansu.

"Wannan Rakiya ce, wata baƙuwa a garin da ta zo gayar da matanka," Larai ta ce masa a tsanake, tana nuna Amina. Mazan suka juya baya su kuwa su Amina suka shige cikin gida. Amina ta cire lulluɓinta da takalmanta ta yiwo sanɗa don ta ji me mijinta da mazan nan biyu suke tattaunawa.

"Alhaji, kasancewarta a nan kasada ce," mutumin da yake saye da farar kaftani ya ce.

"Ina son in ba ta mamaki ne da wannan kyautar bayan Salla. Na sai gida a GRA na haɗa masa goma ta arziki, na sayi mota sabuwa gar, da bidiyo da ma dish na satalayit. Duk waɗannan zan haɗa in ba ta bayan wannan Babbar Salla," Alhaji yake faɗa ma abokan hirarsa.

"Mu kam mun riga mun shirya, komai ta fanjama fanjam," wani mai saye da t-shat ya ce. "'Yan sandan kwantar da tarzoma – wato *Kill and Go* – a shirye suke tsaf. Dukan sassan sojoji suna zaune da shirin yaƙi. An gaya ma 'yan Iyafos cewa su ma su zauna da shirin kota-kwana ko da muna son a tara mana ta nan sama."

"Amma sai Kwamishinan 'Yan Sanda ya ce shi bai goyi bayan yin amfani da ƙarfin tuwo ba a tunkarin matan nan. Cewa yake matan fa suna da gaskiya a kan bukatunsu, don kuwa dokokin da ake magana sun yi tsananin gaske. Yana son a soke dokokin kuma shi a ƙashin kansa ba zai ba da oda a kama matan ba in sun fito don yin zanga-zanga. Yana ba da goyon baya mai ƙarfi ga Kungiyar Matan Bakaro," shi wannan mai kaftanin ya kawo haske a kan zancen.

"In haka ne, me zai faru?" Alhaji ya ce.

"Mataimakin Kwamishinan 'Yan Sandan shi ba ya goyon bayan matan."

"Kwamitin Majalisa a kan Kananan Hukumomi," Alhaji ya ce bayan an ɗan yi shiru, "wanda ni ne Ciyaman ɗinsa, za mu tafi Turai kwanan nan don yin nazarin yadda suke gudanar da nasu shirin ƙananan hukumomi. Zan tafi da ita. Bayan mun gama sai mu wuce mu yi umura. A kan hanyarmu ta dawowa za mu bi ta London don a ba ta damar ta yi sayayya."

"To, Alhaji, komai dai yana hannunka. Mu haɗu gobe da yamma," in ji shi mai kaftanin.

"In sha Allah. Barka da Salla," Alhaji Haruna ya ce.

Wannan daren yana ji shiru, komai ya yi tsit. Amina ta miƙe ta ɗan taka zuwa taga tana kallon waje. Abin dai da ban mamaki yadda rayuwa ta dinga ci gaba duk da hargitsin da ake ta fama da shi. Gobe rana za ta fito, iska za ta dinga kaɗawa, tsuntsaye za su tattashi suna kuka nan da can, mutane kuma za su fito sun ci kwalliya saboda bikin Babbar Salla. Ta koma ta kwanta amma ta kasa barci. Idan har masu mulkin sun shirya, to, haka su ma matan. Za ta shugabance su. Za su yi zanga-zanga gobe, ko me zai faru. Da man ai cewa ake abin da ya tafasa...

21

Shagargari, Amina ta tashi da sassafe. Tana nan dai kwance a gado ta shiga tunanin yadda shirin nasu na zanga-zanga zai kasance yau. Ta haƙiƙance cewa zanga-zangar ta dace, kuma tana iya jan ragamar shirin. Sai dai kuma abin da take son zurfafa tunani a kai shi ne kasancewar ko su yi nasara ko a ka da su. Ba ta iya fayyace wanne zai yi kaye ba. Da wannan ne ta tashi ta je ta yi wanka. Lokacin da take kalaci sai ta kunna rediyo don ta saurari jawabin da Gwamna ya saba yi wa jama'a lokacin Babbar Salla.

"Assalamu alaikum. Barkanku da asuba ya 'yan'uwana 'yan ƙasa. A wannan babbar rana da muke cike da farin-cikin ganin Babbar Salla, muna ma Allah Maɗaukakin Sarki godiya, kuma ni ina miƙa gaisuwar Salla ga dukan Musulmi na wannan Jiha da kuma na duniya baƙin-ciki. Yau rana ce da dukan Musulmi ke tuna aƙidu sahihai na Addinin Musulunci kuma suke daɗa jaddada imaninsu da Ubangijin talikai. Bukukuwan da ake yi yau suna tuna mana gundarin miƙa wuya, juriya da yafewa, gami da tsayuwa tsayin daka don gina al'umma madaidaiciya inda kowa zai kasance cikin ƙoshin farin-ciki da zaman lumana. Ina murnar sanar da ku cewa Gwamnatina ta yi rawar gani wajen biyan bukatun mutanenta gwargwadon hali; Allah Shi ne shaidana. Ina son in ɗauki wannan dama in kira ga kowa da kowa su kiyaye doka kuma su zauna lafiya da juna. Muna bukatar amintaccen hali na rayuwa don samun zaman lafiya da ci gaba. Ma'anar *Islama* ita ce aminci ko miƙa wuya. Abin da muƙe roƙo haiƙan a wannan lokaci namu shi ne Allah Ya ba mu albarka da zaman lafiya. Barkanku da Salla."

Gwamna yana gama wannan jawabi nasa sai aka biyo bayansa da labarun Jiha:

"Hukumar 'yan sanda ta Jihar ta yi kira ga jama'a baƙin-ciki su zama masu bin doka da oda tsawon lokacin bukukuwan Salla ɗin. Hukumar ta ƙara da cewa duk wani mutum ko ƙungiya ta wasu mutane da suka nemi tayar da hankalin jama'a za su gamu da fushin shari'a. Ana tuna ma kowa da kowa cewa an haramta duk wani taro in banda na Addini ko kuma wanda shi kansa Mai Girma Gwamnan Jihar ya ba da izinin a yi. Za a fasa duka wani haramtaccen taro kuma a harbe mutane masu tayar da fitina nan take."

Amina ta kashe rediyon ta sa kayanta na fita. Rigar da ta sa ita ce waccan da suka ɗunka su duka matan na Kungiyar Matan Bakaro. Yawan launukan wannan kayan sai ya daɗa fito da kyawunta. Da ta ɗaura ɗankwalin rigar ai sai ta zame abin kallo.

"Duk sun tafi," Mairo ta ce wa Amina. Amina ta fito waje.

Matan da suka hallaro suna da dama, ko da yake da gani wasu suna cike da tsoro. Wasu kuma in ka duba fuskokinsu da gani sun shirya ko me za a yi a yi, duk abin da ya tafasa ya ƙone. Suna ba Amina cikakken goyon baya a wannan yaƙin yaƙoƙi. Hantsin da suke ciki ya haskaka matan baƙin-ciki, suka tashi gwanin ban sha'awa a nan inda suke tsaitsayen. Ta haka har sai ma mutum ya rasa fayyace wanne ya fi ban sha'awa, fuskokin matan da suke shirin arangama ko kuma tasowar ita kanta rana da hantsi haka?

Amina ta yi wa matan godiya da suka sami damar fitowa. Ba ta bayyana masu gundarin me ake so a yi ba, sai ta ɗauko maganar dokokin da kuma irin illolin da suke tattare da su.

"Ire-iren harajin da aka ƙaƙaba wa mata sun yi baƙin jinin gaske kuma suna da tsanani. Wannan ƙasa tamu tana da ɗimbin dukiya da za ta iya biyan bukatun mafi yawanmu, in ma ba dukanmu ba baƙin-ciki...gaskiyar abin dai ita ce ba a rarraba dukiyar nan cikin natsuwa da adalci..."

Amina ta ci gaba da magana a tsanake, ba alamar tsoro ko kuma nuna rashin sanin abin ta ke nufi. Masu saurarenta kuma suka natsu suka ba ta kunnuwa. Dukansu sun zama tamkar mutum guda, sun ƙi lamuncewa da wahala, da zalunci, da cutarwa da kuma sa masu takunkumi ga 'yancinsu. A shirye suke su saurara, wanda kuma hakan ne ya ƙara wa Amina ƙwarin guiwa irin wanda ba ta taɓa ji ba ta ci gaba da yi masu magana.

"Abin da muka lura dai shi ne cewa a zahirin gaskiya mata suna iya bayar da gudummawarsu a kusan dukan sassan tattalin arzikinmu. Muna iya gudanar da nauyin da aka ɗora mana a ko'ina ne cikin nasara. Mata,

283

ai kamar 'yan'uwansu maza ne: Suna iya yin aikin da zai amfani al'umma, suna da hazaƙar da ake bukata gami da fahimtar ina aka dumfara. Idan aka ba mata ilimi kuma aka mara masu baya, ba a bari miyagun al'adu sun daddanne su ba, na tabbata za su ba da gudummawa fiye da su mazan. Bari mu tambayi mazan namu waɗannan tambayoyi masu sauƙi: Wace nasara kuka samu na ciyar da ƙasarmu gaba nan da shekara ɗari da suka wuce? Me ya sa kuke tsoron mata? In har dai kuna ƙaunar mata kuma kuna son ku kula da su, me zai hana ku cancanza abubuwa su yi daidai da zamani don ku rage ma matan shan wahala? Wasu mazan a wasu al'ummomin sun tashi tsaye haiƙan don ganin matansu ba su fama da wahaloli; me zai hana ku yi koyi da su? Shin ku maza ba kwa jin kunyar kanku ne? Cewa fa ake fushin mace tamkar tsauni ne mai aman wuta. Yanzu kam da yake sun ba mu haushi, za su ga fushinmu don kuwa za mu fara aman wuta."

   Amina ta bayyana wa matan shirin nata, wanda ta sa wa suna *Babu Sauran Zaɓi:* "Za mu fito daga gidajenmu mu yi maci cikin lumana zuwa makarantar firamare mu yi kaka-gida a nan har sai an biya mana bukatunmu. Ba muna yaƙi da mazanmu ne ba, ko kuma maza baƙin-cikinsu. A'a! Muna faɗa ne da miyagun dokoki da rashin adalci. Don Allah kada ku ɗauka wannan faɗa ne tsakanin maza da matansu, ko kuma tsakanin mata da maza. Idan suka soke dokokin, suka janye harajin da suka ƙaƙaba mana, suka tabbatar mana da janye haramta Kungiyarmu, suka kuma ba mu tabbacin cewa duk namijin da ya wulakanta matarsa, yarsa, 'yarsa, ko 'yarsa ko kuma kowace mace, zai gamu da fushin hukuma in an same shi da laifi, to, za mu koma gidajenmu."

Cikin matan akwai wata mai rangwamen shekaru da ba ta yarda da abin da Amina ta ce ba sai ta fito daga cikin taron ta zo ta tsaya gaban Amina, tamkar wata mai shirin faɗa. Ta sa hannuwanta a ƙugu tana magana da gyatsine. "Ke mahaukaciya ce! So kike ki yamutsa mana zaman lafiyar da muke ciki don biyan wasu bukatu na ƙashin kanki kawai! Idan ba ki farin-cikin zama da mijinki, kina da 'yancin ki bar shi ki sami wani." Ta buga mata tsaki ta bar wurin. Wasu matan ma suka kama gabansu, wasu suna zagi wasu kuma suna wa Amina barazana. Da suka tafi hayaniyar ta kwanta, Amina ta ci gaba da magana da masu goyon bayanta da suka ragu.

"Za mu kwashi kayan abinci da kayan aiki duka da muke bukata daga gidajenmu. Ga misali, ni nan zan fito da raguna biyu da buhun shinkafa. Ina son dukanku ku taru nan ƙofar gidan Alhaji Haruna – daga nan za mu fara maci."

Garin Bakaro kaf kowa yana zaune ɗar-ɗar. Mazan sun haƙiƙance matansu suna da shirin bore – duk wanda ya gan su ya san da haka, gami da kai da komowar da aka ga suna ta yi. Kowa ya ɗauke numfashinsa ne ya ga me zai faru. Amina tana tsaye tsakiyar gidansu. Wasu mata suna bayanta a nan ɗin, wasu kuma suna waje.

Ana cikin wannan hali Alhaji Haruna ya fito gare su, yana ji tsamo-tsamo. "Wai shin me ye matsalar ne?" ya tambaye su.

Amina ta tsaya tsayin daka a ƙafafunta ta amsa masa dangas, "Abubuwa da dama sun lalace kuma mun yanke shawarar za mu yaƙi dokokin nan da kuka zartar da kuma haramta Kungiyarmu da aka yi."

"Yau ba ta dace ba! Yau rana ce Mai tsarki, ranar da za mu manta da abubuwan da suka dame mu kuma mu yi ƙoƙarin zama da juna cikin lumana da farin-ciki," Alhaji Haruna ya nuna wa matan.

"Muna sane cewa yau rana ce mai muhimmanci a Addininmu. Amma in da za ku biya mana bukatunmu..."

"Me kuke so?" Alhaji Haruna ya katse mata hanzari.

"Bukatun namu ai ba wasu abubuwa ne sababbi ba. Kai nan ka jawo duk wannan hali da muke ciki!"

"An yi dokokin ne don a kare hakkokin mata," Alhaji ya ci gaba da kawo bayani. Ai fa daga nan matan ba su bari ya ɗora magana ba duka suka yi sowwa...

"A'a! A'a! A'a!"

"Mu ba kamar dabbobi ne ba da za ku yanke shawara game da mu haka kawai. Mun san me ya dace da mu mun kuma san abin da zai cuce mu. Ko ba komai ai da kun waiwaye mu ko ku saurare mu," Amina ta ce masa.

Alhaji Haruna ya tsaya kasaƙe, yana kallon Amina da sauran matan. Ya numfasa ya sake himmar yin magana. "Idan Majalisa ta sake haɗuwa zan yi ƙoƙarin in ga lallai an sake nazarin dokokin nan...kuma tun da yake ni ne wakilinku, na yi alkawarin biyan duk wani haraji da aka sa ma ku mata."

"Muna godiya game da wannan karama da ka yi mana, amma kuma ai ba shi ne maganin matsalar ba. Muna gaba ne da dokar da ta ce dole mata su biya haraji. In har aka soke, ai ka ga ba wata mata da za ta biya haraji a duk faɗin Jihar. Me zai faru in baɗi ka kasa biya?" Amina ta tambaye shi.

"Muna bukatar harajin nan don farfaɗo da tattalin arzikinmu ne mu kuma samu mu biya basussukan da muka ciwo daga ƙasashen waje," Alhaji Haruna ya ci gaba da kawo hujja.

"Wannan bai sha mana kai ba. Ba mu da hannu a cikin rugujewar tattalin arzikinmu, saboda haka me zai sa a ce dole sai mun taimaka wajen tayar da komaɗar? Ba mu ga abubuwan da aka yi da basussukan da aka karɓo ba, me zai sa mu biya?"

"Ku dai matan nan," Alhaji ya ce, ya nuna dukan matan, "kuna biye da matata ne kamar tumaki. Ita suna kawai take nema a kan wannnan abu mai hatsarin gaske da kuke yi. Babban laifi fa kuke yi. Ina roƙon ku don Allah kowa ta san inda dare ya yi mata!"

"Mu ma muna roƙon ka don darajar Allah ku soke dokokin nan," Amina ta ce da babbar murya. "Bari mu tuna maka cewa Addininmu bai yarda da cin zalun ba da kuma danne mutane. Manzo mai tsira da amincin Allah Ya soke duk wani hali na bautar da mutum da sa shi cikin ƙangi ba gaira ba dalili. Ya ma taɓa cewa, 'Allah Yana son ya sauƙaƙe maku nauyinku ne, ba ya tsananta maku ba.' Muna kira gare ka da sauran jami'an wannan

Jiha, da sarakunan gargajiya da shugabannin Addini ku yi riƙo da koyin Addinin Musulunci."

Alhaji ya ƙagara. Sai ya taka zuwa gaban matarsa, ya daka mata tsawa, "Yi ma mutane shiru!"

Wuri ya yi tsit mai ban tsoro, kamar a ji numfashin mutum. Amina ta sa hannunta ta share zufar da ta keto mata a fuska. Alhaji ya tsaya kamar wani gunki, yana kallon wannan mata tasa ta huɗu. Ya rasa ta cewa. A tsanake Amina ta ja sauran matan daga nan tsakar gida suka fita. Kafin su fita, tun da yake tana jin har yanzu ragamar na hannunta, sai ta ba da umurnin a taho da raguna biyu da buhun shinkafa da dai sauran abubuwan da suke bukata ta kuma ce wa sauran matan su haɗu a nan hedikwatar Kungiya.

Wasu matan suna da dalilansu na musamman na rashin halartar wannan taron, ba kamar wancan na farko ba. Amma duk da haka dai Amina ta yi farin-ciki da ganin an sami halartowar mata da dama waɗanda suka tsaya tsayin daka cewa da su za a yi.

"Ya 'yan'uwana mata," Amina take yi masu jawabi. "Yau kam za mu yi abin da tarihi ba zai manta da mu ba domin kuwa a nan ne za mu ɗauki mataki na farko na samo ma kanmu 'yanci. Idan akwai wata daga cikinku da ke shakku, ko kuma ba ta yi imani da inda muka nufa ba, to, ta ja da baya. Ba wadda muke son mu uzzura mata, illa iyaka dai mu muna son mata ne waɗanda suka yi imani kuma a shirye suke su kare hakkin abin da muke yi wa yaƙi. Ya 'yan'uwana mata, bisimilla!"

Da wannan matan suka ɗunguma, Amina tana kan gaba. Ga tsoffin mata, ga masu ciki, ga mata masu goyo, ga 'yammata, kai har da samari suna biye.

Larai ta naɗa kanta zabiya ta tsara samari da 'yammata suna tafe suna waƙa:

"Ku tashi dukan waɗanda aka danne,
Hakkokinku babu batun su wanne,
Duk dabarunsu mu dai mun gaggane.

Tafiyar neman 'yanci mun fara,
Duk wadda ta tsaya baya tai hasara,
Daga yau danne mu kar fa a ƙara.

Dokokin nan dole kam a janye,
In an ƙi mu kuwa mu kaɗa ganye,
In Allah Ya yarda lafiya za mu wanye!"

Wannan gungun mata ya ratsa babban titin Bakaro ba wanda ya hana ruwa gudu har suka dumfari gari. Mutane maza da mata suka dinga fitowa daga gidajensu don su ba ido hakkinsa, wasu sun naɗe hannuwansu a ƙirji, wasu an bar su baki buɗe saboda mamaki. Wasu matan suka shiga cikin ayarin na Amina, wasu kuma suka riƙa zolayarsu; wasu suna yabo, wasu suna zagi. A haka fa suka kai tsakiyar garin inda ake hawan daba don bukin Salla a nan ƙofar fada. Amina ta jagoranci mata suka ratsa ta gaban 'yan kallo. Wasu zato suke su ma suna cikin 'yan bikin hawan Salla ɗin ne suka dinga yi masu tafi. Amma waɗanda suka san dawar garin, sun gane cewa yau kam lallai tsuntsayen sun fita daga keji a nan garin Bakaro. Wasu mazan suka zaburo zuwa gaban Amina suna masu ihu suna cewa, "Me kuke yi haka? 'Yan iska! Kafirai! Karuwai! Ku koma gidajenku!" Amina dai ta share su kawai, ba ta ce masu uffan ba, ta ci gaba da tafiyarta da taƙama, sauran matan suna biye da ita. Ta haka suka ratsa wurin taro, suka bi ta kan wata gada ta katako da ke kan Rafin Bakaro, suka ya da zango a filin ƙwallo na makarantar nan.

Matan nan sun iso zangonsu. Nan da nan suka himmatu wajen girka abinci. Ita kuwa Amina ta tattaro kan mataimakanta irin su Larai da wasu mata huɗu don su tsara yadda sauran al'amura za su kasance. Nan take suka tsara kwamiti biyar: Kwamitin Abinci, Kwamitin Tsaro, Kwamitin Lafiya, na Matsuguni da na Tattaunawa.

Duk da irin halin da ake ciki, matan sun sami damar shirya abinci mai daɗi. Bayan Amina ta gama cin nata abincin na yamma, sai ta kira mitin a nan gaban ofishin hedimasta. Rana tana shirin faɗawa ke nan, ta haska fuskar Amina, wadda ta ɗaga hannu don matan su yi shiru. Daga nan Amina ta fara magana, "Mu membobin Kungiyar Matan Bakaro mun fice daga gidajen mazanmu saboda mun ga cewa ana ta yi mana zalunci, in kuma ba mu yi komai a kan al'amarin ba, a haka ɗin za a ci gaba. Mun fice ne saboda mun ci ɗan karen wahala, muna kuma kan shan wahalar don dai kawai mu mata ne. Ya yiwu wannan ba shi ne mataki mafi kyau da ya kamata mu ɗauka ba, amma kuma a halin da muke ciki, wanda ya haɗa da haramta Kungiyarmu, ga kuma dokoki na ba gaira ba dalili da aka ƙaƙaba mana, ba mu fa da sauran zaɓi sai mu nuna masu mu ma mutane ne."

Ta dakata ta roƙi a ba ta ruwa ta sha. Daga nan ta kira wata mata mai goyo ta fito nan gaba ga jama'a. "Ku dubi wannan mata. Aiki take a ɗaya daga cikin gidajen da maigidana ya gina a nan Bakaro. Takan wuni tana aiki. Na ce ba, gaya mana, shin ana biyan ki daidai da mazan da ke aiki a gidan?"

"A'a, mazan sun fi ni samun kuɗi."

"Kun ji ko? Aiki iri guda, amma kuɗin ba iri guda ba. Mijina yana ci da gumin ma'aikatansa ne ta hanyar biyansu albashi ɗan kaɗan – ya ma fi ha'intar matan da suke masa aiki. Ta haka sai ya kasance shi yana daɗa arziki, mutane kuwa suna daɗa talaucewa."

A nan Amina ta ɗan dakata tamkar tana son abubuwan da ta ce su shiga cikin zukatan masu sauraronta. Ta haƙiƙance sun fahimci abin da ta faɗi kuma suna jin daɗin wannan mitin. Ta gyaɗa kai ta yi murmushi, ta daɗa samun ƙarfin guiwa saboda ganin yadda matan nan suka ba da hankulansu. Sai ta ci gaba.

"Idan aka hana mata samun ilimi an mayar da su tamkar mutane ne masu daraja ta biyu a cikin al'umma. Muddin kuma ba su da ilimi kullum za su zama sai abin da maza suka ce masu, za a tilasta masu dogaro da maza ke nan. In kuwa har kullum suna dogaro da su ne, za su zama tamkar bayinsu ke nan har abada. In har dai ana son a ba mace 'yanci, to, a ilimantar da ita, a ba ta aikin da ya dace da ita, a kuma ba ta kyakkyawan tsaro.

291

"A cikin wannan al'umma tamu sau da yawa za ka iske ana yi wa mata auren dole. Ba zaman aure ne ba ma so, ko muke gaba da shi ba, a'a, auren tilas ne muka ce a san yadda za a yi a raba mu da shi. Kamar dai yadda shi namiji yake da zaɓin matar da zai aura, haka ya kamata mu ma mata a ba mu damar zaɓen namijin da muke son ya aure mu. Duk yarinyar da aka tilasta mata auren wanda ba ta so, ba za ta taɓa farin-ciki ba a gidansa. Idan ta auri mutumin da yake ta uzzura mata, in har ta matsa ya sake ta, ba ta iya zaman kanta don kuwa sai a yi ta kiran ta da sunaye marasa daɗi. Mafi yawan 'yammata irin waɗannan ba su ma da ilimin da za su iya aiki a ko'ina. Wannan shi ya sa sau da yawa sukan gudu daga gidajen mazansu, ba su komawa gidajen iyayeynsu, sai su shiga uwa duniya su zama karuwai. Idan kuma aka gama da su a nan ɗin, sai a yasar da su, an ci moriyar ganga...Ga tsufa, ga rauni...ga irin waɗannan mata ba abin da ya rage masu sai sayar da 'yan abubuwa a tituna, ko kuma su shiga bara su zame kamar 'yan gudun hijira, ba su da kowa ba su da komai, suna jiran lokacin da za su koma ga Mahaliccinsu. A yanzu har ɗan saye da sayarwar da ake yi a titi an haramta. Don kuma a daɗa dagula al'amarin, an ce su matan nan da suke yin sana'o'i a cikin gidajensu wai sai sun biya haraji.

"Ya kamata mu fito mu nuna wa kowa ɓaro-ɓaro cewa kowane ɗan-Adam yana da damar ya yi sana'ar da zai sami abin masarufi. Ba ya son ya zama zauna-gari-banza. Kada a mayar da yin aiki kamar wani abu ne da ake ba wasu damar su yi, wasu kuwa a hana masu. Abin kunya ne mu sami dubban mata a gidan karuwai, kuma ga miliyoyin mata a gidajen mazansu suna zaman kashe wando. Gwamnati takan ce muna fama da ƙarancin ƙwararrun ma'aikata. Irin waɗannan mutane ba daga sama za su faɗo ba. Abin da aka lura da shi, shi ne cewa ana iya horar da mata su zama ƙwararru.

"Kamar yadda kuka sani, a yau babu mace guda 'yar Majalisa. Kun gani a haka ba mu da wakilci ke nan ga baƙin-ciki a Majalisar Jiha. An share mu baƙin-ciki a harkokin siyasa."

"Mun kaɗa ƙuri'a lokacin zaɓe," aka ji wata murya cikin taron.

"E, mun kaɗa ƙuri'unmu okacin zaɓe", amma kuma tun bayan hakan an taɓa waiwayarku game da wani abu muhimmi wanda ya shafe ku? Tun da muka kaɗa ƙuri'a mun miƙa iko ga masu mulkinmu su yi yadda suka ga dama da rayuwarmu har na tsawon shekara huɗu masu zuwa. Maimakon ya zamana suna waiwayarmu game da abubuwan da suka shafe mu duk da muna da Kungiya tamu ta mata, sai kawai suka shiga gabatar da dokokin da kowa ba ya so don dai a daɗa wulakanta mu. Shin wannan ce dimokuraɗiyya da ake ta talla? Da an ɗaga murya sai su ce wai ai jaririya ce.

"Game da haramta Kungiyarmu, ga abu guda da zan ce wa Gwamna: Idan kana jin don wai ka haramta Kungiyarmu kana iya wargaza mu, to, ka san ba ka yi nasara ba. Kamar yadda kowa ya gani yau, ka ma daɗa ƙarfafa mu ne, kuma za mu ci gaba da ƙarfafa, mu kuma ƙara girma nan gaba. Ya ku 'yan'uwana mata, mu ƙara zama tsintsiya maɗaurinmu ɗaya, mu tsayu a kan aƙidarmu madaidaiciya. Mu haɗa ƙarfi da ƙarfe don gina ƙungiyar mata sahihiya mai ƙarfin a-zo-a-gani. Ta wannan ne kaɗai za mu iya cim ma burinmu, a ji muryoyinmu a ko'ina a kuma yi la'akari da me muke cewa. Mutum guda ba ya samun 'yanci sai kowa ya sami 'yanci. Assalamu alaikum."

22

Hasken wutar da matan suka hura don jin ɗimi ya yi sama cikin wannan dare inda komai yake ji tsit. Iska tana ɗan kaɗawa kaɗan kaɗan. Su kuwa matan sun zagaye wutar suna ta hira suna yi wa juna ba'a, wasu kuma suna raye-raye da waƙe-waƙe. Can sai aka hango, cikin duhun daren, alamar mutum yana tsallako wannan gadar katako. Nan take Kwamitin Tsaro, wanda Jummai ke shugabanta, ya kama aiki. Suka dumfari gadar. "Tsaya nan! Amini ko abokin gaba? Matso kusa don tantancewa!" Jummai ta faɗi da ƙarfi, tana i'ina. Suka iske wata mata ce, suka kawo ta gaban taron. Ashe matar Hedimasta ce ta kawo labaru da ɗimi-ɗiminsu da kuma mabuɗin ofishin Hedimasta.

"Wannan babbar dama ce da muka samu mu yi magana a fili don mu daɗa sanin juna," Amina ta ce, ta tsaya tsakiyar matan. "Mu bayyana komai, ba ɓoye komai, game da irin faɗi-tashin rayuwarmu don mu sami ƙarin ilimi game da juna...

"Kamar dai yadda duk kuka sani, sunana Amina. An haife ni a nan garin wajen shekara 22 da suka wuce. Mahaifina malami ne na Islama..." ta haka ne ta ci gaba da kawo bayanin ƙuruciyarta, da lokacin da aka yi mata aure da yadda ta kafa Kungiyar Mata kana ta ƙare jawabinta da cewa, "Wannan shi ne ɗan gutsuren labarin rayuwata. To, kowa ta taso ta zo nan ta faɗa mana nata labarin."

Larai ce ta fara miƙewa, ta ƙosa: "Shekaruna 17 da haihuwa. Iyayena talakawa ne tun can farko. Na rayu hannu baka hannu ƙwarya. Tun ina ƙarama na yi ta fama da abubuwa iri-iri marasa kyawu da suka haɗa da mamayar baƙin-ciki, abubuwan ɓacin rai, fama da rashin ƙauna da rashin ɗiya. Ina ta talla duk wunin Allah, na fara mama ke nan aka yi mani auren tilas ga wani dangi, shi ma talaka, wanda ya sa ni a kulle." Ta dai ci gaba har ta kawo bayanin yadda aka kai ta asibiti ta haihu cikin wahala.

"Idan kuka je Babban Asibiti za ku ga 'yammata da yawa da aka kawo su haihuwa. Sukan ƙare ne da ciwon nan na yoyon fitsari...kusan daga nan kuma mazan nasu sun guje masu ke nan. Abin takaici – ba su sake kulawa da su, ba su sake damuwa da su. Ni nawa mijin sake auren wata yarinya ya yi. Ita ma an kaita asibiti. Da na je gaishe ta suka ce ita ma za ta kasance kamar ni ce. Da taimakon Allah da yardarSa, Amina ta kawo mani gudummawa ta yi ta kulawa da ni har na warke; ta ba ni damar fuskantar rayuwa da wani ƙarfin zuciya sabo. Har abada ina mata godiya game da wannan. Amma ni kam babban farin-cikina shi ne shiga harkokin Kungiyar Mata da aka kafa. Na koyi abubuwa da dama game da rayuwa; na amfana. Kuma uwa uba a rayuwata, a halin yanzu, na ji daɗi ƙwarai na samun damar shiga wannan shiri na 'ƙauracewa' da muke ciki.

"Me zai hana shi mijin nawa na da shari'a ta hore shi saboda irin cutar mata bayin Allah da ya yi? Me zai sa a kange kuma a wulakanta 'yammata da sunan wani abu wai shi aure? Ita wannan Majalisar ta Jiha, mai kirarin iya kafa dokoki, me zai hana ta ta yi dokar da za ta ƙayyade mafi ƙarancin shekarun da yarinya za ta iya yin aure don dai a kare ƙananan yara?

"Ni da nake tsaye nan gabanku, ina bukatar a sa mijina ya biya ni diyya na kange ni ba bisa ƙa'ida ba gami da wulakanta mani jiki. Kuma ina bayar da shawarar cewa maza irinsa a yi masu horo mai tsanani don kuwa sun zame hatsari a cikin al'umma."

Wata mata mai ɗan ruwa hakan nan da 'yar ƙaramar fuska ita ma ta miƙe tsaye ta ce, "Ni ma 'yar talaka ce, ina zaune tare da mijina, kuma ina aiki a gonarsa. Tun safe in na fita sai yamma, kuma ga aikin girki yana jirana. Ni ce ke wanke masa kayansa. Yau shekaru goma ke nan ina fama cikin wannan hali. Duk na yi yaushi, ga gazawa. Tun farko har ya zuwa yanzu bai bar cutata ba. In an yi girbi ya sayar da abin da aka samu ba ya ba ni ko sisin kobo. Da aka kafa wannan Kungiya ta noma ta mata ai sai na guje wa gonarsa na komo tamu. Sakamakon haka sai ni da ɗiyana ya hana mana abinci.

"Bari ma in ba ku labarin wata ƙawata Lami. Yanzu dai kam ta zama tamkar 'yar gudun hijira. An kashe mijinta a wani rikicin fili da aka yi ne 'yan watanni da suka wuce. Shi a ganinsa lokacin rikicin yana kare martabar Sarki ne. Yana mutuwa ɗin, bayan kwanaki uku kacal sai Sarki ya ce ma Lami ta kwashe ya nata ya nata su bar gidan. Ya ce wai ya sayi gidan da filin da gidan yake ya kuma biya mijin Lamin kuɗi hannu. Tun da yanzu mijin nata ya mutu, iyalin nasa su tashi kacokan su ba shi wuri. Lami ta runtuma kotu amma alkalin ya ce mata Sarkin yana da gaskiya. Lami ta ƙi tashi. A kwana ta huɗu sai ga 'yan sanda tuli sun bayyana a motocinsu. Ni ganau ce. Ina wurin. Suka ɓaɓɓalle tagogi da ƙofofin gidan, suka rufe rijiya da bayi, suka ɓata duk wani abin ci da ke sito ko kicin. Suna shirin sa wa jinkar gidan wuta ke nan muka yi ta kanmu.

"Yanzu a gindin wani ƙaton mangoro take zaune a nan tsakiyar Bakaro, ita da 'ya'yanta uku. Duniyarta ta tashi, ta rasa ina za ta dumfara. A maganar nan da muke yi, an rushe gidan an fara gina otel a nan. Shin wannan Sarki shi ne za a kira shi Sarkin Addini?"

Amina ta ce wa matan su je su kwanta haka nan. Jiki ya gaji ga sauran aiki a gaban 'yan mazan. Wata budurwa ta yi wuf ta miƙe ta ce ba ta yarda ba. Tana son ita ma a saurare ta. Cikinta da magana. Nan dai Amina ta bar su ta shige ofishin Hedimasta.

"Ke fa gari yana nan duk a ruɗe," in ji matar Hedimasta, wadda ta shigo tare da Mairo da Jummai. "Mafi yawan mazan garin ya zuwa yanzu da muke magana ba su yi kalaci ba. Ba su iya girki ba. Ana kuma baza jita-jitar cewa matan da ba su zo nan ba, wai an umurce su da su sa dafi a abincin mazansu. Wasu mazan ma ai har Kungiyar Mazan Bakaro suka kafa suka kuma yi ƙoƙarin dafa abinci. Suka sa shinkafa a wuta suka

koma can suna ta hira; shinkafa ta ƙone. Wasunsu ba su
ma san wanne za a fara sawa a tukunya ba, mai ko
nama? An ji wani a cikin mazan yana cewa a rayuwarsa
kaf sai yau ya taɓa yanka albasa, wani kuma yana ta
kwarmato game da hayaƙi daga wutar da ya hura."

Matan suka fashe da dariya. "Kin ga irin illar da
yawan dogaro a kan wani ke haifarwa. Shin ko kin san
wasu mazan sukan ba matansu kashi don wai kawai suna
koya wa ɗiya maza girki?"

"Na ji a rediyo," matar Hedimasta ta ci gaba da
magana, "cewa 'yan sanda a shirye suke, amma kuma
Kwamishinan 'Yan Sanda ya ƙi ya ba su umurni har ya
ƙara da gaya wa 'yan sandan da suke cikin nasa gefen na
Musulmi kada su kuskura su nemi dakatar da ku. Ya ce
dokokin da aka zartar sun yi tsanani ƙwarai kuma 'yan
Majalisa ba su dubi abin da idon basira ba. Har ma ya yi
barazanar cire kayansa na sarki idan aka yi amfani da
ƙarfin tuwo. Mun ji kuma an ce yana yiwuwa a gayyaci
'yan sandan kwantar da tarzoma na maƙwabciyar
Jiharmu idan abin ya ƙi hannu."

Amina ta waiwayi Jummai, wadda ta tsaya ƙyam irin
na soja, hannuwanta a jikin cinyoyinta, ta faɗi da 'yar
makyarkyata: "An sa shinge a gada, an dudduba ko'ina,
komai na nan lafiya lau. Ina son izinin in je in kwanta."
Matan suka fashe da dariya.

Amina ta tuna cewa Jummai fa matar soja ce, ta ce
mata, "An ba da izini!"

"Na gode, Madam," ta ce tana dariya. "Kullum haka mijina yake cewa da dare in ya iso gida buge da giya." Ta yi maci ta fice daga ɗakin.

Amina ta bi lafiyar gado, daren ya daɗa tsawo amma barci bai zo mata ba. Tana ta fama da tunanin abubuwa iri-iri. Can ta ɗan samu barci ya fara kama ta sai ta ji muryoyin jama'a hakan nan.

"Ga wata tana naƙuda! Wata tana naƙuda!" wasu mata suke cewa da babbar murya. Wannan ya sa Amina ta tashi firgigi ta nufi inda ta ji maganar. Ai fa nan take ta ruga ta nufi inda Ngozi take; Ngozi dai ita ce wadda take shugabantar Kwamitin Lafiya na wannan mazaunin nasu. Ta ɗauki jakar magorinta ta duba me yake ciki sannan ta ruga da sauri zuwa inda budurwar da ke naƙudar take kwance. Sunanta Zainab. Aka shige da ita ofishin Hedimasta. Kaɗan daga cikin matan da ba su yi barci ba suka kawo wa Ngozi gudummawa.

Amina ta wawwaiga cikin wannan ɗan ofis, ta yi fatar yarinyar za ta sauka lafiya. Ta fita waje ta tsaya tare da sauran matan. Can an jima kaɗan sai ga Ngozi ta fito fuska cike da murna. Ta gaya wa Amina cewa mai naƙuda ta sauka lafiya lau.

"Alhamdu lillahi," Amina ta numfasa.

"Mu ko su?" wata mata ta tambaya.

"Yi hasashe," Ngozi ta ce mata.

"Budurwa..."

"A'a, yaro ne!"

"Kai, amma dai kin haye da mu gaɓa. Mun gode," Amina ta ce wa Ngozi.

"Haba, ai ba komai. Ko da ma ni ungozoma ce," Ngozi ta kawo bayani, da ji tana cike da alfaharin baiwar da Allah Ya yi mata. "Da uwar da jaririnta suna bukatar hutu. Tana cikin rauni ƙwarai."

Wasu matan sun ƙosa su ga jaririn. Ai nan fa suka shiga ɗakin don su yi mata barka.

"Amma kuwa ya yi kama da ubansa," wata mata ta ce.

"Ba haka ne ba. Da uwar ya yi kama," wata kuma ta ce.

"Duba mana. Da laɓɓansa da hancinsa irin na uwar ne."

"Allah Shi raya shi rayuwa ta ƙwarai har ya samu ya taimaka wa uwarsa," wata ta yi addu'a.

"Na tabbata zai kula da ita ya kuma taimaka mata."

"Kai, ku ba ku san maza ba. Zato kuke duk 'yan Majalisar nan, da Sarakuna, da Gwamnoni da dai sauransu ba su da uwaye ne? Ko kuwa tun can farko ba 'yan ƙanana suke kamar wannan jaririn da bai san komai ba?"

"To, me ya sa sukan canza ne?"

"Yadda aka rene su."

"Gaya mana, wane ne uban yaron?" wata ta tambayi Zainab bayan an ɗan yi shiru.

"Za ta gaya maku daga baya," Amina ta ce masu, ta roƙi matan su fita su ba ta wuri ta huta. Su kuwa matan suka dai dage suka sake nanata tambayar. Zainab ta ruɗe.

301

"Labarin nawa da tsawo ne," ta fara magana a hankali. "Da ni daliba ce a Sakandaren Gwamnati Ta 'Yammata 'yan shekarun nan da suka wuce. Da mahaifina ya rasa akinsa sai ya kasa biya mani kudin makaranta, saboda haka sai ya janye ni. Na zauna a gida zuru, daga baya kuma na soma dafa abinci ina sayarwa..."

"Ina mahaifiyarki?" wata mata ta katse mata labari.

"Ban sani ba. An ce mani mahaifina ya sake ta tun ina da shekara biyar. Wata rana a kusan karshen bara, na sayar da abincina ina dawowa gida sai wani saurayi ya tarbe ni kusa da wani sabon gini da ba a gama ba. Har suna ma aka sa ma gini wai shi *Filin 'Yammata Kyauta*. Ya kwace mani 'yar jakata ta kudi ya ruga ya shige ginin. Ni kuma na bi shi don in karbo. Nan ne fa ya fi karfina ya yi mani fyade har na wajen awa guda."

"Ba ki yanka ihu don neman taimako ba?"

"Na yi, amma sai ya sa hannunsa ya rufe mani baki. Da na farga cewa ina da ciki sai fa na rude na rasa abin yi. Na yi ta kokarin rufe al'amarin, amma da mahaifina ya gane ina da ciki sai ya ce in bar masa gidansa."

"Me ya hana ki gaya masa nan take bayan abin ya faru?"

"Da farko dai tsoro na ji gami da kunya. Abin dai ba ko dadin fada. Allah dai Ya isar mana."

"Sai kuma me ya biyo baya?" wata matar ta sake tambayar Zainab.

"Sai na gaya wa Amina ita kuma ta kai zancen kotu. Na ce mata ba ni ce ta farko da wannan saurayi ya taba yi wa fyaɗe ba. Har yau yana yi, amma ba wata budurwar da ta taɓa yinnasara a kansa in an kai gaban alkali. Ni har cewa aka yi wai laifina ne. Aka sallame shi ya yi tafiyarsa. Na so in zubar da cikin amma abin ya faskara tun da kuɗi ake bukata ba ni kuma da shi." Ta fashe da kuka. Matan nan suka kalli juna, baki buɗe, kowa mamaki ya ishe ta. Zainab ta share hawayenta, ta ce cikin baƙin-ciki, "Yau ma ai ni ji na yi kamar in jefa jaririn a kwandon shara, ko rafi ko ma dai ina ne...!"

"Haba, kar ki ce haka baiwar Allah," Amina ta yi mata magana a hankali.

"Me ne abin yina? Yaya zan kula da shi? In da ke ce ni fa? Ba shi da uba, ba ni da mai taimakawa. An taru an zarge ni da laifin da ban yi ba. Ni tunani na yi ai gara ma in jefar da shi ya mutu tun bai san komai ba. Yau da safen nan na so in gudu, amma na kasa saboda ƙafafun ma ba sa iya ɗaukana. Kuma duk ga ku. So na yi in gudu zuwa wani garin daban in faro wata rayuwa sabuwa. Amma da ya riƙe hannuna, ya tsotsi nonona, sai na canza ra'ayina. Na lura cewa wannan fa ɗana ne na kaina, bai yi laifin komai ba, don haka bai kamata in hore shi ba. Na tabbatar maku zan ja ɗamara in kula da shi. Shi kam wani muhimmin ɓangaren raina ne da ma naku. In ya girma zan gaya masa komai!"

Duk matan suka yi shiru suna kallon juna. Amina ta ce nan take a sa wa yaron suna. Zainab ta nuna alamar yarda da haka da gyaɗa kanta. "Amma dai da farko bari mu ba uwa da ɗa damar su huta." Ta nuna wa sauran matan hannu cewa su fita ɗakin.

Matan suka taru da safe. Bayan sun gama kalaci sai aka yi bikin raɗa suna. Aka yanka rago guda, ɗaya daga cikin samarin da ke tare da su ya yi ma yaro addu'a ya faɗi sunansa: Mainasara.

Ana cikin halin bikin ne sai ga mota ambulan ta iso. Mata biyar suka fito daga cikinta suka rurrungume Amina. "Allah ba ya barci" in ji Amina bayan sun gaggaisa. Ta san matan duka domin kuwa suna da hannu cikin shirye-shiryen Kungiya na kiwon lafiya da yaƙi da jahilci. Ɗaya daga cikinsu, 'yar siririya saye da tufafin da suka yi mata kyau a jiki tsaf, ta roƙi izinin ta yi magana da matan. Amina ta ce duk a saurara.

"Mu membobi ne na Kungiyar Nas-Nas da Ungozomomi kuma mun yanke shawarar mu ci gaba da ba ku goyon baya. Mun ji takaicin gaske da irin halin da Gwamnati ta nuna. Abin da muka zata shi ne ita Gwamnatin za ta mara wa irin wannan tsari baya duk inda aka ƙaddamar da shi. Ran Litinin za mu fara yajin aiki har illa ma sha Allah don nuna rashin yardarmu da yadda kiwon lafiya ya sukurkuce, ga rashin biyan albashi gami da korar ƙwararrun ma'aikata."

Bayan ta gama maganarta sai aka ɗauki Zainab da ɗanta Mainasara zuwa asibiti.

Daga bisani wani gungu na matan gari sun kawo wa su Amina ziyara, suka ce sun zo ne su yi kira gare su da su koma gidajen mazansu. Shugaban matan ta fito gaba ta yi magana a hankali tana cewa mace da namiji an halicce su don su kasance tare ne. Allah da Ya halitta Annabi Adamu sai ya halitta masa Hawwa'u. Ta ƙara da cewa ba inda aka faɗi a cikin Littafan Allah Mai girma cewa mata suna iya yi wa maza bore.

Amina ta mai da masu martani da cewa, "Shin kun koyi wani abu, ko kuma kun amfana da abubuwan da muka yi?"

"Kwarai kuwa," in ji wani ƙyamusasshen mutum, "matata ma ta amfana." Ya nuna wata mata a cikin taron. "Ta koyi yadda za ta yi abubuwa da dama gami da dogaro da kanta. Ta koyi yadda za ta kasance fes-fes, kuma dangantakarmu ta kyautata."

"Ni ma matata," in ji wani namijin da ya miƙe, "ta amfana ƙwarai ta fannin Addini. Gaskiya, an sami ci gaban gaske game da yadda take ayyukanta na ibada; da sakaci gare ta. Mun sha kallon finafinanku na Kasa Mai tsarki da suka wayar mana da kai."

"Amma ai da farko gaba kake da Kungiyarmu. Ni ce matarsa. Har barazana ya yi mani wai zai ƙona amfanin gonarmu ya kuma je ya ƙoƙƙona gonakin."

"E, gaskiya ce, ita ce matata," mutumin ya ce, ya daɗa gyara tsayuwa, yana murmushi. "Da gaske na so yin haka. Mai gidan da muke haya ne ya ba mu shawarar mu cire matanmu daga Kungiyarku amma da dukan matan, har da tawa, suka hamɓare wannan, sai ya ce mana mu je mu ƙona amfanin gonar da kuka samu, ko ma mu ƙona gonakin a tsaye."

"Don me?" Ita matar tasa ta wo gaba ta tambaye shi. "Gaya mana! Kada ka ji tsoro. Ka feɗe biri har wutsiya!"

"Ba na jin tsoron komai," mutumin ya ce, yana dai 'yar murmushi. "Mai gidanmu cewa ya yi kuna shuka amfanin gona irin nasa, in ba an ja maku birki ba, za ku kashe masa kasuwa. In kuka ci gaba da mallakar filaye, kuɗin amfanin gona zai faɗi, ta haka kuma aljihunsa zai ji jiki. Daga nan sai ya gina wayahawus inda yake ɓoye kayan abincin da ya noma."

"Shin ɓoye abinci ba zunubi ne ba mai ƙarfi?" Amina ta yi masa tambaya.

"Haka ne mana. Amma kuma ai ba shi kaɗai ke yin wannan ba. Mafi yawan manoma duka suna ɓoye abinci."

"To, a shirye kuke ku biya sabbin tsare-tsaren haraji?" Larai ta yi masa tambaya.

"Ba wasu sabbin hanyoyi na haraji. Ko can mu mun saba da biyan haraji iri-iri."

"Ta yaya za ku sami kuɗin?"

"Allah Ubangijin talikai, Wanda Ya halitta mu duka kuma Mai cetonmu, zai buɗa mana."

"Ku dai talakawa," Amina ta himmatu da bayar da shawara, "ku koma ku ja ɗamara. Da guminku ne masu gidajen hayan nan suke wadaƙa wai suna da arziki. Da bazarku suke rawa. In kuka zauna haka turus za ku dawwama cikin talauci. Ku tashi ku yi wa kanku gwagwarmayar samun rayuwa mai inganci a nan duniya. Game da wannan shiri namu na *kauracewa* kuwa, muna nan a kan bakanmu har sai an biya mana bukatunmu, an share mana hawayenmu. Duk matar da take son ta janye, ƙofa a buɗe take ta kama hanya zuwa gida. Kamar yadda muka san maza ba su iya rayuwa sai da mata, haka nan muka san mu ma matan ba mu iya rayuwa sai da su mazan. Haka Allah Ya halitta. Muna ƙaunar maza, muna kuma girmama su."

Daga baya 'yan Kungiyar Taimakon Bakaro suka iso. Amina ta yi farin-cikin gaske da ganinsu. Ta yi babbar maraba ga Peter Akin, dakataccen Shugaban Dalibai, yayin da ya hallaro ta. Amina ta yi murmushi ga wannan dogon mutum mai gemu da ƙasumba. Ta lura idanunsa sun harba ga shi yana ta gumi.

"Mun je Birinin Tarayya don mu yi zanga-zangar rashin amincewa da ƙarin kuɗin makaranta da aka yi," Akin ya gaya wa Amina.

"Me ya faru?"

"'Yan sanda suka dinga jefa mana tiyagas, suka ba mu kashi kuma suka kama wasu ɗaliban. Wasunmu mun sami damar tambayar ƙafa me muka ci ba mu ba ta ba," ya kawo bayani.

"Ina Fatima?" Amina ta tambaye shi.

"An kai ta asibiti, amma har an sallamo ta tana nan a jami'ar tana samun sauƙi. Gwangwanin tiyagas guda ya sauka kusa da inda take, ta kuwa shaƙi gas ɗin, sai..."

"Sai me?" Amina ta ce masa, duk ta ƙosa ta ji sauran labarin.

"Wasu 'yan sanda suka dake ta amma ta sami sa'a ta tsere daga gare su."

"Rebeka fa?"

"An ba ta kashi an kuma kama ta. Tana can a tsare."

"...Guloriya?"

"Tana asibiti a hannun 'yan sanda. Ta yi mugun jin ciwo a wuya," Akin ya kawo bayani. "Muna fatar a sallame su ba da daɗewa ba. Lauyoyinmu suna nan suna shirya yadda za a yi da matsalar tasu."

Amina ta ji takaici ƙwarai da gaske. "Kai! Ba mai yarda da wannan! Yau ga hauka tsagwaronta!"

"Cewa suke wai taron namu haramtacce ne."

"An ji maka ciwo?"

"E," ya amsa mata, ya cire hularsa mangwamare ya nuna mata inda aka sa filasta a kansa don rufe ciwon da aka ji masa.

"Allah Ya sawwaƙe." Amina ta yi masa addu'a.

"Kar ki damu. Ai ba su yi mani ɓarna babba ba. In Allah Ya so mu kam ba za mu daina gwagwarmaya ba. Tabbas! Jiya ne muka dawo. Fatima ba ta jin ƙarfi shi ya sa ta kasa zuwa nan. Amma ta ce a isar mata da gaisuwarta."

Dakatacciyar Mataimakiyar Shugaba, Laila, wadda ita ce ta yi jagorar membobin Kungiyar Taimakon zuwa wurin su Amina, ta yi jawabi ga matan.

"Ya 'yan'uwana mata masu gwagwarmaya! Kuna dai sane da shari'ar matar nan ta Funtuwa wadda ake zarginta da yin ciki ba tare da tana da miji ba. Hukuma ta kama ta, ta sakaya har sai da ta haihu. Aka kai abin da ta haifa ga alkali aka ce ga shaidar rashin ɗa'arta, ga sakamakon fasiƙancinta. Kotu ta yanke mata shari'ar a jefe ta har sai ta mutu. Shi kuwa gogan namu, ɗaya ƙarfen da ya haɗu da ɗayan aka sami ƙara, ba abin da ya same shi.

308

"Wannan ne fa aka ce mana su ne dokokin shari'a. Karya ce kawai. Mun kakkaranta littafanmu ba mu ga inda aka ce a yi wa mace irin wannan mugun kama-karya ba. Mun sami ayoyi da misalai da suke nuna irin girmamawar da ake wa mata. Ga yadda muka fahimci Addini, shi ne a lokacin Manzo mai tsira da amincin Allah, da maza da mata duk ɗaya suke. Matarsa ta farko, Khadija, Allah Shi ƙara mata yarda, harkokin kasuwanci take yi gari da gari. Ɗaya matar tasa kuwa, Zainab, Allah Shi ƙara mata yarda, ta riƙe muƙami muhimmi a cikin al'ummarta. Wata matar tasa kuma, A'isha, Allah Ya ƙara mata yarda, fitacciyar mai rubuta waƙoƙi ce kuma sananniyar shugaban sojoji. Idan da za mu tsaya kai da fata mu zartar da shari'ar Musulunci mafi yawan shugabanninmu za su rasa hannuwansu saboda satar kuɗin hukuma. Me ya sa wai sai mata talakawa ake horo a ƙarƙashin wannan shari'a?

"Abu na biyu shi ne mun yi zanga-zanga ne saboda Gwamnatin Tarayya ta yi niyyar ƙara kuɗin makaranta ko'ina. Muna da hakkin mu ƙi yarda da wannan. A taron namu ɗaruruwan 'yan sanda ɗauke da makamai suka far mana, suka ba mu kashi, suka kama wasu ɗaliban, suka ce wai ba mu da ikon mu tattauna a kan abubuwan da suka shafi rayuwarmu ta yau ko kuma ta nan gaba.

"Ba shi yiwuwa manyanmu su riƙa ɗaukar mu kamar daga wata duniya daban muke. Misali, idan mijinki bai shawarce ki ba, bai sanar da ke ba, ya je wajen wani alhaji mai kuɗi ya ciwo zunzurutun bashi ya

309

yi ta bushasharsa da kuɗin – ya sha giya, ya yi caca –
sannan daga baya shi wannan alhaji ya zo gare ki ya ce
sai ki biya, shin za ki biya? Ko kuma shi mijin naki ya
ce ki ƙara ƙaimi ki yi aiki, ki rage cin abinci, ki sayar da
wasu daga cikin tufafinki da gwalagwalanki don ki biya
masa wannan bashi da ya yi yadda yake so da shi, za ki
yi hakan?"

"A'a!"

"In kuwa haka ne, mu kam tsayuwar daka za mu yi:
ba za mu biya ba." Ta kalli Amina idanun nasu suka
haɗu; su biyun suka yi murmushi. Haƙa ta cim ma ruwa.
Amina ta yi murna da ɗaliban suka bayyana, kuma suka
fahimci zahirin ina aka dumfara kuma a shirye suke su
ilimantar da matan nan.

A nan ne duka ɗaliban suka ɓarke da waƙa...

"Haɗin kai har abada!
Haɗin kai har abada!
Haɗin kai har abada!
Za mu nemi hakkinmu har abada!"

23

Amina ta fara jin sanyi, sai ta ƙara tufa a jiki. Yawunta ya fara yi mata daci a baki. Idanun duk sun gaji sun yi hulu-hulu. Kafin sha biyun rana ta fara jin jiri, ba ta ma iya tsayawa. Tana zaune da kanta bisa teburin da ke gabanta. Wasu ma'aikatan yuniyon su biyar suka iso kyam din matan. Shugabansu ya shiga yin magana da matan yana roƙon su don Allah su koma gidajensu. Har kudi ma ya ce za a ba su. Ya ci gaba da cewa, "Nan ba da dadewa ba za mu yi mitin da Gwamna za mu roƙe shi ya soke dokokin nan, ya rage haraji kuma ya samar wa ma'aikatan hali nagari su yi aikinsu kuma a taimaka wa mata. Shi Gwamna din nan da kuke gani mutumin kirki ne, sai dai kuma yana da mashawarta ne 'yan baya ga dangi. Ba a mugun sarki, sai mugun bafade. Na tabbata shi Gwamnan zai saurare mu..."

"Malam, mun saurare ka," Larai ta katse masa hanzari. "Ka ga Amina nan ba ta jin dadi. Allah Ya sawwaƙe. Saboda haka ni zan yi magana da yawun sauran matan. Ina da wasu 'yan abubuwan da nake son in ce. Idan dai har yanzu ba ka yi la'akari da irin gudummawar da Kungiyar Matan Bakaro ta bayar ba shekara biyu da suka wuce, to, lallai kai ka zama kashin baya. Kuma ka san Hausawa sukan ce na baya shi ka sha kashi. Abin takaici da ba ka lura ba, shi ne da wuya Gwamnan ya saurare ku game da abubuwan da suka dame mu don dai kawai mu ba ma'aikata ne ba. Mu mata ne kuma bukatunmu sun bambanta. Kamar yadda Amina ta sha faɗi, mu ba muna gaba da maza ne ba, a'a, muna gaba da dokokin ne."

Da gani sanyi ya daɗa cin ƙarfin Amina, don kuwa duk jikinta rawa yake, haƙoranta sai ƙara suke. Aka kira su nas-nas da suke tare da matan suka ba ta magani suka kwantar da ita a bisa wani abu mai kamar gado aka lulluɓe ta. Ciwon nan nata fa ya ruɗa matan, da kuma yadda suke ji baƙin-ciki. Suka yi tsirma-tsirma. Nan take shugabannin ɗaliban suka haɗa kansu don ganin yadda za a yi kada roƙo ya komo salati. Aka karkasa matan gida-gida aka ba su abubuwan da za su yi magana a kai wasu kuma aka ba su tsara wasanni.

Bayan sun ci abincin dare sai matan suka kunna wuta suka zagaye ta. Amina ta sami sauƙi sakamakon maganin da aka ba ta. Ta taƙarƙara ta zauna tare da matan. Larai ta shirya ta shiga ba da labari.

"Akwai wani attijiri mai mata Shuwa Arab, kyakkyawar gaske a nan ƙauyen Dimbi. Saboda tsananin kyawunta aka yi mata laƙani da *sarauniya.* Mijin nata yakan riƙa tafiya ƙasa-ƙasa don harkokin kasuwancinsa. Wata ran zai fita zuwa wajen daga nan ya biyo ta Kasa Mai tsarki ya yi umra sai ya roƙi abokinsa da cewa don Allah Ya kula masa da gidansa da amaryarsa kafin ya dawo.

312

"Bayan kwanaki uku da tafiyarsa sai aboki ya zo gidan ya iske *sarauniya.* Ya tambaye ta komai lafiya ko? Ta ce masa lafiya lau. Maimakon ya sa ƙafa ya fita, sai ya kai hannu zai taɓe ta. Ta yi wuf ta ce masa kada ya fara yin haka. Shi sai ya ce mata ai da ma wasa yake so ya yi mata, ko su can arewa ba sa wasa irin wannan?

"Da attajirin ya dawo sai ya aika wa abokinsa ya zo su gaisa. Matar ta kawo masu abinci; suna cikin sharar gara sai ta ce ai ko ta tuna da wani abin da ya faru yayin da mijin nata ba ya nan. Abokin nasa yana jin haka sai ya tsame hannunsa daga kwano ya ruga da gudu ba ko sallama. Attajirin da matarsa suka yi mamakin me ya same shi. 'Ai ba ka ji ba,' matar ta ce wa attajirin mijinta. 'Da ba ka nan wata maƙwabciyarmu ta haifi yaro wanda halittarsa ba ta cika ba.' Suka amsa cewa lallai Allah Shi ne mai iko. Yana halitta abin da ya so. Bayan sun gama cin abincin sai matar ta lura da abin da ya faru ya sa abokin mijinta ya ranta cikin na kare. Sai ta ce wa mijinta shi abokin yana zaton za ta faɗi abin da ya yi mata ne. Ta kwashe labarin kaf ta faɗa wa mijinta. Har yau shi wannan abokin bai ma sake zuwa ƙauyen Dimbi ba."

Matan da suke sauraron ta suka fashe da dariya. Marar gaskiya kam ko a ruwa ya yi gumi. Laila ta fito fili ta ɗan taka rawa ta ce wa matan su ci gaba da labarunsu na wahalolin da suka sha, ita dai kam ta yi gaba.

313

"Ni daga gabashin ƙasar nake," in ji Ngozi. "Kwanan nan aka sallame ni aiki daga Babban Asibiti. Ni nas ce kuma ungozoma – da satifiket ɗina tsaf..."

Da Amina ta ji kamar jiri zai ci ƙarfinta, sai ta tashi ta bar wurin. Wata nas ta bi ta ta dudduba ta, ta ba ta magani. Ta dawo saɗaf-saɗaf ta zauna nan kusa da Larai, wadda ta raɗa mata, "Kina ƙara ji, kina daɗa rashin fahimtar irin muguwar illar da wasunmu ke yi wa wasu."

"Me ya faru?" Amina ta yi tambaya.

"Ngozi ce ta ba mu labarin irin yadda ake gallaza wa mata a nan gabashin Nijeriya, musamman ma maganar kuɗin aure da illar da yake jawo wa mata. A can mata, yadda kika san kayan sayarwa haka suke. Gidan uban nata tamkar kasuwa yake, ana hada-hadar ciniki. Ana bayar da 'yammata aure da kuɗinsu manne a jiki gwargwadon iliminsu da kuma bukatun da mutanenta suke da su. Wannan, kamar yadda ta yi bayani, shi yake haifar da yawan karuwai 'yammata a wannan jihar."

Bayan Ngozi ta gama magana sai wata mata Bayarbiya ta miƙe tsaye. Sunanta Mama Iyabo. Ta yi magana a taƙaice game da halin da mata ke ciki a yammacin ƙasar. Ta ce a mafi yawan ƙauyukansu ana yi wa mata kaciya. Akan cire wasu sassa na al'aurarsu wai da sunan idan sun girma kada su nemi maza. Ta ƙara da cewa yi wa 'yammatan wannan ba ƙaramar azaba ba ce, wadda har takan kai su ga mutuwa in ba a dace ba."

"Wace ce ta gama magana yanzu nan?" Amina ta tambaya.

"Wata karuwa ce daga inda mutane ke kira Sararin Subhana. Matar ta ce mana ita tura ta karuwanci aka yi ba tare da ta so ba. Ba ta da zaɓi. Tana auren wani ɗan kasuwa wanda daga baya ya zama babban mutum a wata jam'iyya. Bayan an gama zaɓuɓɓuka sai ya auri wata yarinya, wadda ta ce masa ita fa ba za ta iya zama da kishiya ba. Nan take fa mijin ya ce wa ita matar tasa ta farko, ta san inda dare ya yi mata. Ta kai ƙara gaban ƙuliya. A nan ne ta gamu da wani mutum wanda yake gudanar da gidajen karuwai, ya lallaɓe ta ya ce ta dage a kashe mata aure shi kuwa zai taimaka mata da rayuwa ingantacciya. Ai sai fa ya kai ta ɗaya daga cikin gidajen nasa ya ajiye ta..."

Wata mata mai ƙiba ta miƙe tsaye ta ce, "Sunana Rekiya. Ni 'yar kasuwa ce. Nawa matsalolin sun samo asali ne yayin da mahaifina ya rasu 'yan shekaru da suka wuce. Da aka zo rabon gadonmu da farko dai sai yayyina maza suka ƙi su ba ni komai. Cewa suka yi wai a Musulunci mata ba su gadon wani abu. Na ta da ƙarin baya na ce masu su nuna mani a ina cikin Alƙur'ani mai girma aka ce haka. Suka buɗe suka nuna mani wata aya a rubuce da Larabci, amma ni ba na san Larabci ne ba. Na dai dage cewa tun da yake ni fa ina cikin 'ya'yan mahaifinmu, lallai ina da gado mana. Sakamakon wannan tsayawa da na yi sai suka ba ni wani ɗan filin gona amma kuma suka hana ni komai banda shi ɗin ko da yake ni ba filin na zaɓa ba.

"Wata ran fataken dare suka fasa shagona suka yi mani ƙarƙaf. Daga nan fa na shiga cikin matan da suke dillancin kayan Kulu. In kun tuna ita sumogala ce wadda take amfani da mata suna sayar mata da kayanta da ta shisshigo da su. Wata ran da yamma mutanen kwastan suka far ma kasuwa suka kakkama kayanta duka. Aka haɗa da mu aka kama. Kafin a yi haka an gabatar da mu gaban majistare. Na kwashi ƙashin gaskiyar labarina na faɗa wa joji kamar yadda aka bukace ni, amma da aka kira Kulu sai ta ce ita ba ta ma san ni ba sam. Ba abin da ya haɗa ta da ni. Majistare ɗin, wata mata, ta ce ta tabbata Kulu mata ce mai hali nagari, ga ta da ilimi, kuma matar Sakataren Karamar Hukuma, saboda haka ta san irin haɗuran da ke tattare da yin sumoga, musamman ma dai irin illar da take haifarwa ga tattalin arzikin ƙasa. Saboda haka dai sai ta yanke shari'ar cewa duk da na yi rantsuwa, amma ƙarya na giggila, kuma na ɓata sunan wata mata babba a cikin al'umma. Sai aka ce in tafi gidan maza, na wata uku ba tare da ina da zaɓin in biya tara ba. Amina tana sane da wannan har ta ziyarce ni a kurkuku.

"Yaya za a yi wannan ya auku? Gani suke su waɗannn mata su ne 'yan sumogan? Daga ran nan ne fa na san me ake nufi da adalci a cikin al'umma. Adalci dai na masu arziki ne, masu ƙumbar susa, mu kuwa talakawa sai dai a lahira. Na yi imani da Ranar Tashin Kiyama, kuma wannan ranar Allah Maɗaukakin Sarki zai yi wa Kulu shari'a. Zan yi shaida ni kam, kuma na haƙiƙance shari'ar Ubangiji akwai adalci a ciki."

"Na sani a nan mutane sukan ta yin haƙilon neman abin kansu, amma mu mata sai mun yi haka a ƙalla har

316

nunki biyu kafin tamu haƙar ta cim ma ruwa," in ji Larai.

"Kin yi gaskiya," Amina ta ce mata.

"Rekiya, me ya faru da filinki?" wata matar ta tambaya.

"Lokacin da nake kurkuku na yi niyyar ana sako ni zan sayar da shi in sami kuɗin fara wani kasuwanci, amma kuma mamaki ya mamaye ni da na ji cewa ita wannan Kulu ɗin dai ta haɗa baki da ɗaya daga cikin 'yan'uwana wanda yake soja sun canza takardun mallakar. Da na je ganin filin aka fatattake ni. Na gurfanar da Kulu gaban alkali inda na nuna satifiket ɗina na mallaka. Amma ita Kulu sai ta gabatar da nata na jabu, kuma majistaren ya ce daidai yake, wai nawa ne na jabu. Aka gargaɗe ni cewa wai in daina shafa wa Kulu baƙin fenti in ba haka ba zan gamu da fushi mai tsanani na hukuma.

"Da dai aka gama wannan wuji-wuji da ni sai na fara yin abincin sayarwa ina kaiwa tashar mota. Yanzu ga shi an hana sayar da komai a kan tituna kuma an ce irinmu za mu biya haraji. Abu dai gaba siyaki baya damisa. Ta yaya suke son mu sami kuɗin da za mu riƙa biyan harajin? Abu guda da yake sanyaya mani rai yanzu shi ne: Na yi imani da Allah kuma na tabbata watan wata rana gaskiya za ta yi halinta."

"Kai, ya kamata duk a je a kwanta," in ji Amina. "Akwai ƙalubale babba gabanmu. Gobe wata tawaga ta musamman za ta shiga gari don yin hira da 'yan jaridu a

kuma tattauna da ita kanta Gwamnatin idan tana shirye a
yi hakan."

24

Amina ba ta san ko mene ne dalili ba, amma barci
ya ƙi zuwa mata tsawon daren. Haka nan ta yi ta
mutsu-mutsu. Haka kwatsam kuma sai barcin ya
kwashe ta, ta kuma yi shi mai nauyi. Kafin ta san me ake
yi asuba ta yi. Ta yi sanɗa ta fice daga ofishin
Hedimasta ta nufi filin ƙwallon da ke wannan wuri da ya
zame masu kyam. Can sama sai gizagizai ke tafiya, nan
ƙasa kuma ga iska mai sanyi da ƙarfi. Rana ba ta ɗago
ba tukuna balle a sami hantsi. Su kuwa tsuntsaye sun
fara tashi nan da can, sai kukansu ake ji. Gari ya waye,
dukan duhu yana yayewa. Amina ta tsaya cak ta hango
garin Bakaro yana ji kamar an shimfiɗa wata babbar
darduma ne, dardumar mai kyau wadda Allah Ya halitta
amma ɗan-Adam ya dage sai ya ɓata.

Bayan ɗan lokaci sai Amina ta dawo inda sauran
'yan'uwanta mata suke don a sami abin sawa a bakin
salati. Ɗaya daga cikin nas-nas ta ba ta wasu ƙwayoyin
magani don rage mata zafin jikin da take fama da shi. Ta
sha kaɗan ta aje sauran kuma don gaba. Ta gama sa ɗan
jan-baki da turare ke nan sai 'yan Kwamitin Tattaunawa
suka kira taro. Suna fara magana sai suka ji ƙarar jiniya

wadda ta yi kama da irin ta 'yan sandan kwantar da tarzoma da jama'a suka fi kira *Kill and Go,* watau, *Kashe Ka Tafi.* Nan da nan Peter Akin ya yi wa matan tsawa cewa su tattaru maza-maza a nan filin ƙwallo.

"Ya 'yan'uwana mata!" Amina take yi masu jawabi, tana ƙoƙarin danne makyarkyata da muryarta take son ta yi saboda halin tsoro. "Sun dai ƙare sun aiko da 'yan sanda, amma don Allah kada ku ruɗe. Ina son nas-nas da 'yan makaranta, tsoffi da mata masu ciki, guragu, makafi da yara su yi nan gangare su bi ta wata hanyar daban zuwa gari. Ku kama hanya yanzun nan tun ba su iso ba."

Waɗanda aka yi wa magana ɗin suka ɓace ta nan gangare lokaci guda. Can kuma sai aka hango gungun 'yan sanda suna tsallako gadar nan ta katako. Amina ta hango Lanrobar 'yan sanda guda, ga kuma manyan motoci shida shaƙe da 'yan sandan kwantar da tarzoma. Ta ja numfashi, zuciyarta ta shiga bugawa ɗar-ɗar. Yau fa ne dubu za ta cika, ko a mutu ko a yi rai.

"Mu gudu mu bar Amina ta ji da su," Mairo ta ba Larai shawara.

"In kina so ke ki gudu, amma ni kam nan zan tsaya tare da Amina har sai mun ga abin da ya ture wa Buzu naɗi. In muka ruga da gudu yana yiwuwa 'yan sandan su bi mu su kakkama mata masu ciki da dai sauransu. Gara mu tsaya a nan mu kasance masu garkuwa," Larai ta ce, ta daɗa matsawa kusa da Amina.

Amina ta juya zuwa ga matan da suka tsaitsaya bayanta suna ji duk a firgice. "Ya 'yan'uwana mata!

319

Yanzu ne fa lokacin da ake jira ya iso. Wannan shi ne namu lokacin gwajin a rayuwarmu. Duk wata tangarɗa da ta sha gabanmu mun yi maganinta; wannan ma in Allah Ya yarda za mu gama da ita." Kura ta murtuke samaniya. Tufafin matan sai karkaɗawa suke cikin iska da ke ratsa wannan filin ƙwallon. Amina ta gyara ɗaurin ɗan kwalinta tamau, ta ce wa matan, "Ba mu karya wata doka ba. Saboda haka ba mu da dalilin jin tsoron komai ko kowa. Mu 'yan ƙasa ne masu bin doka da oda kuma hakkin 'yan sanda ne su kare 'yan ƙasa, ba su kashe su ba. Saboda haka kada ku ji tsoro."

Amina da Jummai da Larai suka ruga zuwa gadar, sauran matan kuwa suka zazzauna kamar yadda Amina ta umurce su. Wasu daga cikin 'yan sandan suka sa hannu a sauƙaƙe suka kawar da shingayen da matan suka kara, suka tsallako, wata Fijo ta 'yan sanda da Lanroba ɗauke da jar tuta da kuma manyan motocin nan Allah-na-ganin ka duka suna biye. Sun lura cewa dukan 'yan sandan shirin faɗa gare su. Suna ta gurnani tsakaninsu amma ba wanda ya motsa.

Wani mutum dogo saye da kayan kaki da ya ji guga, ga shi saye da hularsa mangwamare ya dumfaro su Amina. Yana saye da madubin ido masu duhu, ga madubin hangen nesa ya rataya a wuya, ga bel a ƙirjinsa ga kuma wani bel ɗin a ƙugunsa ɗauke da libarba. Amina ta yi taku uku zuwa gare shi ta ce masa, "Barka da zuwa."

"Barka kadai," in ji shi wannan Sufritanda ɗin, ko da yake ba alamar abokantaka a muryarsa. Hannunsa na dama ya je ya zauna a kan bindigarsa. Ya ce wa Amina cikin wata murya ta mai iko, "An ce mana mu zo nan ne don tsare doka da oda."

"Mu ɗin da muke nan ai masu bin doka da oda ne,"Amina ta amsa masa a ruwan sanyi.

Ya yi watsi da abin da ta ce. "Mun zo ne mu kama ku saboda karya doka da tayar da hankali."

"Ba ɗaya daga cikinmu nan da ya tayar da hankali," Amina ta dai ci gaba da ƙalubalantarsa.

"Rashin sanin doka ba ya ba mutum damar ya yi yadda yake so. An haramta Kungiyarku, ku kanku tarin 'yan iska ne, karuwai da kuma masu ta da zaune tsaye!"

"Ji nan, ofisa," Jummai ta ce daga inda take tsaye, tana ɗan i'ina. Ta ture Amina gefe guda ta tsaya gaban shi ofisan da take magana da shi. "Ka san cewa ba ma tsoron inifom ɗinku ko bindigoginku. Me zai sa ku zo nan kuna wulakanta mu? In kun zo nan ne don ku kama mu, to, bisimilla; ba za mu hana ku ba...Amma in ka ce mu karuwai ne, to, uwarka ma karuwa ke nan saboda haka kai ka zama shege ke nan."

Da gani ofisa dai ya fusata, amma kuma ita Jummai ta dage, ta ƙi tashi daga gabansa. "Kauce ki ba ni wuri, baƙar karyar banza! Yi man shiru ko kuma in sa a harbe mani ke! Ina gargaɗin ki, kada ki bari hankalina ya ɓaci!"

"Ya ɓaci mana! Kai abin ya shafa! Ko in kula! Ku yiwo mani ruwan harsashi, zan fuskance su da farin-ciki don kuwa ina da ƙaƙƙarfar zuciya," Jummai ta amsa masa, tana bugun ƙirjinta.

Amina ta ɗan taɓe ta a hannu ta raɗa mata, "Jummai, don Allah ki yi shiru, kada ki takale su."

"Duk ku tashi tsaye! Ku taho!" ya daka masu tsawa.

"To, zan jagorance su," Amina ta tabbatar masa, yayin da ta juya ga matan. Abin da Amina ta gani a fuskokin matan ya sa ta nan da nan ta waiwaya baya. Kafin ka san me ake ciki sai ta ga Jummai ta ruga da gudu ta sungumi shi Sufritandan 'yan sandan cak ta nufi gadar ta jefa shi cikin ruwa tsundum!

Nan take wuri ya yamutse. 'Yan sanda guda uku suka yi wuf suka faɗa ruwan, wasu 'yan sandan kuma daga cikin motocinsu suka fito suka cafke Jummai. Amina ta faɗa cikin firgici don kuwa tana jin bugu ta ko'ina. Su kuwa 'yan sandan da suka tsunduma cikin ruwa suka fito da shugabansu tsamo-tsamo, ba mangwamarensa, ba gilashinsa mai duhu, babu madubinsa na hangen nesa. Ya cire libarbar ɗinsa ya girgije ruwan da ya shige mata. Wani ɗan sanda dogo ya yiwo gaba da lasifika ya miƙa wa shugaban nasu, ya ce masa, "A ba mu oda."

Amina ta ruga da gudu zuwa wajen matan nan yayin da 'yan sandan suka yi sahu uku suna fuskantar su, a ƙarƙashin shugabancin Mataimakin Sufritanda. Suna ganin fuskarsa duk cin zanzana, ga idanunsa jajaye ga wani gashin baki buzu-buzu. 'Yan sandan suna ɗauke da ƙananan bindigogi da bulala da gwangwanayen tiyagas. Shi ofisa ɗin sai ya ɗaga murya ya ce, "Ni Sufritanda na 'Yan Sanda, Oska Dangogoro, da yawun Kwamishinan 'Yan Sanda, ina umurtar ku matan nan masu zanga-

zanga ku watse yanzun nan. In kuwa kun ƙi yin hakan, za a kama ku." Ya juya zuwa ga 'yan'uwansa ya ce, "Ku 'yan sanda na musamman, ku wuce ku kakkama waɗannan 'yan iska yanzun nan!"

Yana gama bayar da wannan oda sai aka jejjefa wa matan gwangwanayen tiyagas. Da farko dai sai matan suka zuzzura wa waɗannan 'yan abubuwa ido, suna kallo suna fitar da hayaƙi. Kafin ka ce kwabo, sun fara tari suna atishawa kuma hawaye suna kwarara daga idanunsu. Wuri ya yamutse, matan suka ruɗe suna ta ihu, kowa kuma na ta neman ficewa daga cikin turmutsin jama'a. Da ofisan ya sake bayar da oda sai 'yan sandan suka far ma matan nan. Ita dai Amina ba ta gani, tana fama da share hawaye da suka cika mata idanu. Can sai ta ji saukar duka mai ƙarfi a kanta wanda ya sa ta ta yi gada-gada. Aka sake shirga mata bugu, wannan karon a ƙirji. Ta yanka ihu ta ce, "Ku ji tausayi mana!" amma kuma ba wanda ya ji ta saboda ife-ifen da kowa ke ta yi ko'ina. Ta ɗan yi ƙoƙari ta buɗe idonta ta ga wani dogon ɗan sanda da hular kwano nan gabanta yayin da yake ɗaga ƙafarsa don ya yi mata ƙafar Kano. Kafafunta suka gaza ɗaukanta, nan fa ta faɗi. Shi kuma ya ci gaba da haurinta yana ta cewa, "Tashi!" Amina ta nemi kare kanta da dunƙulewa iyakar yadda take iyawa, kuma ta yi ta mirginawa don dai ta tsira daga manyan takalmansa. Amma ina!

Nan kewaye da Amina abubuwa duk sun yamutse. Kowa yana ta kansa, sai wayyo Allah kake ji. Haka kwatsam sai kuma su 'yan sandan suka janye, kamar an yi ruwa an ɗauke. Daga inda Amina take kwance tana iya ganin Larai wadda take ta gada-gada da wani ɗan sanda. Da ta samu ta kuɓuce sai ta ruga da gudu. Can sai ta ji wata ƙara wadda ta fahimci cewa harbin bindiga ne. Abu dai kamar a mafarki, sai ta ga hannuwan Larai sun yi sama, ta kuma yi tafiya a hankali haka, daga nan ta faɗi ƙasa warwas.

Abu dai ya zama kamar wani dare ne wanda gari ba zai waye ba. Amina ta ji wata ƙara da ta ratsa ƙwaƙwalwarta a nan kusa da ita. Daga baya ta fahimci ashe numfashinta ne. Shi Mataimakin Sufritanda ne ya kama hannunta ya ja ta ƙasa yana yanka ihun bayar da oda ga mutanensa. Suka sake far ma matan, suka kakkama su suna jefa su cikin manyan motocinsu. Ita kuwa aka ci gaba da janta har zuwa inda shi wannan jiƙaƙƙen Sufritanda yake tsaye. Mataimakin nasa da yake jaye da ita, ya buga ƙafarsa ta hagu a ƙasa gaban shugabansa, ya ce, "Ranka ya daɗe! An yi nasarar kammala Shirin Ruwan Zafi. Duk 'yan ta'addan an karɓe makamansu, an kakkama su kuma suna nan tsare. Ba wanda ya ji ciwo daga mutanenmu. Ina neman izinin mayar da tawagar 'yan sanda zuwa hedikwata, ranka ya daɗe!"

"An ba da izini," wannan jiƙaƙƙen ofisa ya ce, da ganin fuskarsa yana cike da fushi.

Aka tura Amina can bayan Lanroba. Nan ta iske Jummai jini yana ta fita mata baki da hanci, tana cikin tsananin ciwo. Kafin ta ce za ta taimaka mata, sai aka ce wa Amina ta kwanta ƙasar motar. 'Yan sanda suna zazzaune a gefen bodin motar. Wasu biyu daga cikinsu suka ɗauki ƙafafunsu masu manyan takalma suka ɗora a jikin Amina. Da ta ce su cire sai ɗaya daga cikinsu ya fashe da dariya ya ce, "Yi ma mutane shiru! Laifinki ne. Ai ba ki ma ga komai ba. Za ki yi kuka har sai jini ya fito daga idanunki."

Shi Mataimakin Sufritanda da ke zaune nan gaba sai ya waiwayo ya kalli bayan mota ya duddubi fasinjojin da ake ɗauke da su. Nan take ya daka wa direban tsawa ya ce ya tsaya. Ya yi wuf ya fito ya umurci Amina ta yiwo waje. Ya rako ta zuwa gaban motar, ya taimaka mata ta shiga sannan shi kuma ya bi bayanta, ya zauna kusa da ita. Suka milla zuwa caji ofis, ana tafe jim kaɗan sai ya kalle ta, yana zazzare ido, tamkar dai yana so ne ya tabbatar tana nan cikin motar, ba ta gudu ba.

Da suka iso caji ofis ɗin Sufritanda ya tattauna da abokan aikin na lokaci mai tsawo daga nan ya ce a wuce da matan kurkukun nan guda tak na Bakaro. Da sannu motocin nasu suka iso nan ɗin. Aka miƙa Amina ga gandiroba biyar aka ce su raka ta zuwa ɗakinta na kurkuku. Suka tura ta ciki suka garƙame ƙofar ƙarfen.

Amina ba ta ma damu ba ta duba yadda wannan sabon masauki nata yake. Fama dai take da ciwo ko'ina na jikinta, har take ce ma kanta ko lokacin haifuwar Rashid ba ta ji ciwo mai tsanani kamar wannan ba. Ji take tamkar dukan bataliyan 'yan sanda sun tattaka ta ne, suna maci a kanta. Sai ta yi rub da ciki a kan gado, tana ta ƙoƙarin tuttuna abubuwan ban tsoro da suka gudana. A maimakon haka, sai zuciyarta ta dumfari mene ne ma zai faru nan gaba, yaya za ta fuskanci ƙalubalen da ke gabanta, yaya shari'ar za ta kasance ko kuma tsawon lokacin da za a ɗauka ana yin shari'ar? Tana ta tunanin wannan ɗin ne sai barci ya ɗauke ta. Ba ta san ƙimar lokacin da ta yi tana kwance ba, ba ta ma san wane lokaci na rana ake ciki ba, can sai ta ji muryar wani gandiroba. Ta farka ta tashi tsaye tana tangal-tangal. Aka ce mata Alhaji Haruna yana son ya gan ta.

"Ka ce masa ya dawo gobe. Ciwo da raunin jiki sun buge ni ba zan iya ganin kowa ba," Amina ta ce masa a hankali haka. Amina ta ga alamar jin tausayi a fuskar gandiroban yayin da zai juya ya tafi. Sai ta ce masa, "Don Allah in ka sami dama ina son ka zo." Da ta koma ta kwanta sai ta ji tamkar ta fita daga jikinta ne, tana iyo a sama tana kallon jikin nata da aka yi wa kaca-kaca.

Can duhu ya kama sai ga gandiroban nan ya dawo. Da ya yi magana ne sai Amina ta ji tamkar a lokacin ne ta komo cikin jikinta, gami da azabar ciwo mai tsanani. Ta taƙarƙara ta tashi zaune. Gandiroban sunansa Gambo. Yana ji ɗan siriri da shi, fuskarsa fes-fes ga shi da arhar murmushi. Ya leƙo ta 'yar ƙaramar tagar da ke jikin ƙofar ɗakin ya kira sunanta.

Amina ta kwashe labarinsu na ƙauracewa ta gaya masa gami da abin da ya sami matan. A cikin hirarsu shi kuma ya gaya mata yadda aikinsa yake da halin da suke ciki a kurkukun. Ko can haka ta zata: cewa shi ba abokin gabanta ne ba, ɗan talaka ne wanda yake yin aikin da kowa ya ƙi yi.

"Ina son in rubuta wa mijina wasiƙa." Amina ta ce masa. "Don Allah, ko za ka iya samo mani takarda da biro?"

"Ba ya ce zai zo gobe ba?" Gambo ya tambaye ta.

"Don Allah kai dai ka yi mani abin da na roƙe ka," Amina ta taɓuka yi masa murmushi.

Ya ƙyafta mata ido ya tafi. Can an jima kaɗan sai ga shi ya dawo da fararen takardu da aka yago daga littafin rubutu, ya haɗo da wani biro da ya kusa ƙarewa. Ya faɗa mata cikin ba'a cewa, "Mata masu ilimi fitina gare su." Amina ta yi masa murmushi ta ce masa ya je ya duddubo mata sauran matan ya zo ya ba ta labarin yadda suke. Ita kuwa sai ta yanke shawarar ta fara rubuta wa Fatima wasiƙa.

"Zuwa ga Fatima,

Daga nan ɗakina na kurkukun Bakaro ina aiko da gaisuwa mai yawa zuwa gare ki da duk sauran ɗimbin masu goyon bayanmu da masu tausaya mana. Wani gandiroba yana ta ba ni bayanin miyagun halayen da ake fama da su a kurkukunmu ni kuma na gaggaya masa irin gwagwarmayar da muke fama da ita da kuma yadda shi kansa zai iya taimakawa kowa ya sami rayuwa mai kyau. Abin da na fahimta yanzu shi ne gandirobobinmu su ne kashin bayan ma'aikata kuma an manta da su ga ƙarancin albashi da suke fama da shi. An ce mani wasu fursunonin tsirara suke yawo saboda ba su da kuɗin sayen inifom ko kuma 'yan'uwansu sun ƙi aiko masu da tufafi. Ba da daɗewa za a ce wa fursunoni su biya kuɗin abincinsu, in kuma sun ƙi, suna da zaɓin su mutu yadda suka ga dama.

Na ƙosa ranar Litinin ta iso, ranar da za a fara shari'armu. In a ƙarshe aka ce an ɗaure mu, na tabbata ke da sauran dangi za ku ci gaba da gwagwarmayar da muka faro. Mafi muhimmancin abin da yake gabanki shi ne a daɗa samo mata da duk waɗanda aka daddanne masu hakkinsu su shigo cikin Kungiyar tamu. Na tabbata za ki yi alfahari da irin rawar da matan nan 'yan'uwanmu suka taka lokacin shirinmu na ƙauracewa. Ba zan iya gaya maki halin da suke ciki ba yanzu, don kuwa an killace ni a ɗaki ni kaɗai. Amma ba da daɗewa ba zan sami labari.

Ki miƙa gaisuwata ta musamman ga dukan masu goyon bayanmu. Ki ce masu duk da ina nan a garƙame, ina iya jin goyon bayansu a jikina; wannan kuma shi yake ƙara mani ƙarfin zuciya.

Sai an jima.

Amina,

Kurkukun Bakaro."

Shagargari da safe aka ce wa Amina Sufritandan Kurkukun yana son ganinta a ofishinsa. Kafin ta isa can ta zaci za ta ga wani ƙaton mutum ne, tsoho, mai tumbi, wanda duk ya gan shi ya ga mai daka wa mutane kashi. Amina ta shirya tsaf game da abin da mutum irin wannan zai ce mata. Amma da ta yi arba da shi sai ta ga wani mutum ɗan siriri kuma tsoho mai alamar halin kirki. Ya karɓe ta da murmushi. "Yaya kike,

baƙuwarmu ta musamman? Don Allah ki zauna," ya
nuna mata kujera. Ya haɗa mata kofi ya miƙa mata. Da
za ta ƙi karɓa, amma sai ta tuna tana bukatar duk wani
abin da zai ƙara mata ƙarfi. Sufritandan Isa Dauda ya ci
gaba da kawo mata bayani a hankali, "Ba nan ya kamata
a kawo ku matan nan ba. Abin da ya faru 'yan ɗakunan
tsare masu laifi na caji ofis ba za su isa ne ba, shi ya sa
aka ce a zo da ku nan na ɗan gajeren lokaci."

"Me ya sa aka sa ni a ɗaki ni kaɗai?"

"A'a, madam, ba wannan ƙangin aka sa maki ba!
Inda aka sauke ki na muhimman fursunoni ne. A zahiri,
wannan yana cikin ɗakunan da muka tanada musamman
don manyan mutane in Allah Ya nufe su da zuwa nan."
Ya ƙara mata kofi, wannan karon har da biskit. Amina
tana sha a hankali shi kuwa ya ci gaba da magana cikin
ladabi, "Ina baƙin-cikin gaya maki cewa mace guda ta
rasa ranta a wannan ofareshin na 'yan sanda da aka yi.
An ce ta ƙi yarda a kama ta ne, ta kuma kasance
barazana ga zaman lafiya."

Amina ta ƙyaƙƙyafta idanunta. Sai ya ci gaba,
"Wata mata mai suna Jummai tana nan kwance a asibiti
rai kwakwai, mutu kwakwai, tare da waɗansu matan da
ba cikin wannan halin suke ba. Nan ba da daɗewa ba za
a zo a yi maku tambayoyi. Don Allah ku ba da haɗin kai
don kuwa wannan ne kaɗai zai sa a gama shari'ar da
wuri. Ku gaya masu gundarin gaskiyar abin game da
waɗanda suka mara maku baya kuka yi zanga-zanga
kuma nawa suka ba ku."

Amina ta firgice saboda jin wannan. Ta ja kanta baya firgigi ta zura masa ido ƙuri. Da ya ga irin yadda ta yi, da mamakin da ta ji, sai ya nanata maganarsa ta ƙarshe. "Ban gane ba," Amina ta ce masa kai tsaye.

"Muna jin raɗe-raɗi," ya ce mata yana murmushi, "game da abin da ya haifar da boren naku. Wasu suna cewa abokan hamayya ne suka ba ku kuɗi don ku ta da zaune tsaye, wasu kuma cewa suke wata ƙasar waje ce ta mara maku baya don ku yamutsa ƙasar."

"Wannan kam da ban dariya," Amina ta ce masa, tana 'yar dariya.

"E, shi ya sa muke neman goyon bayanki don a gano bakin zaren. Idan ba ki ba da haɗin kai ba, za a zarge ku da yunƙurin hambarar da gwamnatin ƙasa."

A nan Amina ta fashe da dariya, kuma ta yi murnar cewa ashe dai duk da halin da ta shiga, ba ta rasa damar yin dariya ba idan abin yin hakan ya faɗo mata. Shi Sufritandan ya ba ta wata shawarar kuma kafin ta bar ofishin nasa, "Mijinki yana zuwa ya gan ki an jima. Don Allah wannan karon kar ki ƙi ganinsa. Wannan muhimmi ne ƙwarai. A taƙaice ma, shi ne manuniya game da abin da zai same ki a nan."

Masu iya magana sukan ce duk wanda ba ya jin tsoro, ba kuwa a iya danne shi. Wasu da an haɗa masu fuska, sai duk su sandare. Wasu kuma sukan shiga tsima ne yayin da wasu suke ta yanka ihu. Da can Amina tana

330

ɗaya daga cikin waɗannan. Amma kuma a yau an sha ta ta warke. Yanzu kam, ba wata haɗa gira da ke iya firgita ta, ba wata daka tsawar da wani zai yi ya sa jikinta ya ɗauki ɓari, kuma ba wani wanda zai yi magana ya kawar da ita daga abin da ta yi imani da shi.

Da ƙarfin zuciya ta fuskanci masu yi mata tambayoyi. Ba ta yi rawan jiki ba lokacin da suka daka mata tsawa, kuma barazanarsu ba ta firgita ta ba. Da suka lallashe ta ba su yi nasara ba. Ta gaya masu ƙauli da ba'adin abubuwan da suka gudana. Ta karɓi alhakin komai da komai. Amma kuma sai da suka fita ne jikinta ya shiga rawa don kuwa ita kanta ta ba kanta tsoro ganin yadda ta fuskance su da ƙalubalensu.

Daga bisani aka kira ta zuwa ofishin Sufritanda don ta gana da mijinta. Alhaji ya gaishe ta cike da soyayya a muryarsa, amma kuma ya kasa ɓoye firgicin da yake fama da shi na ganin yadda take. Amina ta yi murmushi a zuciya da ta dubi fuskar mijinta ta kuma yi tunanin gashin kanta wanda ya daddanƙare. Tun shigowarta kurkukun ba ta yi wanka ba ko kulawa da gashin nata. Jini ya bushe a gashin nan da can ba kyawun gani. Haka ma hannuwanta da ƙafafu inda ta ci bugu da takalman 'yan sanda.

"Na zo ne in tafi da ke gida," Alhaji ya ce a tsanaki. "Na yi magana da wasu mutane da suka yarda su sake ki in kin ba da goyon baya kin faɗa masu gaskiya. Za a sake ki kuma ba za a sake zarginki ba in har kika amsa tambayoyinsu yadda ake so."

331

"An ce mana can farko game da tambayoyin da aka yi maki ba ki yi rawar gani ba," in ji shi Sufritandan. "In kika ba da goyon baya za a sake ki, sauran matan ne kurum za su bayyana a kotu. Mijinki yana son ki a gida ba da wani ɓata lokaci ba. Nan ba wuri ne wanda ya dace da macen kirki kamarki ba. An yi amfani da muƙaminsa ne aka ba ki 'yancinki. Ke dai kawai ki amsa tambayoyin da za a yi maki, ki gaya masu cewa 'yan hamayya ne suka ba ku kuɗi don ku yi wannan ta da zaune tsaye."

Ta yi kasaƙe tana sauraron roƙon da suke yi mata, rabin abin yana ba ta dariya, rabi kuma yana ba ta takaici. Bayan an ɗan jima sai ta gyara murya, ta yi magana a hankali abinta, ta ce, "Ba shakka ina son 'yanci, shi ne ma ya sa nake ta gwagwarmaya da samunsa, amma ko da wasa ba zan yin watsi da hakan ba ko me za a ba ni. Wai ma ina amfani ni a sake ni amma a riƙe sauran matan? Muddin ba a sallami dukanmu ba ba tare da gindaya mana wani abu ba komai ƙanƙantarsa, ba inda za ni. Tare muka faro gwagwarmayar, tare za mu ƙare. Amma kuma in shi kuke so, kuna iya riƙe ni a nan, ku saki matan duka. Ba inda za ni sai an kai wannan magana kotu."

Ta miƙe tsaye ta yi masu godiya. Alhaji Haruna ya riƙe ta yana roƙon ta, amma ba ta dai gamsu ba. Ta janye jikinta ta fice daga ofishin.

Da daddare Gambo ya kawo mata abincinta a cikin kwanon kurkukun da ta saba gani, amma a rufe. Ta yi masa godiya. Tana ɗaga murfin sai wani ƙanshin miyar

332

daga-dage ya cika ɗakin. Ta dubi abincin sai ga wake da shinkafa mai rai da lafiya da nama gundun-gundun. "Wannan ba abincin kurkuku ne ba," Amina ta ce.

"Haka ne fa," Gambo ya amsa mata, yana 'yar dariya kamar yadda ya saba. "Matata ta shirya maki wannan. Ce mata na yi ba ki iya cin abincin kurkuku."

"Ka ce mata ina miƙo dubun godiyata."

"Matar tawa ta damu ƙwarai! Tana goyon bayanku. Don Allah ci abincinta."

"Kar ka damu. Zan cinye tas," Amina ta tabbatar masa. Ta miƙa masa wasiƙar Fatima shi kuma nan take ya sa a aljihun gaban rigarsa. "Don Allah ka kai mata a nan jami'a ka ba ta hannu da hannu. Na rubuta sunanta da lambar ɗakinta."

"In Allah Ya yarda zan kai mata yau da yamma," Gambo ya yi mata alkawari.

25

Amina tana cikin halin jiran a kai su kotu sai ta yi tunanin shin ko 'yan'uwanta matan nan sun sami lauya? Ta shiga tunanin abubuwan da suka iya faruwa: Kila 'yan sandan su nemi majistare ya ɗage sauraren ƙarar na zamani mai tsawo; kila a dawo da su nan kurkuku a ci gaba da tsare su; kila a yi wata da watanni ana ta shari'ar a ƙarshe kuma dai dukansu a ɗaure su.

Can sai ta ji an buɗe ƙofar nan ta ƙarfe ta ɗakinta. Wasu gandirobobi biyu suka fita da ita tana ɗingishawa har zuwa nan tsakar kurkukun. Nan ne ta ga har an riga an loda sauran matan a motocin 'yan sanda. Da sauran matan suka ga Amina sai suka yi ta gurnani, ba a gane me suke cewa. Amina ta kalle su ta yi murmushi. Wani dogon ɗan sanda siriri ya dumfaro ta riƙe da ankwa. Ta kalle shi hakan nan ta nuna rashin yarda. Ya umurce ta ta miƙe hannuwanta.

"A'a! Saboda me za a sa mini sarƙa?" Amina ta ɗaga murya.

"Odar da aka ba mu ke nan," ya amsa mata.

"Amma kuma ai ba inda zan gudu," Amina ta dai ci gaba da nuna rashin yarda.

"Odar ke nan," ya fadi a kan ba abin da ya sha masa kai.

"A bisa wadanne dalilai ne sai ka sa mani ankwa?" Amina ta nemi ta sani.

"Saboda kina nan," ya nuna ƙasar kurkukun.

Banzan bazara, jahili, Amina ta yi tunani a zuciya, ta yi ƙoƙarin danne dariyar da take ji. Ta saki ta miƙa hannuwanta, daga nan aka wuce da ita zuwa gaban Lanrobar 'yan sanda.

Can a Kotun Majistare dubun dubatar mutane sun mamaye ko'ina. Don samar da kariya an tanadi dimbin 'yan sanda farin kaya, da masu inifom dauke da makamai. Amina tana sauka daga motar sai ta ga gungun dalibai a tsallaken titi daga nan gaban Kotun suna dauke da katuna da aka rubuta: A DAKATAR DA SHARI'AR MATAN NAN! A SAKI 'YAN KISHIN KASARMU YANZUN NAN! ALLAH WADAN MULKIN MALLAKA! ALLAH WADAN MULKIN KAMA-KARYA! Da daliban suka ga Amina sai duk suka shiga tafi suna sowa cewa "A SAKI AMINA DA MATAN YANZUN NAN!" 'Yan sandan da suke kusa da su daliban suka yi masu barazanar dumfararsu. Amina ta daga hannuwanta masu ankwa can saman kanta don gaishe su. Wani dan sanda kusa da ita ya fizgo hannuwan nata ƙasa.

Tsaitsaye a nan matakalar shiga Kotun Amina ta ga mijinta da Kulu da dai sauran idon sani. Daidai wannan lokacin ne wata mota guda ɗauke da sauran matan ta iso. Nan da nan 'yan sandan kwantar da tarzoma suka yi layi biyu, suka samar da wani ɗan kwararo daga motar zuwa ƙofar ɗakin tsaro na Kotun. Matan suka yi jerin gwano ta nan ɗin, Amina ma tana tare da su. Ta yi murnar sake kasancewa cikinsu. Sai dai kuma abin takaici shi ne sun iske ɗakin tsaron cike maƙil, ba masaka tsinke, ga hayaniyar mutane mai kashe kunne. Amina ta ɗan ƙoƙarta har ta kai ga tagar ɗakin ta sa hannuwanta masu ankwa ta riƙe ƙarfen bagalafuruf don neman madafa. Ta tagar ne fa ta hango Alhaji Haruna yana dumfarowa, fuskarsa duk ta jeme, ya ce mata da kakkausar murya, "Dubi irin abin kunyar da kika jawo ma kanki." Amina ta kawar masa da fuska ta fuskanci sauran matan da suke tare. Bayan an ɗan jima kaɗan sai Peter Akin ya ɓallo daga inda 'yan sanda suka yi layi ya rugo zuwa tagar da Amina take, ya cire hularsa mangwamare, ya sara wa Amina. "Nas-nas ɗinmu sun damu ƙwarai game da lafiyarki," ya ce mata, cike da damuwa.

"Kalau nake, ina ta shan ƙwayoyin da suka ba ni," Amina ta ce masa.

"Yaya halin zama yake a kurkuku?" ya tambaye ta.

"Da mummunan muni," Amina ta amsa.

"Mun ji an ce mace guda ta rasu," Peter ya gaya mata.

"E, Larai ce," Amina ta tabbatar masa.

Ya rufe idanunsa ya sunkuyar da kansa na ɗan lokaci. "Har yanzu dai ba mu sami lauyan da zai kare ku ba. Wasu lauyoyin cewa suke sai mun ajiye zunzurutun kuɗi kafin su dubi al'amarin, wasunsu kuma kai tsaye suka ce kasada ce ma mutum ya nemi kare ku."

"Ina Fatima?" Amina ta tambaye shi.

"Mu dai kam ba mu sani ba," Peter ya amsa mata. "Ran Sati da safe ta sadu da ƙawarki Rabi lauya, daga nan kuma ba mu san me ya faru ba. Amma dai an ce mana ta koma jami'a, inda aka ce mana wasu 'yan sanda farin kaya sun bi ta sun ɗauke da tsakar dare. Mun wuni muna nemanta amma ko ɗuriyarta babu. Gaskiya fa muna jin tsoron kada wani abu ya same ta..."

Daga nan ne fa Peter ya tsunke maganarsa tun da wani ɗan sanda ya cakume shi ta wuyar riga ya janye shi daga tagar. Idanunsa suka firfito, yana ƙoƙarin ya kuɓuce. Ganin haka ne waɗansu ɗalibai suka faso dannin 'yan sanda cikin fushi, suna zagin ɗan sandan da ya wulakanta shugabansu haka. Amina ta zura ido cikin damuwa. Ko daga nan cikin ɗakin da suke Amina ta lura cewa tura fa ta kusa kai bango, da wuya a rasa arangama tsakanin ɗaliban da ba su da makamai da 'yan sandan da suke da bindigogi da gwangwanayen tiyagas da bulalai....Can sai ta ga wani dattijon ɗan sanda yana wa ɗaliban magana, ga alama yana roƙon su da su kwantar da hankulansu. Da sannu suka yarda suka koma matsayinsu na da. Amina ta yi farin-cikin gani Peter yana tare da su 'yan'uwan nasa.

Ana cikin haka sai ga wata Marsandi mai ruwan bula ta zo ta tsaya kusa da tagar da Amina take. Sai ta ga waɗanda suke ciki waɗansu sanannun lauyoyi ne, mata da miji, kuma aminan Amina ɗin, Sadiƙ da Rabi. Duk da halin da take ciki, sai ta yi murna da ganin Rabi. Ita da Rabi aminai ne lokacin da suke jami'a, ko da yake sun daɗe rabonsu da saduwa da kowa ta kama gabanta. Tana kallo Rabi ta shiga takawa zuwa ƙofar Kotun, da gani ga wadda ta san me take so, kuma ina ta dumfara. Rigarsu ta lauyoyi ta yi mata kyau ƙwarai, kai da gani ka ce an halicce ta ne don ta zama lauya. Mijinta, Barista Sadiƙ ya gyara ajiye motar ya tsaya yana magana da Alhaji Haruna. Amina ta kalli Sadiƙ, dogo da shi ya ɗara mijinta tsawo da 'yan inci kaɗan, ta tuno da irin dangantakar da ta shiga tsakanin mijin da matar. Rabi ce ma ta sa Amina ta zaɓi ta karanta aikin lauya a nan jami'a. Da Rabi da Fatima da ita Amina ɗin suka zama ƙawaye, kullum suna tare, tare ma suke karatu. Sadiƙ Usman shi ma aboki ne, har ya sha ce wa Amina ta aure shi, ita kuwa takan ce masa ya ɗan ba ta lokaci ta yi tunani, don a gaskiya ba ta faye ƙaunarsa ba. Wata ran Jumma'a da dare tana kan hanyarta ta komawa hostel na 'yammata sai ta ga Sadiƙ da Rabi a kujerar gaba ta motarsa. Tun daga nan fa dangantaka tsakanin ita Amina da Rabi ta yi sanyi duk da ƙoƙarin da Amina ta yi don nuna mata cewa ba ta kishin halin da take ciki. A ƙarshe Rabi ta bar hostel ta auri Sadiƙ, yanzu kuwa suna aiki tare ne a ofishinsa.

An tsamo Amina daga kogin tunanin da ta nutsa yayin da aka buɗe ƙofar ɗakin da suke ciki, aka tura ta tare da sauran mata zuwa sama inda babban ɗakin Kotun yake. Ta yi mamakin ganin yadda Kotun ta cika maƙil, layin 'yan sanda ya raba matan da ma'aikatan Kotun da kuma sauran jama'a 'yan kallo. Akwai wasu dogayen tebura guda biyu masu fuskantar juna. A kan guda akwai ma'aikatan Kotun. A na ɗayan kuma ta ƙirga lauyoyi biyar da 'yan sanda biyu Masu Gabatar da Kara. Bayan akawun Kotun an tanadi wani damdamali da tebur da kujera don shi Majistaren mai sauraren ƙara. Amina ta tsaya nan gaba kaɗan da matan, tana jiran a fara sauraren ƙarar. Da ɗan sanda Mai Gabatar da Kara ya fara magana, sai ta ji tamkar ba da su ake ba, da wasu mutane can daban a wata duniyar ma ake magana. Kunnuwanta sun ɗan tsintsinci wasu daga cikin abubuwan da ake faɗi, "Haramtaccen taro...ta da zaune tsaye...yin zagon ƙasa ga ikon da Jiha take da shi...yamutsi...haramtattun tarurruka...nuna ƙiyayya ga wani jinsin jama'a...satar dukiyar maza...shiga wuri ba da izini ba."

Kiran sunanta da aka yi ya sa Amina ta dawo daga yawon duniyar da zuciyarta ta tafi. Ya kuma tuna mata ko ita ce wa. "Amina Haruna, wadda ake zargi ta farko, ta tunzura talakawa su yi boren ƙin amincewa da harajin da aka ayyana kuma sun muzguna wa ɗan sanda babba. Ita mace ce mai aikin zagon ƙasa. Lokacin da aka yi mata tambayoyi, ba ta taimaka wa 'yan sanda da bincikensu ba. In an tattara dukan abubuwan da ake zargin ita da abokan ta'asarta, dole ne a kama su da laifin cin amanar ƙasa da ɓatunci." Daga nan mai maganar ya dakata sannan ya ci gaba. "Ya Mai Shari'a. Wannan share fage ne na wannan shari'a. Muna roƙon Kotu a ɗage sauraren aƙalla na tsawon wata uku, kuma kada a ba kowa beli, don mu sami cikakkiyar damar yin bincike. Har ya zuwa yanzu ba mu sami cikakkun bayanai ba daga wasun da ake zargi. Wasu daga cikinsu sun tsere. Tun da ita wadda ake zargi ta farin ta ƙi ba mu goyon baya, muna bukatar ƙarin lokaci don mu sami damar shawo kanta. In aka ci gaba da shari'a muna fata mu ƙakƙaro wasu sabbin zarge-zargen."

Majistaren ya kalli inda gungun matan suke, ya tambaye su, "Shin kun fahimci abubuwan da Mai Gabatar da Kara yake zargin ku da su?" Magana yake ba wata alamar shiga sharo ba shanu, kuma tamkar yana zaune a dakali ne ana hira.

Da Amina ta ce kai tsaye, "E, mun gane" sai aka ji Kotun ya gume da gurnanin jama'a, kamar kowa yana cewa wani abu.

Shi kuwa Majistaren sai ya ci gaba da magana kamar dai yadda ya faro, "To, ku me kuke da shi na cewa: Kuna da laifi ko ba ku da lafi?"

Amina ta miƙe tsaye sak, ta tattara hankalinta waje ɗaya, ta ce wa Kotu, "BA MU DA LAIFI." A yadda ta faɗi, abin ya zama kamar bai ma shafe ta ba.

Ba nan take ne Majistaren ya rubuta abin da ta ce ba. Sai ya zura mata ido, ya sa hannu ya gyara zaman gilashinsa, ya dai kasance tamkar kunnuwansa ba su gaya masa gaskiya ba game da abin da Amina ta ce. A ƙarshe dai, ya rubuta wani abu a hankali a kan takardar da ke gabansa. Yana gama rubutunsa, sai Rabi ta miƙe tsaye, ta gyara kwalar kwat ɗinta, ta sa hannunta a kan tebur, ta ce, "Ina roƙon in sanar da Kotu cewa ni ce lauyar wadda ake zargi." Ta yi magana a tsanaki, muryarta fitatta kowa yana iya jinta sarai.

'Yan kallo duka suka yi murmushi, ɗalibai kuma suka tafa hannuwa, can kuma kusa da taga aka ji wata murya tana cewa "NASARA TA TABBATA!" Majistaren ya gargaɗi duk wanda yake cikin Kotun da yin shiru tsit. Amina ta rufe idanunta na ɗan lokaci, don ta tabbatar ma kanta cewa ba mafarki take yi ba. Ta ja numfashi. Ta buɗe idanunta sai suka yi arba da Rabi. Ta yi murmushi, ta kuma ga alamar tausayawa a fuskar ƙawar tata. Amma da Rabi ta rare ta ci gaba da magana, ai lauya ce tsagwaronta.

"Ina roƙon Kotu," Barista Rabi ta ce, "kafin mu fara ya kamata a cire wa Amina ankwa. Amfanin ankwa a doka shi ne in aka lura cewa wanda ake zargin yana iya tserewa ko kuma ya yi wata barazana ga zaman lafiya, to, sai a sa masa ita. A nan inda muke akwai ɗimbin 'yan sanda ɗauke da makamai cikin Kotun da kuma wajenta waɗanda za su iya hana fursunonin yin haka. Bugu da ƙari, ina tabbatar wa Kotun cewa ita Amina ɗin ba za ta yi ƙoƙarin tserewa ba ko kuma ta ta da zaune tsaye."

Majistaren ya sunkuyar da kansa don nuna ya yarda da roƙon da aka yi masa. Nan take aka cire wa Amina

341

ankwar. Ta ji sayau. Gurnanin da matan da suke bayanta suka yi ya gaya wa Amina cewa sun fara samun ƙarfin guiwa, suna kuma murna da ganin Rabi.

Aka ci gaba da gudanar da shari'ar. Barista Rabi ta miƙe ta ce, "Ina son in sanar da Kotu cewa na dudduba jerin ƙararrakin da aka yi game da waɗanda ake zargin na ga cewa a zahiri ana iya zarginsu da abu guda ne kacal: yin taro ba da izini ba. Baya ga wannan, ina roƙon Kotu cewa a gama shari'ar nan yau, don kuwa duk wata ɗagawa da za yi ba abin da za ta haifar sai sa su waɗanda ake zargin ƙara nutsa cikin matsananciyar wahala ta ba gaira ba dalili da ake gallaza masu kamar dabbobi a ɗakunan kurkukun da suke maƙare da mutane. Na yi niyyar nuna wa Kotu ɓaro-ɓaro cewa duka zarge-zargen da aka yi masu ba su da wata madafa ko tushe."

Shi Mai Gabatar da Kara sai ya ce Babban Kotu ne kaɗai ke iya yanke shari'ar. Nan take Rabi ta mayar masa da martani inda ta ce, "A garin Bakaro ne abubuwan da aka ce ana zargin su suka gudana, a nan ne aka yi laifin da ake magana a kai. Shi Majistaren nan ɗin yana da ikon ya yanke shari'ar: ko dai ya sallame su baƙin-ciki ko kuma ya miƙa shari'ar ga Babban Kotu."

Majistaren ya amsa cewa lallai Rabi ta faɗi gaskiya, har ya kawo misalan shari'a ire-iren wannan da shi ne ya yanke su. Amma duk da haka ya ce dole ne Rabi ta yi shirin fayyace ma Kotu cewa laifin nan guda kacal ne su waɗannan mata suka yi.

342

Ai fa Rabi ba ta yi wata-wata ba kawai sai ta ci gaba da bayar da bayani, "Akasin abin da ake cajin, a zahiri matan nan ba su yi wani abu da za a ce sun yi wa tsarin tsaro ko kuma ita kanta Jihar illa ba. Ba wata shaida, ba kuma za a sami wata shaida ba, wadda za ta nuna su masu shirin maƙarƙashiya ne. Ana iya bayyana mai shirin maƙarƙashiya da cewa shi mutum ne wanda da gangan, da sanannen ciki, ya yi ƙoƙarin gurgunta gwamnati don ya hamɓarar da ita. Da farko dai, matan nan ba su da wannan niyyar, ba su ɗauke da makamai, kuma abin dariya ne baƙin-ciki a gungun mata talakawa marasa makamai a wani ƙauye guda ɗan ƙarami na wannan gari za su yi yunƙurin wargaza tsaron Jiha ko kuma su nemi hamɓare Gwamnatin Jihar ta wannan babbar ƙasa mai ƙarfin gaske. Ina roƙon Kotu ta yi watsi da wannan cajin."

Sai Mai Gabatar da Kara ya waiwaya cikin Kotun, yana kallon jama'a, da gani dai ya ruɗe ya rasa ta cewa. Majistaren ya dakata na ɗan lokaci, gogan namu ɗan sanda bai ce komai ba.

"Wannan cajin an soke shi," in ji Majistaren.

"Ina nuna wa Kotu cewa waɗannan mata ba wani jinsi ne na musamman ba, ba su kasance haka ba, ba kuma za su taɓa kasancewa hakan ba, saboda haka ba shi yiwuwa a ce suna nuna ƙiyayya ga wani jinsin mutane."

Kamar an tashe shi daga barci, wuf sai Mai Gabatar da Kara ya yi zumbur ya miƙe tsaye ya ce da babbar murya, "Ba mu yarda ba!" yawu na fita ta bakinsa yayin

343

da ya faɗi hakan. Ya ci gaba da yunƙurin kawo bayani, "Amina ta gaya mana akwai aji biyu ne a cikin al'ummarmu, masu arziki da talakawa. Har ta gaya mana ɓaro-ɓaro cewa tana harhaɗa kan talakawa ne don su yaƙi masu arziki. Ta yi ta nanata mana cewa dole a hamɓare masu mulki na yanzu a samar da wani tsarin sabo a matsayin wanda muke da shi. Ta kuma amsa cewa gabar da take yi wa masu mulki har illa ma sha Allahu ne."

Wannan bai sha ma Rabi kai ba. "Ba mu da wani tsarin aji-aji a cikin al'ummarmu," ta shiga kawo dalilai. "Batun nuna ƙiyayya ga jinsin wasu mutane abu ne da 'yan mulkin mallaka suka soka a tsarin shari'armu. A cikin al'ummarmu akwai mu da kabilu manya da ƙanana, akwai jinsi na Addini da na harsuna. Idan muka yi maganar wasu suna da dukiya tsagwaronta, da gani ita Amina tana cikin masu dukiya ɗin. Idan Kotu ta yarda cewa babu wani tsari na aji-aji, ashe kuwa babu batun a ce ana samar da ƙiyayya tsakanin wannan aji da wancan. Ita da sauran matan da suke tare da ita, ba su samar da ƙiyayya tsakanin wasu jama'a ba. Ina roƙon Kotu ta soke wannan cajin."

Majistaren ya soke wannan cajin.

"Wanda dai ake ce masa ɓarawo, a sawwaƙe," in ji Barista Rabi, "shi ne wanda ya ɗauki kayan wani ba da sani ko yardar shi wanin ba. In kuwa muka tsayu a kan wannan fassara, waɗanda ake zargin ba za a kira su ɓarayi ba. Ba shakka mun yarda cewa sun ɗauki waɗansu kayan amfani daga gidajensu, amma kuma ai ba za a kira haka yin sata ba don kuwa mazansu suna wurin. Abu ne da rana kata, ba kuma wanda ya tsayar da su. Mazan nasu ba su ma kai ƙara wajen 'yan sanda ba. Saboda haka mun ɗauka cewa waɗannan abubuwa an ɗauke su ne da sanin, kuma a taƙaice da yardar, mazan ne. Don haka matan ba su dace da cajin da ake yi musu ba."

"Saboda haka an soke wannan cajin," in ji Majistaren.

Amina dai saurare take abu kamar a mafarki. Baya ga duk uzzurawar da suka fuskanta, da azabar zaman gidan maza,, da mamaki a ce komai yana tafiya cikin sauƙi hakan nan a yanzu. Daga nan dai ta ci gaba da sauraren Rabi tana jan linzamin zaman Kotun; ita dai ba ta ko bin diddigin me ake cewa. Aka ci gaba ana share caje-cajen da aka yi wa matan, shi kuwa ɗan sanda Mai Gabatar da Kara ya ma rasa ta cewa ne, yana ji kamar ya ga aljani. Aka dai yi watsi da kusan duk abubuwan da ya gabatar. Ko da mafarki bai zaci za a sami wata mace irin Rabi ba da za ta kayar da shi warwas a Kotu.

"Kotu ta lura mun yarda lallai matan nan sun yi taro duk da an haramta yin hakan, amma kuma ai ba su haifar da rashin zaman lafiya ba kamar yadda ɗan sandan nan ya ce. Komai na matan sun yi shi ne cikin lumana – ba inda aka yi faɗa ko wata tarzoma lokacin tarurrukan nasu. Ina tuna ma Kotu, cewa ba a samun yin barazana ga zaman lafiya sai fa in an ji wa wani ciwo sakamakon hakan."

"Ba mu yarda ba!" Mai Gabatar da Kara ya ce, wannan karon da muryarsa ƙasa-ƙasa. "Matan nan sun yamutsa zaman lafiyar mazansu suka kuma hana masu 'yancinsu...Ina nufin duk wanda yake da mata ai yana son ya amfana da dangantakar tasu," ya dai yi ƙoƙarin kawo bayani.

Aka fashe da dariya cikin Kotun. "Maganar amfani kai tsaye ko kuma a shaguɓe na miji a kan matarsa babu ita a tsarin shari'armu," Rabi ta ce, ita ma tana dariya. "In har da akwai kuwa, sai dai ko a cikin gida. Saboda haka ina roƙon Kotu ta soke wannan ƙin yarda da aka yi."

"An soke ƙin yardar."

"Ita Amina," Rabi ta ci gaba da magana, "ba dole ne ta taimaka wa 'yan sanda ba game da bincikensu. Ba a cewa ta yi laifi wai don ta yi shiru."

Majistaren ya gyaɗa kai don nuna yardarsa da maganar.

"Wadda ake zargi ta farko ba a iya zarginta da laifin yin bore don kuwa ba ta jawo wata tarzoma cikin jama'a ba, ba a yi wata maƙarƙashiya ga Jiha ko Tsarin Mulkinmu ba; ɗungun ba ta hassala rashin zaman lafiya ba."

"Haba!" in ji Mai Gabatar da Kara da babbar murya. Ya ruɗe baƙin-ciki, ya cika da mamaki. Yana ta girgiza kai. "Sau da yawa ita Amina ɗin ta sha kira ga talakawa cewa su tashi tsaye su yaƙi waɗanda take kira wai karnukan sabon tsarin mulkin mallaka da kuma mulkin kama-karya. A wannan matsayin ta dage yayin da muke yi mata tambayoyi. Ita da abokanta 'yan makaranta suna da wasu ƙasashen waje da suke mara masu baya don hamɓare zaɓaɓɓiyar gwamnatinmu ta dimokuraɗiyya. Har ma fariya take game da dangatakar da take da ita da masu hamayya da Gwamnatin. Ga alama dai lauyar matan nan ba ta san hakan ba sosai."

Rabi da Amina suka yi arba, Amina ta ga cewa akwai tausayawa tsagwaro a fuskar ta Rabi. "Ina son in sanar da Kotu," in ji Rabi, a hankali kamar tana ba da shifta, "na san Amina sarai, ba sanin shanu ba, na kuma san irin abin da take iya yi. Na dace da muka yi karatun aikin lauya tare da ita a jami'a. In da Mai Gabatar da Kara ya san me ya kawo Amina Kotu yau, da ko don girmama wannan sana'a tamu, da ya kawo shaidar da ake bukata don nuna gaskiyar abin da yake faɗi. Ina ba shi shawarar ya koma makaranta ya koyo yadda ake gabatar da ƙara kafin ya sake tsayawa gaban kowane Majistare ko Joji.

"Amma bari mu komo ga ƙarar da take gabanmu. A matsayinta na 'yar ƙasa cikakkiya, Amina tana da 'yanci faɗin abin da ta ga dama; Mai Gabatar da Karar ya gaza nuna wa Kotu cewa kalmomin da ta yi amfani da su suna iya kawo illa ga zaman lafiya ko su haifar da tarzoma. Mun yarda cewa matan nan sun yi taro ba bisa ƙa'ida ba, amma muna son Kotu ta dube su a matsayin waɗanda wannan shi ne yin laifinsu na farko. Muna sane cewa a kotuna an sha samun ire-iren haka, amma aka saki masu laifin, in har abin ya yi ƙamari, akan gindaya masu wasu sharuɗɗa ne kafin su yi firi. Ina roƙon Kotu

347

ta ba ni damar tunatar da junanmu cewa yi wa ƙasa zagon ƙasa mafi girman laifi ne a fagen shari'a. Haka kuwa yakan faru ne idan aka sami 'yan ƙasa sun ja ɗamarar yaƙi da ƙasa, amma kuma shi zargin mutum da babban laifi na cin amanar ƙasa yana tabbata ne ga wanda ya yunƙuro don hamɓare zaɓaɓɓiyar gwamnati – su kuwa waɗanda ake zargin nan, su matan nan, ba su yi wannan ba sam-sam.

"Bugu da ƙari, sahihancin shari'antakar abu yana kasancewa ne da cewa ba wani abin da yake zama laifi sai fa in doka ta hana shi. Muna nuna cewa abin da matan nan suka yi doka ba ta hana ba. Wajen zartar da hukunci a kan wannan ƙara, ina roƙon Kotu da babbar murya ta tuna da wani abu muhimmin gaske da ya shafi wannan cajin game da doka mai adalci – samun karɓuwar dokar kanta. Adalci," Barista Rabi Usman ta sake jawo hankalin Kotu, "shi ne a aiwatar da doka yadda ya kamata. Saboda haka ina roƙon Mai Shari'a, cikin ladabi da ban girma, da a zartar da hukunci ba tare da nuna son zuciya ba. Ina tuna ma Kotu cewa a wasu ƙasashe kotunansu sun yi ƙaurin suna ne wajen rashin yin adalci ga mutanensu; abin da nake fata a yau shi ne wannan ƙasa tamu ba za ta faɗa sahun waɗancan ƙasashen ba. Al'ummarmu tana taƙama ne da dimokuraɗiyya."

Rabi ta ƙare maganarta cikin ƙarfin zuciya da nuna ta san me take yi tana kuma da iliminsa. Kowa a cikin Kotun nan ya girgiza. Duk an yi tsit. Mai Gabatar da Kara ne kawai ya sunkuyar da kansa ƙasa ya yi kasaƙe...

348

"A ƙarshe," Rabi ta ci gaba, "yana yiwuwa a ce Amina ta yi wani laifi ɗan ƙarami, amma masu gabatar da ƙara sun kumbura abin ba gaira ba dilili da suka ce wai ta yi babban laifi na neman cin amanar ƙasa, ba tare da sun kawo takamammun shaidu na hakan ba. Tun da kuwa ba su kawo alama mai ƙarfi kan tuhumar da ake wa matan da ake zargi ba, ina roƙon Kotu ta zartar da hukuncin cewa ba su da laifi. A taƙaice dai, ina son a sallami waɗanda nake wakilta a kuma wanke su daga dukan zarge-zargen."

"Masu gabatar da ƙara na 'yan sanda suna da abin cewa?" Majistaren ya yi tambaya.

Sufeton 'Yan Sanda ya miƙe tsaye ya fara magana, da gani yana iyakar ƙoƙarinsa ne, "A ganinmu an fa mayar da wannan shari'a kamar wani wasan kwaikwayo ne, wanda kuma ita shari'a ba haka ta sani ba. Mu mun so ne a ɗage sauraron ƙarar har na tsawon wata uku, a tsare matan don mu sami damar kammala bincike-bincikenmu mu kama waɗanda suka ranta cikin na kare, cikinsu har da shugabannin Kungiyar Ɗalibai da nas-nas da suka gudu kafin 'yan sanda su isa inda suke. Yin haka zai ba da damar mu yi aikinmu ka'in da na'in gami da sanin ya kamata mu kuma yi bincike mai zurfi game da wannan al'amari."

Yayin da yake magana sai Amina ta kalli inda jama'a suke zaune a Kotun; nan ta ga Peter Akin da Laila suka yi sauri suka fice daga Kotun. Amina ta so ta yi dariya, amma dai sai ta daure.

"Ina son in ce ko kaɗan ba mu gamsu da abubuwan da lauyar waɗanda ake zargin ta farfaɗa ba. Ta sukurkuta abin da doka ta sani, abin duka wani kuɗi wani bashi, duk ta birkita komai da hankali ke iya karɓa."

A karo na farko Rabi ta yi zumbur ta miƙe tsaye, "Ban yarda ba!" ta daka tsawa, ta kalle shi da shirin faɗa na ɗan lokaci. "Ina tuna wa Kotu cewa Mai Gabatar da Karar nan, a yadda doka ta kafa, ba shi da ikon ya yi magana a kan abin da aka riga aka yanke hukunci a kai. Ya sami cikakkiyar dama ya yi magana lokacin da ake shari'ar amma sai bai yi ba. Tun da mun riga mun wuce nan, ni kam ban gamsu da maganganunsa ba."

"Kotu ta yarda da ƙin yardarki."

"Ba shakka," Sufeton 'Yan Sandan ya ci gaba, "mun sani Kotu ne ke da 'yancin yanke hukunci. Ina roƙon Kotun ta yanke wa matan nan 'yan iska horo mai tsanani. In ba a yi haka ba, zai zama kamar doka ba ta wani kataɓus ne a cikin al'ummarmu. Matan nan da muke gani, musamman ma dai Amina, sun tafka manyan laifukan da suka shafi wannan Jiha, in har aka sake su ina tabbatar ma Kotu ba za a sami zaman lumana ba. Irin matan nan suna cikin manyan miyagun masu lafi da ƙasar nan take fama da su a yau, kuma hakkinmu ne 'yan sanda mu ga an kawar da irinsu duk inda suke kuma a share duk wasu masu shirin gurɓata mana al'umma da miyagun ra'ayoyi. Masu iya magana sukan ce duk ɗan da ya so hana uwarsa barci, to, shi ma ba zai yi barci ba. Waɗannan matan ba sa son mu yi barci."

350

Majistaren ya miƙe tsaye, amma ya nuna cewa kowa ya zauna, sannan ya ce, "Za ni ofishina na tsawon wasu 'yan mintoci. Su waɗanda ake zargin su ci gaba da kasancewa cikin Kotun."

26

ajistaren na fita Kotun sai Barista Rabi Usman ta tsallaka ta je inda Amina take, tana murmushi, ta yi mata magana cikin ruwan sanyi. "Kar ki damu, Amina. Na tabbata za a sallame ku, ko da bisa wata yarjejeniya ce. Sau da yawa haka akan yi wa masu laifi karon fari game da yin taro ba izini. Ko da yake an ce Majistaren mai ra'ayin mazan jiya ne, amma na haƙiƙance zai tausaya maku."

Kamar yadda Amina ta sha jinin jikinta, ba ta zaton komai zai tafi haka kawai cikin sauƙi. Majistaren yana shigowa ita ya fara yi wa tambaya.

"Malama Amina, ina son in yi maki wasu 'yan tambayoyi. Ina tabbatar maki yin haka ba shi da wata alaƙa da yadda zan yanke hukunci. Wasu abubuwa nake son in ƙaru a kai. Mene ne ra'ayinki game da matsayin mata a cikin al'umma?"

Wannan ya ba Amina mamaki ƙwarai, amma sai ta natsu don kada a fahimci hakan. Ta gyara tsayuwa, ta gyara murya, ta ce, "Ya kamata a ɗauki mata a matsayin waɗanda suka san ina aka dumfara, kuma a ba su damar more duk daɗin da ya halatta ga ɗan-Adam. Bai kamata a riƙa ci da guminsu ba ko kuma a riƙa ƙwazzabar su. Mene ne ra'ayinka game da matsayin mata?" ta yi tambaya.

"Ni ba ina gaban shari'a ne ba," ya amsa mata da dariya. Ya ajiye alƙalaminsa, ya haɗa yatsun hannuwansa, ya jingina a kujerarsa. "Amina, hakkinki ne ki bayyana wa Kotu me ya sa kika yi abin da kika yi."

Amina ta dai gane ita kanta ce ake son ta yi bayani dalla-dalla ta nuna halaccin matakan da ta ɗauka – da kuma su sauran 'yan'uwanta matan da ke nan bayanta. Ta ja numfashi mai tsawo kana ta ci gaba da magana. "Na sa kaina cikin mata talakawa ne saboda na lura su wani jinsi ne na al'umma waɗanda a kullum ana ci da guminsu kuma ana danne masu hakkokinsu da 'yancinsu."

"Me kike nufi da hakkokinsu da 'yancinsu?"

"Wannan ƙasa tamu ba memba ce ta Majalisar Ɗinkin Duniya ba?"

"Memba ce."

"Ba ta sa hannu a Yarjejeniyar 'Yancin Ɗan-Adam ba?"

"A wannan Kotun ni ne nake yin tambayoyin."

"A nan ne aka rubuta cewa kowane ɗan ƙasa yana da 'yancin rayuwa kanta, 'yancin kada a azabtar da shi ko a bautar da shi, damar yin walwala, damar yin tunani yadda ya so ya kuma bi Addinin da yake so, 'yancin cuɗanya da kuma zuwa inda ya ga dama, damar samun aiki, ilimi da kuma kariya cikin al'umma. Don Allah, gaya mani, shin waɗannan ire-iren 'yanci ba a yin watsi da su a wannan al'umma tamu?"

"Don wannan ne kika yamutsa mana lumana da zaman lafiya?"

"Lumana don wa? Zaman lafiya saboda me? In har dai lumanar nan don wasu 'yan tsirarun mutane ne su mallake kuma su danne mafi yawan mutane, to, lallai kam babu lumana har abada; in kuma zaman lafiya don danne mafi yawan mutane ne, a kuma riƙa ci da guminsu, to, shi ma irin wannan zaman lafiyar ba zai taɓa ɗorewa ba. Bari dai in faɗi abin nan ɓaro-ɓaro..."

"Ji nan, Amina," Majistaren ya katse mata hanzari. "Kada ki mayar da wannan muhimmiyar Kotu wani dandalin siyasa."

"Komai ya ta'allaƙa ne a kan siyasa..." Amina ta ce kafin Rabi ta katse mata zance.

"Ina son in miƙa cikakken ban haƙurina ga Kotu da yawun Amina. Ina roƙon Kotu kada ta ɗauki abubuwan da Amina ta ce a kan suna da wata ma'ana daban. Zurfin tunaninta ya kwashe ta ta shiga magana irin wannan, hakan kuma yakan faru ga duk wanda yake cikin halin matsi irin nata ɗin nan. Na tabbata za a fahimci abin da ya sa ta farfaɗi zantukan nan a kuma gane me take nufi."

Ga Amina ba a dai take bakin tsanya ba. Ga wata dama babba ta samu ta yi bayani dalla-dalla game da yadda take ganin abubuwa ba kuwa za ta yarda damar ta kuɓuce mata ba. Sai ta ci gaba da magana a tsanake, "'Yan sanda sun yi mugun ji mana ciwo, sun yi kisan kai a ruwan sanyi, sun kashe ɗaya daga cikinmu, matashiya mai ƙoƙarin gaske cikin jama'a; maimakon a kawo su gaban shari'a a hori mai kisan kan, sai mu ne aka kawo Kotu. Yaya waɗanda suka yi laifi su kansu za a ce su kawo wasu waɗanda su suke kira wai masu laifi?"

Mai Gabatar da Kara, yana cike da fushi, ya yi zumbur ya miƙe tsaye don ya nuna rashin yardarsa. "Mu kam mun ɗauki wannan magana da ta yi a kan babban ɓatunci ne ga mutumcin ƙungiyar 'yan sanda baƙin-ciki. Ina kira har yanzu dai cewa lallai wadda ake zargi ta farkon nan a yi mata shari'a kuma a hukunta ta da horo mai tsanani. Amma kuma yana yiwuwa tana da taɓin hankali ne, tana bukatar a kai ta asibiti a yi mata gwajin tabbatar da hankalinta."

"Ina jin lafiyarta lau. Na sha gamuwa da irin waɗannan mutane da ake zargi," in ji Majistaren, yana juyawa zuwa ga Amina. "Su 'yan sanda aikinsu kawai suka yi. Ki cire su daga wannan."

"Amma ai su 'yan sandan suna cikin wannan al'amari tsundum. Ba shi yiwuwa a ce su 'yan ba-ruwanmu ne." Amina ta dai tsaya a kan bakanta, tana nuna shi Mai Gabatar da Kara. "Su ne masu taimaka wa rashin adalci, danniya da murƙushe jama'a ba gaira ba dalili a cikin wannan al'umma tamu."

"Kar ki shigo da 'yan sanda cikin zancen nan," Majistaren ya sake cewa.

"Ina labarin haraji?" Amina ta tambaya.

"Kowa yana biyan haraji. Ni ma ina biya," ya ce, yana murmushi.

"A wannan ƙasa tamu mata sun yi bore lokacin da aka fasa harajin da bai dace ba. Ba abin da muke yi sai bin sawun wannan ɗin da muka ce ba za mu biya ba," Amina ta tabbatar masa. "Me zai sa masu arziki su yi ta wadaƙa a cikin harajin da talakawa suke biya? Gwamnati ta ce dole mu biya basussukan da aka ciwo daga ƙasashen waje, amma kuma ai lokacin da jami'an Gwamnati suka karɓi basussukan nan ba su yi shawara da mu, ba su nemi yardarmu ba, ga shi kuma har ya zuwa yanzu ba a san me suka yi da kuɗin ba. Abu dai ba guga ba gawayi. Maimakon a sami ci gaba, yanayin rayuwar talakawa sai daɗa taɓarɓarewa yake yi. Da wannan, me zai sa mu biya?"

"Shin kin san laifi ne mutum ya ƙi biyan haraji?" Majistaren ya tambaye ta.

"Kwarai kuwa! Amma kuma ta yaya za mu yi a san abubuwan da suke damun mu?"

"Wannan shi ya sa a shirye kuke ku haifar da tashin hankali?" ya tambaye ta.

Amina ta yi murna da wannan tambayar. Da ma kamar ita take jira. Ta dubi inda matan suke, kuma ta juya ga inda sauran 'yan kallo suke. Ta yi murmushi.

Kotun ta yi tsit kamar a ji numfashin mutum. Kowa kuma ita aka zura wa ido. Ta ɗan matso waje, ta gyara murya. "Bari in ba ku bayani game da gundarin rashin imani a yadda ni na fahimce shi. Idan aka sami 'yan ƙananan 'yammata da ba su san komai ba, aka aurar da su tun suna 'yan yaransu, aka bi su aka naƙasa masu jikinsu, wannan ba rashin imani ne ba? Idan aka tilasta wa 'yammata su auri mazan da ba su taɓa gani ba, ba tare da an tambaye su komai ba – suna son su, me suke ji game da su – wannan ba rashin imani ne ba? Idan aka yanke hukunci a kan matar da ta yi zina cewa a je a jefe ta har sai ta mutu, shi kuwa gogan da ya yi zinar da ita aka sallame shi tsaf ya tafi abinsa, wannan ba rashin imani ne ba? Idan a nan duniya wasu mutane aka tabbatar cewa su kam sun dawwama cikin matsanancin talauci tsawon rayuwarsu, su kuma mata ma musamman aka danne masu hakkinsu na 'yancin ɗan-Adam kuma aka mayar da su tamkar bayi, wannan ba rashin imani ne ba? Idan maza suka sami matansu suka yi ta bugu yadda suke so, ko kuma a dinga yi wa 'yammata fyaɗe ana fariya da hakan, wannan shi ne soyayya? Idan aka wulakanta mata aka kuma tura su zuwa ga karuwanci, wannan ba rashin imani ne ba? Idan aka hana ma mata yin aiki da za su sami abin kansu, wasu kuma haka kawai ba gaira ba dalili aka fid da su daga gidajensu, wannan shi ne lumana? Idan aka kori talakawa daga gonakin da suka mallaka, aka bi su kuma da haraji mai nauyi mara tushe, mene ne wannan? Lokacin da muka fice daga gidajenmu cikin lumana don mu nuna rashin amincewarmu da ci da guminmu, rashin adalci da kuma uzzura mana da ake yi ba iyaka 'yan sanda kuma suka biyo mu suka far mana da duka, da jefa mana tiyagas, har ma suka kashe ɗaya daga cikinmu, wannan ba rashin imani ne ba?"

Kotun dai tana ji tsit har sai da Amina ta dakata da magana. Ta sunkuyar da kanta ƙasa tana ta numfarfashi. Can sai ta ji muryar Majistaren.

"Ina jin ai ya isa hakan nan. Ko kuwa in ce kin shaƙatar da mu ne kuma ya kamata ki ja burki? Akwai ma kasada gare ki in aka bar ki kika ci gaba. Gaya mani abu guda: Kuna iya yin alkawarin komawa gidajenku cikin lumana?"

Amina ta juya ta kalli sauran 'yan'uwanta matan. "Masu magana sukan ce kana iya kai doki rafi amma ba ka iya tilasta masa ya sha ruwa."

Kowa ya fashe da dariya a Kotun.

"Me zai faru idan shi dokin yana jin ƙishi?" Majistaren ya tambaya yana murmushi.

"Zai sha ruwan," Amina ta amsa masa, ta fashe da dariya.

Duk Kotun ta cike da dariya. Ana cikin wannan hali sai Barista Rabi Usman ta tashi tsaye

"Ina roƙon a ba ni damar yin magana."

"An ba ki," Majisaren ya ce, yana murmushi.

"Kafin a yanke hukunci, ina son in gaya wa Kotu cewa matan nan da ake ƙara, da ita kanta Amina dai musamman, sun yi nadama da abin da ya faru. Ina roƙon Kotu ta yi watsi da abubuwan da Amina ta farfaɗi. Ina magana da yawun waɗanda nake karewa cewa ina tabbatar wa Kotu irin hakan ba zai sake faruwa ba. Kamar dai yaddda kowa yake iya gani, matan nan masu ƙaunar lumana ne, kuma za su koma su ci gaba da zama lami lafiya daga yanzu."

Majistaren ya jawo 'yan takardunsa kusa-kusa ya fara karanta hukuncinsa. "Na yi nazari a hankali kan abubuwan da suka shafi wannan ƙara da aka kawo gaba gare ni, kuma halin da matan nan suka shiga ya ba ni tausayi ƙwarai. Na lura sun sha wahalar gaske da kuma lura da su wane ne abin ya shafa, musamman ma dai ita wadda ake ƙara ta farko wadda take matar sanannen ɗan Majalisa ce. Bugu da ƙari, masu shigar da ƙarar sun kasa tabbatar da caje-cajen da suka kawo kuma ba su nuna wa Kotu ɓaro-ɓaro cewa waɗanda aka yi ƙarar sun aikata laifuffukan da ake magana ba. Saboda haka na sallame su a kan dukan caje-cajen da aka yi masu illa guda ɗaya kacal. Game da yin taro an sallami waɗanda ake zargin amma bisa wata yarjejeniya.

"Na umurci matan su koma gidajen mazansu su zauna cikin lumana. Ina kuma jan kunnuwansu da su kasance masu mutunta doka, ina kuma tuna masu cewa muddin suka sake irin wannan nan gaba za a yi masu horo mai tsanani. Duk mu taru mu zauna lami lafiya. Allah Shi taimaka mana. Hukuncin da na yanke ke nan. Kotu ta tashi!"

A can waje Rabi ta je inda Amina take suka rungumi juna suna dariya. Amina ta fito ne tana jin tamkar ita wata mace ce daban. Rauni ya buge ta, ga yunwa, ga ko'ina yana ciwo ga tsintsar gajiya. Duk da haka ta yunƙura iyakar ƙoƙarinta tana takawa a hankali ta dumfari taron mutanen da ke nan waje suna jira. Dalibai da wasu mata suka dinga sowa suna tafa hannu lokacin da ta wuce su. A wannan halin da take ciki, murna take ba ta ba ɗimbin masu goyon bayanta kunya ba, kamar dai yadda fuskokinsu suke nuna mata.

Amina ta dumfari inda Zainab take tsaye, riƙe da ɗanta Mainasara. "Yaya kuke?" Amina ta tambaye ta, ta shafa kan ɗan nata.

"Lafiyarmu lau. Na ji an sake ku ko?" Zainab ta ce mata, cike da murna.

"E. Yaushe kuka fito asibiti?" Amina ta tambaye ta.

"Yau da safe."

"Ki je gida ki jira ni," Amina ta ce. Nan take sai ta ji jiri ya kama ta, ƙafafunta kamar ba za su iya ɗaukarta ba. Yashi mai laushin da take tsaye a kansa ya shiga ƙona mata ƙafafunta marasa takalma. Ta duƙa ta sa hannuwanta a kan guyawunta ta ɗan yi shiru. Barista Rabi Usman ta rugo da gudu zuwa wajenta. "An dai gama komai da komai da ya shafi wannan shari'a. Na sanya hannu a kan takardun da ake bukata da yawunki; yanzu kina iya tafiya gida."

"Na gode ƙwarai," in ji Amina.

Rabi ta dubi Amina, cike da damuwa. "Amina, kina fama da jiki, ga rauni. Ya kamata ki sami cikakkiyar hutawa. Don Allah maza gida. Allah Shi kawo sauƙi."

"Amin," Amina ta amsa mata. "Taƙarƙarawa zan yi zuwa gida."

"In kin natsa ina son ni da ke mu zauna don tattauna maganar shigar da ƙarar 'yan sanda muna zargin su da kisan Larai mu kuma nemi a biya mu diyya. Ke ce babbar shaida," Rabi ta ce mata.

"Diyya?" Amina ta nanata, tana murmushi.

<hr>

27

Amina ta shiga mamakin me zai faru ga matan nan yanzu? Yaya mazansu za su yi da su? Me zai faru nan da 'yan mintoci, ko awoyi ko kwanaki, ko makwanni, ko watanni ko shekaru? Ta wawwaiga ta kakkali tarin mutanen da suke watsewa. Wasu 'yan sanda da suka dumfari motocinsu suna ta zagin ta, amma ita ko ta kula. Ɗalibai suna ta rawa da waƙa, suna zolayar 'yan sandan. Ta juya ita dai tafiya take, yashin nan mai zafi yana ƙona ƙafafunta, ba ta ma san ina ta dumfara ba. Ta isa ƙarshen hanyar, inda ciyawa ce a ko'ina. Ta ratsa hakan nan, ta bi ta wata 'yar siririyar hanya tana ratsa sunkurun.

Sai ta ji wani yana zuwa a guje a bayanta, yana kiran sunanta. Ta ji lallai ta san wannan muryar. Ta mijinta ce. Ta ja ta tsaya ta waiwayo shi. Ya iso inda take yana ta numfarfashi. Amina ta tsaya zuru, ba ta ce masa komai ba, ba ta ma san me za ta ce ba. Da ƙyar ma ta iya jin abin da yake cewa lokacin da yake roƙon ta, "Don Allah Amina, ki dawo. Zan kula da ke ƙwarai da gaske. Mu mance duk abubuwan da suka faru. Ni kam na riga na yi hakan. Don Allah ki zo mu je gida."

Amina ta yarda Alhaji Haruna ya riƙe hannunta zuwa inda motarsa take. Ya buɗe mata ƙofar gidan gaba; kaɗan da ta faɗi warwas kan kujerar. Suka kama hanyar gida, ko'ina a kan titi sai mata da masu yi masu barka da arziki. Kowa da ganin Amina sai sowa da girgiza hannu, ita kuma ta mayar masu da ɗan abin da take iyawa na girgiza nata hannun. Da suka dumfari tsakiyar garin, sai ta fahimci ba gidansu suka nufa ba.

"Ina za mu?" ta tambaye shi.

"Sabon gidanki," ya amsa mata.

Motar ta nufi arewacin garin ta nan tagwayen hanya. Direban ya karya hagu a wata hanya shuke da itatuwa dama da hauni a nan GRA. Daga nan Alhaji Haruna ya ce wa direban ya yi kwana dama ya tsaya gaban wani gida.

"Wannan shi ne sabon gidanki," Alhaji Haruna ya ce wa Amina, ya riƙe hannunta suka shiga ciki.

"Na gode," Amina ta ce masa, yayin da take neman zama a kan wata kujera mai taushi mai ɗaukar mutum uku.

"Zan ba ki dama ki huta. Gobe ma yi magana," ya ce mata, ya tsare ta da idanu.

"In sha Allah," ta mayar masa da 'yar murya kamar tana raɗa. Alhaji Haruna ya dube ta, cike da damuwa.

"Hawwa tana nan a baya. Bari in je in kira ta," ya ce, ya fice ta ƙofar baya. Ya dawo tare da Hawwa; bayan 'yan mintoci sai ya ce masu sai an jima.

361

Hawwa ta yi murna ƙwarai da ganin Amina, amma kuma da ta lura da halin da take ciki, nan da nan sai ta je ta kawo mata abinci.

Amina ta ci abincin yadda take so; ta fara jin ƙarfi yana dawo mata. Daga baya sai ta kwanta a wannan kujerar, gajiya ta hana mata tashi zuwa ɗaki. Da ta rufe ido sai duk abubuwan da suka faru Jumma'ar da ta wuce suka dawo mata a zuciya tamkar ana nuna bidiyo a hankali. Ta ga kanta ga ta tana sa jan baki tana kuma fesa turare. Ta ji ƙarar jiniya ga 'yan sanda sun iso a cikin motocinsu ta kuma ga fuskokin Sufritanda da mataimakinsa, ta ji odar da suke bayarwa ga mutanensu ta kuma ga sahun da su 'yan sanda masu hular kwano suka yi. Ta gan su suna dumfaro su, suna buga ƙafafunsu a ƙasa, suna riƙe da bindigoginsu da gwangwanayen tiyagas, suka far ma matan da ba su da makami ko na taɓarya ko muciya. Kayya! Ta ji ƙarar tiyagas da aka fara jefa masu ... matan suna ta tari, suna gudu, suna kuka...duk wuri ya yamutse... 'yan sanda suna bin mata suna ta bugu, suna masu ihu, suna harbin su da ƙafa, suna kama 'yan'uwanta.

Ta ma fi tunanin Larai, wadda har ya zuwa yanzu ba ta ma sami damar yin kewar rashin ganinta ba. Ta tuno da gamuwarsu ta farko a bukkar Larai ɗin, da komawar Larai gidan Amina, da yadda takan tsayu in an sa ta aiki, da yadda take son neman ilimi, ga ta da iya waƙa da kacici-kacici da ban dariya; ga ta da ƙwarewa wajen girki. Yadda Larai ta rasu ya dawo mata a zuciya. Ta gan ta kamar a fili ga ta cikin waɗanda suke ta kuka, suna tari, suna ta fama da 'yan sandan da suka far masu, daga baya Larai ta sami kuɓucewa sannan ta nemi tserewa daga wannan aika-aika. Bidiyon da Amina take kallo a zuciyarta ya ƙi ƙarewa har sai da ta ga wani ɗan sanda ya ɗaga bindigarsa ya yi saiti, ta ji ƙarar fitar harsashi, ta ga yadda harsasan suka huhhuda ma Larai baya.

"Wayyo Allah, wannan yarinya. An ƙaddara za ta mutu da ƙuruciya, cikin talauci, kuma da mugun ƙarshe irin haka. Ita kam duniyarta ta tashi. Ba sauran tunanin rigimar rayuwa, ba sauran zama cikin yunwa, wulakanci da halin rashi, babu daren da ba mai kulawa da ita, ba ta da sauran damuwa, kuma babu batun diyya. Watan wata rana, a bisa ruguzazzun garuna na wannan ruɓaɓɓiyar mafaka za mu tayar da makaranta ta musamman, cibiyar samun ilimi, wadda za mu sa mata suna don tunawa da ke: Wannan cibiyar neman ilimi an kafa ta ne da sunan Larai.

Shagargari Amina ba ta tashi ba sai wajen hantsi. Kanta ya daina ciwo, amma har yanzu dai tana fama da gajiya. Can sai ga mijinta ya shigo.

"Barka da hantsi, Gimbiya. Mun kwana lafiya?"

"Lafiya lau, sai dai gajiya tana nan. Kar ka tambaye ni game da ita."

"Yaya kika ga gidan?" Alhaji Haruna duk ya ƙosa ya san ra'ayinta.

"Gida ne babba. Na gode."

"Kusan duk wani abin da za ki nema an tanade shi a nan."

"Kai, madalla."

"Amina," ya sami kujera ya zauna kusa da ita, "ina son in ba ki dama ta biyu na samun dawo da rayuwarki yadda ake so a matsayin matata. Wannan karon, babu sauran wasu abokai daga jami'a, ba sauran tarurruka a jami'a, ba wasu shirye-shirye na gwaji da wasu mata. Ki zauna a gida tsaf lillahi, ki yi zaman aure a ke ce matata." Daga nan ya yi shiru, Amina ma ta zauna shiru tana sauraren sa. "Kina da wasu bukatu na musamman?"

"A rika kawo mani jaridu kullum?"

"Kwarai kuwa!"

Alhaji Haruna ya miƙe zai fita. Ya dube ta ya tambaye ta a hankali, "Na ce ba, yau cikinki wata nawa ke nan?"

"Ya gilma uku da kaɗan, ina ji."

Bayan shuɗewar makwanni da dama, sai aka bugo wa Amina waya. Bilkisu ce, wadda nata gidan ba shi da nisa da na Amina. Tana son ta kawo mata ziyara ne. Ba a jima da yawa ba sai ga ta ta iso. Tana murmushi ta ce wa Amina, "Ni da mijina muna Dubai ne yayin da aka yi wannan hargitsin." Suka zauna a nan falo Amina ta kwashe labarin duka ta gaya mata.

"Ke mene ne ya fi ba ki mamaki?"

"Gaskiya ni ban zaci Majistaren zai sallame mu ba. Na ɗauka kashinmu ya bushe."

"Su kuma 'yan sand fa?"

"Ban zaci za su zo mana da makamai haka ba, da harsasai na gaske kuma su muzguna mana a halin da muke ganin bai taka kara ba balle ya karya."

"An ce mani kin yi ta-maza kika yi magana a Kotu. Kin yi bitar hakan ne kafin a je ga shari'ar?"

"Ina? Ko kaɗan. Ni ai ban ma zaci zan sami dama irin wannan ba a ce in yi magana."

"Yaya zaman kurkuku yake?"

"Ba daɗi! Tsintsar tsanani!"

"Ina maki murna da fitowa daga wannan ƙazamin wuri, wai shi gidan yari. Kash! Yari dai bai yi gida ba."

"A'a, ai kowannenmu a gidan na yarin muke. Al'ummar tamu baƙin-cikinta babban gidan yari ne inda ake ta amfani da dalilai masu yawa kuma iri-iri don kulle mutane, inda sojoji da 'yan sanda su ne gandurubobin gidan na yarin."

"Kin damu da cewa mu aka kayar?"

"An kayar da mu a faɗa ne, ba a yaƙi ba. Mun rasa abin da muka mallaka da kuma 'yar'uwarmu, amma ba mu rasa tsayin dakan da muke kai ba. Saboda haka muna nan da ƙarfinmu. Mun gwada ina suke da ƙarfi, ina suke da rauni a cikin shirin nasu baƙin-cikinsa. Sun yi nasara wannan yaƙin, amma kuma ai nasarar tasu ta ɗan gajeren lokaci ne."

"Daga nan kuma fa?"

"Ba abin da zan iya cewa yanzu. Mu dai jira mu ga abin da gaba zai faru. Matan za su ci gaba da shan wahala, sai dai kuma yanzu sun san suna iya gwagwarmayar ƙwato wa kansu 'yanci. Dole sai mu sake farowa daga farkon fari, mu nemi haɗa ƙarfi da ƙarfe, mu zama tsintsiya maɗaurinmu ɗaya don samun ƙarfin zuciya don hawa kujerar-na-ƙi. Zanga – zanga da muka yi gami da ƙauracewar tamu ai ba a ga komai ba a bisa jerin gwanon boren da za mu yi nan gaba. Na lura talakawa ba su son rayuwa irin ta zamanin da, da dokoki waɗanda ba su da alaƙa da waɗanda aka yi dokokin don su, ga al'adu marasa ma'ana ko tasiri a rayuwar jama'ar da suke riƙe da su tamkar da haƙori. Jama'a suna ƙaunar canji, doka da oda don zaman lumana, ci gaba mai ma'ana, rabuwa da talauci, cututtuka da yunwa. Idan masu mulkinmu na yanzu ba za su taɓuka komai ba a halin da muke ciki a samu haƙa ta cim ma ruwa, dole mu yi yunƙurin tumɓuke su mu kafa yanayin da zai dace da bukatun kowannenmu duka."

"Shin ke kuwa mene ne gundarin abin da yake damun ki?"

"Shi ne yadda zan tsara sabuwar gwagwarmaya. A matsayina na Musulma, an hana ni in juya baya in na ga shugaba yana rashin adalci yau da gobe, kullum! Manzo Mai tsira da amincin Allah Ya ce, 'Duk wanda ya ga abin ƙi daga cikinku ya yi ƙoƙarin gyara shi da hannunsa.' Wannan ita ce hujjata. Kar ki ƙara, kar ki rage."

"Mijina ya ce ke mai aƙida ta ƙwarai ce, kuma a kan hakan kike tsaye."

"Ba zancen ba ke nan. Ni mace ce mai son aiki da yaƙini, yadda abu yake a zahirinsa. Duk abin da na tsayu a kai, nakan yi ƙoƙarin in ga ina tsaye a kan abin da yake iya yiwuwa ne, in kuma sa na tare da ni a kan irin wannan hanyar tabbatacciya. Na yi imani da rayuwar da Mahaliccina Ya ba ni, na yi imani da Shi Mahaliccin nawa, na kuma yi imani da yin gwagwarmaya. Sai mun yi hoɓɓasar gaske in har dai muna son mu samar da rayuwa mai amfani, kuma kowannenmu yana da tasa gudummawar da zai bayar. Yaya kuwa za mu yi shiru, mu ce mun zura wa Allah ido ya gyara, ga matsaloli suna ta fuskantar mu?"

"Me kike ganin muke bukata a wannan ƙasa tamu?"

"Wani mutum kamili wanda zai kawo canji baƙin-ciki ga al'ummarmu, ya kawo mana sabuwar hanyar rayuwa, ya samar da adalci, 'yanci da daidaito tsakanin jama'a, da soyayya, fahimta da girmama juna tsakanin dukanmu. Juyin juya-hali na sosai zai biya ma mafi yawanmu bukatunsu, ya samar wa talakawa da iyalansu filin noma, da abinci da rayuwa ingantacciya; su kuma ma'aikata ya zamana suna jin daɗin aikin da suke yi, kuma rayuwarsu ta yi tasiri; matasanmu a samar masu ilimi mai nagarta da kuma madogara ƙaƙƙarfa; su kuma mata a ba su damar sanya bakinsu a harkokin ci gaban al'umma. A taƙaice dai, muna bukatar juyin juya-hali wanda zai samar mana da al'umma sabuwa, mai tafiya daidai da zamani."

Matan nan biyu suka zauna shiru na wani ɗan lokaci; ba wadda ta ce komai. Can sai Amina ta yi magana, kamar tana rufe wata addu'a ce, "Ko da yake dai duk wasu matakai na kawo sauyi kamar yadda muka gani a tarihi akan gudanar da su ne shiru. Amma kuma ai ba haka tsit ake yin su ba. Waɗanda suke da kaifin kunne za su ji."

❖

Bayan kwanaki uku sai ga Hawwa ta zo da sassafe, da gani tana ɗauke da wani labari. Ta ce, "Amarya, kin saurari labarun yau kuwa?"

"A'a! Me ya faru?"

"An yi juyin mulki."

Amina ta kasa nuna zumuɗi irin na Hawwa, amma duk da haka sai ta kunna rediyo ko ta ji waƙa daga bakin mai ita. Nan fa sai ta ji irin waƙar nan ta soja mai nuna cewa wani abu ya faru. Ta yi ta saurare har sai da aka tsayar da wannan don a bayar da sanarwar cewar an hamɓare gwamnatin farar hula a sakamakon juyin mulkin da aka yi a cikin lumana, ba a zubar da jini ba. Nan ta ji wani yana faɗa wa jama'a abin da aka saba da shi in wannan ya faru.

"An ɗage Tsarin Mulkin Kasar har sai yadda hali ya yi.

An kafa dokar-ta-ɓaci nan take.

An wargaza Majalisar Tarayya da na Jihohi.

Za a kafa kotunan sojoji a kowace Jiha.

An haramta duk wasu tarurruka banda na Addini.

An ba 'Yan Sanda da Sojoji damar su harbe duk wadanda suke yin zanga-zanga.

An kafa dokar hana yawo daga fadawar rana zuwa asuba.

'Yan Sanda da Soja suna iya tsare duk wasu masu makarkashiya ba da gabatar da su gaban shari'a ba na tsawon yadda suka ga dama. Kuma suna iya shiga gidajen mutane ba da waranti ba don daukar dukan matakan da suka dace don samar da zaman lumana."

Amina ta ja numfashi mai karfi. In da dan lokaci kadan da ya wuce ne da wannan juyin mulki zai kasance mai wata ma'ana daban. Amma a yanzu, ita kam ko a jikinta. Bayan kwanaki uku sai aka nada wa wannan Jiha tasu Kantoman Mulkin Soja, Leftanar-Kanar Abubakar Usman. Shi kuma Alhaji Haruna, ya baro gidajen 'yan Majalisa ya dawo gidanta. Ta lura kamar shi juyin mulkin bai dame shi ba, kamar ma murna yake yi.

"Sojojin nan ba za su kashe mu ba," yake bayani. "Kuma ba na jin za su kwace dukiyoyinmu." Ita dai sai ta daga kafadunta kawai ta kalle shi. Bayan mako guda sai shi Kantoman Sojan ya fadi sunayen 'yan Majalisarsa, a ciki har da Alhaji Haruna, wanda aka ba shi Kwamishinan Kyautata Tattalin Arziki.

Ran nan da yamma sai ga Kulu, ta iso tana ta murmushi, farin-ciki ya rufe ta. "An nada mijina Minista a sabuwar Gwamnatin Soja," ta gaya wa Amina, tana alfahari. "Ban gaya maki cewa su Fatima da abokanta ragwayen banza ne ba? Duk ina suke yau? Sun ranta

369

cikin na kare sun bar ƙasar!" Ta yi ta dariya har sai da hawaye suka zubo mata, ta sa hannu ta share.

"Amina, ji nan," Kulu ta ci gaba da magana, "wannan wata dama ce kika samu na faro rayuwa sabuwa ful. Akwai kafafen samun kuɗi da yawa. Kada ki bari wannan dama ta wuce ki."

Amina ta amsa mata a hankali. "Kin gan ni nan, ciki gare ni. Kuma zan dakata ne sai na haihu lami lafiya kafin in yanke shawarar me zan yi nan gaba."

Duk wani abu game da juyin mulkin bai shalli Amina ba sai fa lokacin da Laila ta yiwo mata waya da dare. Muryarta tana makyarkyata. "Abubuwa sun dagule a nan jami'a. 'Yan sanda birjik ko'ina. An kakkama wasu malamanmu, wasu kuma an bi su gidajensu ko ofisoshinsu an ba su kashi. Kowa dai yana cikin tsoro da jin lallai ba zaman lafiya. An kama Peter Akin, yana nan tsare. Wasu 'yan yuniyon da suka nuna rashin gamsuwarsu da ɗage Tsarin Mulki yanzu haka suna nan a tsare – abin dai ba tsari!"

"Ke ina kike yanzu?"

"Ina nan a ɓoye a wani waje."

"Ina Fatima?"

"Ita da Ɗanbaƙi sun gudu ƙasar. Bature ya taimaka masu suka fice."

"Ina Muktar?"

"Ban san inda yake ba, amma Kantoman Mulkin Soja ya ba da umurnin a kamo shi duk inda aka gan shi."

"Saboda me?"

"Dan lokaci kaɗan kafin wannan juyin mulkin ya buga wata maƙala cewa mulkin kama-karya na soja yana hana ci gaban al'umma. Shi Kantoman a ganinsa wannan shirin maƙarƙashiya ne. Muna jin Muktar yana wata ƙasa maƙwabciyarmu ne, kuma daga nan yake fatar ya fice zuwa Turai ya nemi mafakar siyasa. Bature ya yi masa alkawarin taimaka masa. Ni ma ina ganin zan fa ƙare da karɓar irin wannan kyautar ta Bature ne in bar ƙasar. Zan sake yiwo maki waya."

Daga nan fa kuma Amina ba ta sake jin labarin abokanta da suke jami'a ba har sai bayan wata uku da ta je asibiti don auna cikinta. Tana nan zaune tana jira sai ta ga wata jarida bisa tebur. Ta ɗan duba haka galala sai ta ga hoton mijinta da Bature da kuma Leftanan-Kanar Abubakar Usman, Kantoman Jihar, duka suna murmushi. A ƙasan hoton cewa ake yanzu ne suka gama sa hannu a yarjejeniyar cewa duk ma'adinan da suke Jihar suna ƙarƙashin kulawar wani kamfanin ƙasar waje. "Wannan babban mataki aka ɗauka na ganin an sami ci gaba dawwamamme," aka ce mijinta ya ce.

Bayan sallar Isha'i Amina tana kallon talabijin sai ta ji an yi sallama a waje. Hawwa ta je ta buɗe ƙofa sai ga Bilkisu tare da masu kare lafiyarta guda biyu. Tana ji fesfes abinta; ta ba Amina haƙuri na rashin yi mata waya ta ce ga ta nan zuwa. "Haba, ai ba komai. Ai nan wurin zuwanki koyaushe ne – kuma gida kika zo," in ji Amina. "Ina labarin Rebeka da Guloriya? Na kwana biyu ban ji komai daga gare su ba."

"Su duka suna nan lafiya lau. Ana sakinku sai Rebeka ta garzaya zuwa Zuru ita kuma Guloriya ta tare a gidan saurayinta. Mukan riƙa yi wa juna waya; sukan ce in gaishe ki."

"Kina da labarin Fatima?"

"Mun yi magana jiya da dare ta kuma yi alkawarin za ta bugo maki waya nan ba da daɗewa ba. Akwai wani aiki mai ban sha'awa da ta samu tana son ku tattauna."

"Game da mene ne?"

"Ban sani ba." Bayan sun ɗan yi shiru sai Bilkisu ta ci gaba da magana, amma ɗari-ɗari. "Amina, ina da saƙo daga mijina, Kantoman Mulki na Jihar nan. Mai Girma ya ce yana son ya gayyace ki ki shigo gwamnatinsa a muƙamin Kwamishinan Kula da Harkokin Mata." Amina ko gezau. Sai ta yi murmushi kawai, ta ce wa Bilkisu ta nanata abin da ta ce, ta zura mata ido, ita da masu kare lafiyarta biyu. Daga nan sai ta yi magana, "Ji nan, Bilkisu, na gode ƙwarai da wannan shirin karrama ni da aka yi. Amma ba na cikin matsuwa irin wannan. Don Allah ki ce wa shi Kantoman Mulkin Sojan ni kam ba zan ba da gudummawa da gangan ana rugurguza ƙasata da nake ƙauna ba."

Da gani Bilkisu ta ji takaicin wannan magana. Ta sunkuyar da kanta ta yi shiru... Kowa ma ya yi shiru...Can sai aka bugo waya. Amina ta ɗauka. Nan da nan sai fuskarta ta cika da haske da murmushi.

"Tiloti, kai na ji daɗi...Fatima, na yi murna da sake jin muryarki." Fatima ta yi bayanin yadda ita da Ɗanbaƙi suka tsere, ta yi magana a kan shirin me za su yi nan gaba. Daga nan kuma sai ta juyo kan halin da Amina take ciki.

"Na gamsu da hujjar da kika bayar na dakatawa har sai wani lokaci nan gaba. Ke, ga kuma wani abin: Wani jami'i na Majalisar Ɗinkin Duniya ya gaya mani cewa suna son su ba ki Satifiket Na Girmamawa a inda duk kika zaɓa." Da farko dai ita Amina ta so ta yi watsi da wannan ne, amma kuma bayan doguwar tattaunawa Fatima ta shawo kanta ta yarda za ta karɓa. "Wannan dama za ki samu ki nuna wa duniya baƙin-ciki me yake gudana, kuma ki fito da garin Bakaro kowa ya san da shi a duniya, kuma gwagwarmayar da ake ta yi ta hau matakala guda na tsanin," Fatima ta jaddada bayaninta na goyon bayan al'amarin. A ƙarshe dai Amina ta yarda ta karɓi wannan Satifiket har ma ta ce za ta himmatu ta rubuta jawabinta. Da Fatima ta ce ita a ganinta tana son a yi wannan bikin a London ne, sai Amina ta dage ta ce sai dai a zo Bakaro don ai a nan ne komai ya gudana.

Fatima da Amina suka tattauna na lokaci mai tsawo, suna dudduba abubuwan da za su iya yi nan gaba. Da Amina ta kasance ta gaji tiɓis, maganar ma za ta zama kaya, sai ta ce wa ƙawarta, "Muna nan dai tare, Fatima. Dole mu ci gaba da wannan gwagwarmaya! Da ɗai duniya ba mu da wani zaɓi. A cikin zukatanmu akwai wani alheri mai zuwa da ya zamana dole mu samar da shi. Ni kam gadagau nake ji na kuma shirya ma zagaye na biyu... Zumuɗi ya baibaye ni don kuwa za mu yi nasara...duniya mafi kyau tana yiwuwa!"

Printed in the United States
By Bookmasters